உயிர்ச்சுழி

# உயிர்ச்சுழி

பாரதிபாலன்

டிஸ்கவரி புக் பேலஸ்
**கே.கே.நகர் மேற்கு, சென்னை - 600078.**
(பாண்டிச்சேரி கெஸ்ட் ஹவுஸ் அருகில்)
பேச : 044 48557525.  +91 87545 07070

உயிர்ச்சுழி (சிறுகதைகள்)
ஆசிரியர்: பாரதிபாலன்
உரிமை ஆர்.மகேஸ்வரி©

Uyirsuzhi (Short Stories)
Author: BharathiBalan

Discovery First Edition Aug: 2019

Pages: 192
ISBN: 978-81-942420-0-0

Published by :

**Discovery Book Palace (P) Ltd,**
# 6, Mahaveer Complex, Munusamy Salai,
K.K.Nagar West, Chennai-600 078.
Ct:044 48557525, Mobile: +91 87545 07070

E-mail: **discoverybookpalace@gmail.com,**
Website: **www.discoverybookpalace.com**

**Rs. 180**

என் அன்பு சுகனுக்கு...

# நன்றி

**இக்கதைகளை விரும்பி வெளியிட்ட**

* கல்கி * இந்தியா டுடே * ஆனந்த விகடன் * கணையாழி
* மின்னம்பலம் * குமுதம் * குங்குமம் * தினமணி சுடர்

### மற்றும்

திரு.கி.ராஜேந்திரன், திருமதி.சீதாரவி, திரு.வையவன், திரு.அகிலன் கண்ணன், திரு.மாலன், திரு.பிரபஞ்சன், திரு.திருப்பூர் கிருஷ்ணன், திரு.பா.ராகவன்,
திருமதி.உமாமகேஸ்வரி.

## சொல்லப்படும் வாழ்க்கையோடு இணைந்துபோகும் மொழி...

சா. கந்தசாமி

இலக்கியத்தில் ஏற்படுகின்ற மாறுதல்களை பத்துப்பத்து ஆண்டுகளாகப் பிரித்து, பகுத்துச் சொல்வது ஒரு மரபாக இருக்கிறது. அது இலக்கியத்தில் ஏற்பட்டு இருக்கிற மாறுதல், புதிய போக்கு, சிந்தனை என்பது சமூகத்தில் ஏற்பட்ட அளவிற்கு இருக்கிறதா என்பதைத் தீர்மானிப்பது வேறு. சில நேரங்களில் இந்தக் கணிப்பு இலக்கியத்தரம் என்பதை விட்டுவிட்டு சமூகக் காரணிகளை மட்டும் கணக்கெடுத்துச் சொல்வதாக அமைந்துவிடுவதும் உண்டு. மேலும் சமூக மாறுதல், படைப்பு இலக்கியத்திற்குள் அதிகமாக வராமல் இருக்கிறது என்பதைச் சொல்வது மாதிரியும் இருப்பது தெரிகிறது. அதுவும் ஒரு சமூக விமர்சனந்தான். எது இலக்கியத்திற்கு ஆதார சுருதி என்று படைப்பு எழுத்தாளரே தீர்மானம் செய்ய வேண்டியிருக்கிறது. இதனை தமிழ் இலக்கியம் நெடுகிலும் காணமுடிகிறது என்பது சிறப்பான அம்சம். அதுதான் மனித சரித்திரம், குடும்ப சரித்திரம் என்பது. அது எதிலும் அதிகமாக அகப்பட்டுக் கொள்ளாமல், வாழ்க்கையை நடத்துவது, சிறப்பாக, சௌசன்னியமாக தன்னளவில் உருவாக்கிக்கொண்ட மதிப்பீடுகளை அடிப்படையாகக் கொண்டு நடத்துவது.

அது படிப்பின் வழியாக இல்லாமல் பாரம்பரியமாக, குடும்பத்தின் சொத்தாக தொடர்ந்து வருகிறபோது, தன்னளவில் அதிகமாக மதிப்புப் பெறுகிறது. இப்படிப்பட்ட குடும்பத்தின் கதை, குடும்பத்தினர்களின் கதையை தனித் தன்மையோடு சொல்வது சமீப காலங்களில், தமிழ்ச் சிறுகதைகளில் அதிகரித்துக் கொண்டு வருகிறது. அதனை சிறப்பு அம்சம் என்று கொண்டாட வேண்டும். அதனை புத்திபூர்வமாக அறிந்து எழுதினாலும் சரி, உணர்வுப்

பூர்வமாகக் கொண்டு எழுதினாலும் சரி, எழுத்து என்பதற்கும் படைப்பு என்பதற்கும் விசேஷமான அர்த்தம் கொடுக்கிறது. அதன் காரணமாக படைப்பின் வசீகரம் வளம் பெறுகிறது. இப்படி வசீகரம் பெற்று வந்துள்ள சிறுகதைத் தொகுதி பாரதிபாலனின் "உயிர்ச் சுழி", சுமார் ஏழெட்டு ஆண்டு இடைவெளியில் எழுதப்பட்ட சிறுகதைகளின் தொகுப்பு.

இடைவெளி என்பது படைப்பில் காணவில்லை என்பதை ஒரு சிறப்பு அம்சமாகச் சொல்லவேண்டும். அதாவது கருத்திலும் சரி, கதை சொல்லும் பாங்கிலும் சரி, திட்டமில்லாதது மாதிரியான ஒரு திட்டத்தில் வளமென்னும் மொழி வளத்தில், அலங்காரம் என்பதை அகற்றி, சொல்லப்படும் வாழ்க்கையோடு, இணைந்துபோகும் மொழியால் கதைகள் எழுதி இருக்கிறார். இலக்கியம் என்பது மொழியால் எழுதப்பட்டு, மொழியால் படிக்கப்பட்டு உணரப்படுகிறது என்றாலும் அது மொழிக்குள் இல்லை என்கிறபோது மொழியின் வெளிப்பாட்டுத் தன்மை இன்னும் கூடுதலாக அர்த்தம் பெறுகிறது. அதாவது சொல்லப்பட்டதின் வழியாக அறியப்படுவது இன்னும் கூடுதலாக இருக்கிறது என்பதுதான்.

பாரதிபாலன் சிறுகதைகளில் சொல்லப்படுகிற கதையும் பேசப்படுகின்ற பேச்சும் உணர்த்தும் பொருள் ஒன்றாக இல்லாமல் போய்விடுகிறது. தனிமனிதனின் அனுபவம் என்கிற ஒற்றைப்பரிமாணத்தில் இருந்து, அனுபவம் என்கிற ஒன்றோடு இணைந்துபோகிறது. அது காரணமாக கதையென்பது பொதுத்தன்மை பெறுகிறது. பலரின் அனுபவமாக அறியப்படுகிறது. குறிப்பாக மாறுதடம் யாருடைய கதை அப்பச்சியின் கதையா? முத்துக்காளையின் கதையா? போன கதையா?

"குடியானவங்களுக்கு இருக்கிறது மாதிரி நமக்கும் ஒரு கக்கூஸ் கட்டச் சொல்லணும். ராவுல பொம்பளைப் பிள்ளைங்க வெளியில் போறதுக்கு சிரமப்படுதுங்க" என்று சொல்லும் அப்பச்சியின் நம்பிக்கைச் சிதைவு என்பது சமூகத்தின் சிதைவா?

சமூக மேம்பாடு என்பது தனிமனிதன் வளர்ச்சி, தன்னுடைய சுய அடையாளம் என்பதை அழித்துவிட்டு, நகரத்தில் முகமில்லாமல் கூட்டத்தோடு கூட்டமாகப் போவதுதானா? அது சதாசிரியரின் சமூக விமர்சனமா? யார்மீது குற்றம்?

இலக்கியம் குற்றம் சாட்டுவதில்லை. நிகழ்வுகளைச் சொல்லி யோசிக்க வைக்கிறது. இந்த மாறுதல்களுககு முத்துக்காளையை இலக்கியம் குற்றம் சாட்டுவதில்லை. நிகழ்வுகளைச் சொல்லி யோசிக்க வைக்கிறது. இந்த மாறுதல்களுக்கு முத்துக்காளையை மட்டும் பொறுப்பாக்கி தப்பித்துக்கொள்ள முடியுமா?

இப்படி ஒன்றோடு ஒன்றாக கேள்விகளைக் கேட்க வைக்கிறது. அதுதான் முக்கியம். கேள்விகளே முக்கியமாகிறபோது, சமூகத்தில் படைப்பு என்பதும் ஜீவிதமாக இருக்கிறது கதையின் வெற்றி கடைசியில், கதாபாத்திரத்தின் வெற்றியோ, தோல்வியோ இல்லை என்பது அதன் காரணமாக அர்த்தம் கொள்கிறது. அதோடு மொழியைக் கையாள்வதில் எளிமையும், வளமும் கூடுதலாக உள்ளது. எளிமையின் ஊடாக தென்படும் செழுமை கதைக்கு ஒரு பரிணாமம் கொடுக்கிறது.

பாரதிபாலன் சிறுகதைகளில் கிராமத்தன்மை என்பது அதன் சொல்லப்படுகின்ற விதத்திலேயே பேச்சின் தொனியில், அதன் மூலமாக அவர்கள் வெளிப்படுத்துகின்ற நேசத்தில் அதிகமாக உணரப்படுகிறது. அதுதான் சிறப்பு அம்சம்!

எத்தனையோ ஏற்றத் தாழ்வுகள், வாழ்ந்தவன் நொடித்துப் போகிறான். இருப்பதையெல்லாம் இழந்து தெருவிற்கு வந்து விடுகிறான். ஆனாலும் அவன் மனிதநேயம் என்பது மாசு மருவற்று இருக்கிறது. அங்கு அது ஒரு தடையாகவே இல்லை. நெகிழவைக்கிறது படைப்பு என்பதற்கு ஒரு புதிய அர்த்தம் கொடுப்பதுபோலவும் அன்பையும் பண்பையும் பிரசாரம் செய்வதையே குறியாக தனது கதைகளை எழுதியிருக்கிறார் என்று சொல்லமுடியும் என்றாலும், அது இலக்கியமாக வந்திருக்கிறது என்கிறபோது மற்றதெல்லாம் அடிபட்டுப் போய்விடுகிறது!

கணையாழி
*மார்ச் 2002*

# முகம்

இப்போதும் நான் ஊருக்குப்போனால் அந்த ஆற்றங்கரையோரம் போய் உட்கார்ந்துவிடுவேன். என் மனதைச் சமாதானப்படுத்த மட்டுமல்ல; என்னையே நான் நிதானமாகப் பார்த்துக்கொள்ளவும் அது சௌகர்யம்.

ஊர் என்று நினைத்த உடனே - என் மன வெளியில், அந்த ஆறுதான் பிரவாகம் எடுக்கத் தொடங்கிவிடுகிறது. பச்சைவயலின் மணம் மனசை நிறைக்கிறது! அது, ஏன் என்று தெரியவில்லை! என் பால்யத்தில் இருந்தே அது என்னோடு பழக்கமாகிவிட்டது.

முளைப்பாரி கரைக்கிறார்கள், சாமிக்குப் பெட்டி தூக்குகிறார்கள், சேத்தாண்டி வேஷம் போடுகிறான் என்று, என் பால்ய நாட்களில் அதன் கரைக்குப் போயிருக்கிறேன். பின்னர், பெரும்பாலான என் மாலைநேரத்தனிமைக்கு அதுதான் தீனி போட்டது. அந்த ஆறுதான்!

நம் ஒவ்வொரு கிராமங்களும் இருநூறு, முந்நூறு ஆண்டுகால வரலாற்றினையும், சில சுயஅடையாளங்களையும் கொண்டுள்ளன. அந்த அடையாளக்குறி ஆறாகவோ, குளமாகவோ, நதியாகவோ, மரமாகவோ, மரபுகளாகவோ, பண்பாட்டு நெறிகளாகவோ இருக்கலாம். அதுதான் நமது கிராமங்களின் ஆன்மாவாக திகழ்ந்துவருகிறது. அந்த ஆன்மா தரும் சுகங்களுக்காகத்தான் நாம், நம் அடையாளங்களைத் தேடிக் கொண்டிருக்கிறோம்.

நம்முடைய அடையாளங்களை, நமது தாய் மண்ணில் இன்னமும் தோண்டி எடுக்கமுடியும்.

ஒற்றைப் புளியமரம், அது, கிளைத்தும் இலைகளை உதிர்த்தும் பூத்தும் காய்த்தும் கால அடையாளமாக நிற்கிறது. அடர்த்தியாக

ஓடும் ஆறு, மணலில் கோவணமாக மாறி ஓடும் வாய்க்கால், வழுக்கும் வரப்பு. ரத்தச் சிகப்பில் பூத்திருக்கும் கல்யாண முருங்கை. அதில் தேன் தேடும் காக்கைகள்!

சுடுமுத்து உரசி உரசிக் கையிலோ, தொடையிலோ சூடுவைத்து விளையாடிய நினைவுகள். ஊர்ச்சாவடி. அங்கு கல்லில் செதுக்கப்பட்ட ஆடு-புலி கட்டம். கரிக்கோடுகள். தீபாவளிக்கு பாம்பு மாத்திரை எரித்த கருந்தழும்புகள். பரமபதம் ஆடிய பட்டாசாலை. தீப்பெட்டிப் படம் ஒட்டிய கதவு. பால்ய விளையாட்டில் ஒளிவதற்காக ரகசியமாகத் தேர்வு செய்துவைத்திருந்த இடங்கள்-பதுங்கு குழிகள்.

மழைக்காலம்! தவளை பிடிப்பதற்காக பச்சைத் தென்னை ஈர்க்குகளில் சுருக்கு மாட்டிக்கொண்டு திரிந்த காலத்தின் காலடி ஈரம். தீப்பெட்டியில் ஓட்டைபோட்டு பொன்வண்டு வளர்த்த பருவம். மரண, மணப்பந்தல் நிழலில் இளைப்பாறிய பொழுதுகள். சாமி வருகிறது. சப்பரம் வருகிறது என்று காத்திருந்த பின்னிரவுகள்.

இப்படி, பல மாறாத தழும்புகளைச் சுமந்துகொண்டுதான் இருக்கிறோம். ஒவ்வொருநாளும் தனக்குரிய சில சுய அடையாளங்களோடுதான் விடிகிறது.

படபடவென்று வாசல் தெளிக்கின்ற நீரின் இரைச்சல்! தரையில் இழுபட்டுக்கொண்டே போகும் ஏர் கலப்பைகள். தெருவில் அது உண்டாக்கிய வடு, மந்தைக்குப் போகும் மாட்டுக்கூட்டம், பின்னாடியே சாணி பொறுக்க ஓடும் சிறுசுகள். தெருவில் மண்டிக் கிடக்கும் அமைதி, வாழ்ந்துகெட்ட குட்டிச்சுவர், அதன் அருகில் எருத் தட்டும் பெண்கள்.

கொய்யாப்பழக்காரியோ, நாவல்பழக்காரியோ தெரு முழுக்கக் குரலை ஒழுகவிட்டுக்கொண்டே நடக்கும் ஓசை.

"ஓட்ட... ஓடசல்... ஈயம் பித்தளைக்குப் பேரிச்சம்பழம்..." என்று ஒரு குரல். இப்படி, எத்தனையோபேரின் குரல் எல்லாம் ஒரே மாதிரிதான்.

"ஐஸ் ஐஸ்... ஜவ்வரிசி, சேமியா, பால் ஐஸ்..." என்று ஒரு குரல். அதற்கென்று அலாதியான குரல். "ஈயப் பாத்திரங்களுக்குப் பேர் வெட்டுறது..." என்று, ஒரு குரல் ஒரேமாதிரியான குரலும், உடற் கட்டுமாய் எத்தனைபேர் வருகிறார்கள்!

"கிளி ஜோசியம்... கிளி ஜோசியம்..." என்றோ, "ஜக்கம்மா... பகவதி நினைச்ச காரியம் நடக்கணும்" என்று குடுகுடுப்பையுடனோ, "ஆத்தாளுக்குக் கொடுங்க..." என்று மஞ் சள் புடவையிலோ, "சபரிமலைக்குப் போகிறேன்..." என்று

காவி உடையிலோ, கருத்த உடலும் சடைமுடியுமாகச் சந்தனம் பூசிக்கொண்டு கோடாங்கியுடனோ, இப்படி யாராவது வந்து போய்க்கொண்டேதான் இருப்பார்கள். இது எதுவும் இல்லாத மதியம். யார் வீட்டிலோ பலாப்பழம் அறுக்கும் வாசனை!

தெருவில் நெல்லை காயப்போட்டு, கிண்டிக்கொண்டிருப்பவர்கள் தனக்குத்தானே பேசிக்கொள்ளும் குரல்!

மகுடி ஒலி.

"ஊதாதே... ஊதாதே..." என்று, வீட்டிற்குள்ளிருந்து ஓடிவரும் கிழத்தின் கனிந்த குரல்.

மாலைநேர மஞ்சள் வெயிலும், மந்தையிலிருந்து திரும்புகிற மாடுகளின் ஓசையும், மணிச்சத்தமும் - இப்படி, ஏதாவது ஒன்று அந்தப் பொழுதுக்குரிய அடையாளத்தையும் அந்தத் தெருவிற்கு உயிரையும் கொடுக்கும்.

மனித முகங்களை மட்டும் பார்த்து, எந்த வாசற்கதவும் திறப்பதில்லை - அறிந்த முகங்களுக்குத்தான் தாழ்ப்பாள்கள் நகர்கின்றன! எந்த வீட்டில் இருக்கிறது இப்போது திண்ணை? புழுதி அடங்க எந்த வாசலும் தெளிக்கப்படுவதில்லை.

புள்ளியிட்ட கோலமின்றி புழுதி அடித்துப் பூத்துக்கிடக்கிறது. செம்மண் கோலமோ, மாக்கோலமோ, நெளிகோலமோ நெஞ்சில் மட்டும்தான். ஸ்டிக்கரிலே எல்லாம் வந்தாச்சு. கிழித்து எறிவதற்குச் சௌகரியம்!

பூசணிப்பூ பூத்த வாசலின்றி மார்கழி கழிகிறது. காகிதத்தைக் கிழித்துக்கொண்டு காற்றாடி செய்து, சோளத்தட்டையில் கூவாமுள் குத்திக்கொண்டு எந்தச் சிறுவனும் காற்றுச்சுழி தேடுவதில்லை.

ஓடி ஒளிந்து விளையாட, திறந்த கதவு எதுவுமில்லை. ஓடி ஒளிந்து விளையாடும் சிறுவர்களை செயற்கைக்கோள் ஒடித்துப் போட்டுவிட்டது! காகிதங்களைக் கிழித்து, "டிக்கெட், டிக்கெட்..." என்று, பஸ் விட சிறுவர்கள் இல்லை. இவர்களை கான்வென்ட் புத்தகங்கள் கிழித்துவிட்டன. தெருவில் எந்த பிஞ்சுப் பாதங்களும் நடைவண்டியோடு நகர்வதில்லை. நிலா காட்டிச் சோறூட்ட தாய்க்கு நேரமில்லை. நட்சத்திரக் கூட்டத்தில் - பாட்டி மாவு இடிப்பதையோ, யானை துதிக்கை தூக்குவதையோ பார்த்துப்பார்த்து பரவசப்பட மனசு இல்லை. முழுநிலவு நாளில் கூட்டாஞ்சோறு ஆக்கி, கூடி உட்கார்ந்து சாப்பிட அவகாசமோ, மனசோ இல்லை. மழைக்கஞ்சியும், பிள்ளையார் கோவில் மஞ்சச் சோறும் மனசுக்குள்தான்!

“மேலுக்குச் சொகமில்லைன்னீங்க சின்னய்யா... இப்ப எப்படி இருக்கு?”

“அப்பத்தா... சொகமா இருக்கியா?”

“அட, சின்ராசா... எப்படிய்யா இருக்க?”

தெருவில் நின்று பேசி நடக்கவா முடிகிறது?

நாம் ஏதாவது ஒன்றை துரத்திக்கொண்டோ அல்லது நம்மை ஏதாவது ஒன்று துரத்திக்கொண்டோதான் இருக்கிறது.

நள்ளிரவு.

வீடு தேடிவரும் நட்பு ‘கிளம்பட்டுமா?’ என்றவுடன், மனசைக் கழட்டி வைத்துவிட்டு விடைகொடுத்துவிட்டாலும், அன்று இரவு முழுவதும் அந்த உறவை மனசில் தங்கவைக்காமல் அனுப்பவா முடிகிறது? மழையில் குடையில்லாமல் நடப்பவனைப் பார்த்து கண் இடறாமலா நகர்கிறது?

ஓடுகின்ற பஸ்ஸில் தாவி ஏறுகின்ற கால் தடுமாற, இத்தனை அலறல்கள் ஏன்?

சொல்லிக்கொள்ளாமல் பக்கத்துவீட்டுக்காரன் வீட்டைக் காலி பண்ணிவிட்டுப் போனபின் ஆளில்லா வீட்டை மட்டுமா பார்க்க முடிகிறது?

கட்டைவிரல் தூக்கி லிஃப்ட் கேட்பவனை விலகி வண்டி ஓடினாலும், அந்தக் கட்டைவிரல் முகத்தையும் சுமந்து கொண்டுதானே சிறிதுநேரம் பயணம் தொடர்கிறது!

அந்த அடியாழத்து வேர்கள்தான் இந்தக் கதைகள். சல்லி வேர், பக்க வேர், ஆணி வேர், இப்படி எத்தனையோ வேர்கள் மண்ணும் ஈரமுமாக என்னை இடறிய வேர்கள் இவை.

இதுபோன்று இன்றும், எத்தனையோ அடியாழத்து வேர்கள் ரத்தமும் சதையுமாக இன்னும் உயிராகத்தான் இருக்கின்றன. அவைகள்-

வீழ்வதும், விருட்சமாவதும் மண்ணின் வாகையும், மனிதர்களின் ஈரத்தையும் பொறுத்தது. பொறுத்திருந்துதான் பார்க்க வேண்டும்.

பாரதிபாலன்
bharathibalan@yahoo.co.in

உள்ளே...

| | |
|---|---|
| 1. மாறுதடம் | 17 |
| 2. மரம் | 28 |
| 3. உயிர்ச்சுழி | 38 |
| 4. தாய்மண் | 48 |
| 5. பங்காளிகள் | 63 |
| 6. ஒருவரும் ஒருவனும் | 74 |
| 7. வேதவல்லி | 83 |
| 8. சந்திப்பிழைகள் | 91 |
| 9. காலநதி | 106 |
| 10. நான் + நீ | 119 |
| 11. அண்ணாச்சி | 130 |
| 12. கானல் | 142 |
| 13. சரஸ்வ 'தீ' | 152 |
| 14. ஈரம் | 161 |
| 15. வேடிக்கை மனிதர்கள் | 172 |
| 16. வழிப்போக்கன் | 183 |

# மாறுதடம்

களத்துமேட்டுச் சரிவில் இறங்கும்போது அப்பச்சி என்னைப் பார்த்துவிட்டார். ஒரே ஒரு நிமிஷம் தாமதித்திருந்தாலும் தப்பித்திருக்கலாம். முடியவில்லை! தாழம் புதர், பச்சைப்பசேல் என்று படர்ந்துகிடக்கின்ற தாழம்புதர். காற்று ஒழுகி புதருக்குள் அரைபடுகின்ற சப்தம். 'கரே முரே... கரே முரே...' என்ற சப்தம். எங்கோ வெகுதூரத்தில் விட்டுவிட்டு ஒலிக்கிற கோட்டானின் குரல். களத்துமேட்டிலிருந்து பார்த்தால் ஒரே பசுமை. பாம்பு ஓடுகிறமாதிரி ஒரு பாதை. வாய்க்கால்வரை ஓடி ஒடிந்து நிற்கும் பாதை. பார்க்கப்பார்க்க நெஞ்சில் ஈரம் இறங்குகிற சுகம். இதற்குத்தான் இப்படித் தனியாக வருவது. ஊரை உதறிவிட்டு ஒருமைல் தூரம் நடந்துவந்து தனியாக உட்கார்ந்துகொள்வது. ஒன்றும் செய்யவேண்டாம். இப்படியே கிழக்கு பார்த்து உட்கார்ந்தால்போதும்... இதற்குத்தான், இந்த இடத்திற்கு நான் வந்தேன். அப்பச்சி என்னைப் பார்த்துவிட்டார்! அப்பச்சியின் உருவம் அசாத்தியமானது. நல்ல உயரம். உருக்கி எடுத்த தார்மாதிரி கருப்பு. தாழம் புதருக்குள்ளிருந்து அப்பச்சியின் தலை எழும்பியது. கரேலென்று பனங்கொட்டைத்தலை. புதர்க்கொடியை இடது கையால் விலக்கி நிமிர்ந்து நின்றார்.

"வா, அப்புனு எப்ப வந்தே?" - அப்பச்சி. உயர்ந்து எழும்பிய மார்பு. உழைத்து உரமேறிய உடம்புமாய் எதிரே வந்து நின்றார். உடம்பெல்லாம் சேறு. ஆறு மணியிலிருந்து உழைத்த வடு. உடம்பெல்லாம் சிதறிக் காய்ந்துபோயிருந்தது. அப்பச்சியை பார்க்கப்பார்க்க பிரமிப்புதான். இத்தனை வயசுக்குப் பிற்பாடும் இன்னும் இத்தனை திடமா என்ற பிரமிப்பு! கொழகொழப்பே இல்லாத வளமான உடம்பு.

"வா, அப்பனுன்னேன் காதுலே விழலேபோல... எப்ப வந்தே?"

"மூணு நாளாச்சு அப்பச்சி..."

"ஆளையே காணலியே..."

"ஊருக்குள்ளே இருந்துட்டேன்."

"மெட்ராஸ் பக்கம் மழை தண்ணியெல்லாம் எப்படி?

"மழையா? ம்ஹும்."

"முத்துக்காளையைப் பாத்தியா?"

"முடியலே அப்பச்சி..."

"பாரு அப்பனு. ஒரு தடவ கண்டிப்பா போய்ப் பாருய்யா. அந்தா நீ நிக்குறே பாரேன். அதுக்குப் பக்கம்தான் உக்காந்திருப்பான். ஒரு குட்டிப் புளியமரம் இருந்தது. காலையிலே வந்து படிக்க உக்காந்தா, உச்சிப்பொழுதுக்கு ஒரு தடவை எந்திரிப்பான். கஞ் சித்தண்ணி இல்லாம படிப்பான். அவ்வளவு கருத்தான படிப்பு! நான்தான் செட்டியார்கிட்ட கேட்டு ஒரு இளநி வெட்டியாந்து கொடுப்பேன்..."

"ஓஹோ ! அப்படியா?"

"எனக்கு அப்பவே தெரியும் அப்பனு. முத்துக்காளை பெரிய உத்தியோகத்துக்குப் போய்டுவான்னு, நான் நினைச்சபடியே ஆச்சு! கோட்டையிலே வேலையின்னா லேசுப்பட்ட காரியமா? முத்துக்காளைக்குக் கீழ்படியா ஏழு, எட்டுப்பேர் வேலை பண்றதாகக் கேள்விப்பட்டேன். சந்தோஷமா இருக்குய்யா... அடுத்த வாட்டி வரும்போது பாத்துட்டு வா அப்பனு..."

"சரி..."

"எங்க காலம்தான் எப்படியோ போச்சு! நீங்களாவது நல்லா இருக்கணும். அதுக்குத்தான்யா சொல்றேன்."

"கண்டிப்பா."

"ரொம்ப சந்தோசப்படுவான். அதுவும் என்மேல ரொம்ப பிரியமா இருப்பான். என் பேரைச் சொன்னாப் போதும். உனக்கு எதுனா பண்ணுவான். தூர தொலைவுல இருக்கீங்க. ஒண்ணுக்கு ஒண்ணு ஒத்தாசையா இருக்கும்யா. படிப்பெல்லாம் முடிஞ்சுதா?"

"முடிஞ்சுது."

"உத்தியோகம்...?"

"பாத்துக்கிட்டிருக்கேன்..."

"ஒண்ணும் ஆம்புடலையா?"

"குதிரைக்கொம்பா இருக்கே அப்பச்சி!"

"நாலு இடத்துக்கு எழுதிப் போடணும்."

"போடாமலா?"

"சர்க்கார்லெ, நமக்கு சலுகை நிறைய தர்றாங்கனு சொல்றாங்களே! படிப்புக்கும் சரி, உத்தியோகத்துக்கும் சரி நமக்குத்தான் சலுகை பண்றதா பேசிக்கிறாங்களே அப்பனு."

"அதுலயும் பிரச்சனை இருக்கு..."

அப்பச்சி மேட்டில் ஏறினார். கால்கள் லேசாக நடுங்கின. இடதுபக்கம் திரும்பி புளியமர வேரில் மண்வெட்டியைச் சரித்து நிறுத்தினார். அப்படியே உடம்பைக் குறுக்கி, மரத்தடியில் குத்திட்டு உட்கார்ந்துகொண்டார். தண்ணீரில் முங்கி எழும்பியதுமாதிரி உடம்பெல்லாம் வேர்வைத் தண்ணீர்! தலைப்பாகையை உருவி உடம்பெல்லாம் அழுத்தித் துடைத்து நிமிர்ந்தார். நெஞ்சுக்கூடு மேலும் கீழும் அலைந்தது.

"உட்காரு அப்பனு..."

"பரவாயில்ல."

அப்பச்சி உடம்பை வளைத்து, ஒரு தென்னை ஓலையை எடுத்து என் முன்னாடி விசிறிப் போட்டார். நான் அதில் உட்கார்ந்துகொண்டேன். வெயில் காய்கிறது. அதையும் மீறி காற்று. செட்டியாரின் தென்னந்தோப்பிலிருந்து பூப்பூவாய் உதிர்ந்துகொண்டிருந்தது. மகா சுகம்! அப்படியே கண்ணை மூடி கைகால்களைத் தளர்த்தவேண்டும்போல் இருக்கிறது. அப்பச்சிக்கு இந்தக் கிறக்கம் இருக்குமா? கண்ணை மூடி கனவு காண வருமா? விடிந்ததும், விடியாமலும் வீட்டைவிட்டு வந்து, இருட்டியபின் காலை உரசி உரசி ஓசை எழுப்பிக்கொண்டே ஊருக்குள் வந்து சேருகின்ற அப்பச்சியால், கண்மூடிக் கனவு காணமுடியுமா? நான் அப்பச்சியைப் பார்த்தேன். எழுபது வயதின் முறுவல். சேற்றுக்கலப்பை... மண்வெட்டி... வறநாத்து. இதுதவிர, வேறு ஒன்றும் தெரியாது. அப்பச்சிக்கு வயல் வேலைதான். என் தாத்தா காலத்திலிருந்தே வயல் வேலைதான். முழுவதுமாய் சேற்றிலும் மேட்டிலும் உழலுகின்ற வாழ்க்கைதான்.

இன்னாருக்குத்தான் என்றில்லை. கூப்பிட்ட குரலுக்கு ஓடவேண்டியதுதான். கை நீட்டிய திசைநோக்கி நடக்க வேண்டியதுதான்.

உத்தரவுப்படி உழைத்து நிமிர வேண்டியதுதான். கொடுக்கிற கூலியை குனிந்து வாங்கிக் கைகூப்ப வேண்டியதுதான். ஒரு மரக்காலோ, இரண்டு மரக்காலோ ஐயாக்கமார்க தருவதுதான். கூடுதல் குறைச்சல் என்று குரல் கொடுக்கமுடியாது. பழகிவிட்டது. காலங்காலமாய் கைகட்டி நின்றே பழகிவிட்டது. குடியானவர்கள் குரல் கேட்டதும் தலைப்பாகையை அவிழ்த்து இடுப்பில் கட்டி நிற்பது என்பது பழகிவிட்டது. இது, அவர்கள் மண். இதை உழுது, விதைத்து உருப்படியாக்கவேண்டியது தன் கடமை. அவர்கள் போடுவதுதான் எனக்கு உரம் என்பது வேதமாகப் படிந்துவிட்டது. எதையும் ஏன் என்று கேட்கத் தோன்றவில்லை.

உடம்பு மீறி, மனசு மீறி, சேற்றில் கால்வைக்க வேண்டும். குத்துகின்ற பனியோ, கொதிக்கின்ற வெயிலோ, விதைக்கின்ற காலத்தில் விதை விழ வேண்டும். அறுக்கின்ற காலத்தில் அரிவாளுடன் ஆள் நிற்க வேண்டும். இதுதான் பாடம். மூன்று தலைமுறையாய் மாறாமல் நெஞ்சில் நிற்கிற பாடம்.

“என்ன அப்பச்சி யோசனை?”

“ப்ச்... எங்க காலம் போச்சுய்யா. இனி, நீங்கதான் கருத்தா இருந்து பிழைக்கிற வழியப் பார்க்கணும். நாலு இடத்துக்குப் போயி மனுஷமக்களைப் பழகி முன்னேறப் பார்க்கணும்...”

“ம்...”

“அடுத்த வாட்டியாவது முத்துக்காளையைப் பாருய்யா.”

“பாக்குறேன்.”

“என் பேரைச் சொன்னாப் போதும். அப்படியே உசிரைவிடுவான். போன சித்திரைக்கே வருவான் வருவான்னு எதிர்பார்த்தேன். காணோம். பெரிய உத்தியோகஸ்தனாயிட்டா அப்படித்தான். சட்டுன்னு கிளம்பமுடியுமா? நீ போய்ப் பாருய்யா. உனக்கு உத்தியோகத்துக்கு எதுனா வழி காட்டுவான்.”

“கண்டிப்பா பாக்குறேன்.”

“எனக்கு ஒரு ஆசை...”

“என்ன அப்பச்சி?”

“முத்துக்காளை வந்தா சொல்லணும் சொல்லணும்னு இருந்தேன். எங்களை விடு, எப்படியோ போச்சு. நம்ம இளந்தாரிப் பசங்க ஆட்டுப் புழுக்கையிலும், மாட்டுச் சாணியிலும் மாட்டிக்கிட்டிருக்கானுங்க... அவனுங்களுக்கு எதாவது பண்ணணும்.”

"என்ன பண்ணனும்?"

"சர்க்கார்லதான் நமக்குச் சலுகை பண்றதா சொல்றாங்களே..."

"படிக்கிறதுக்கும், படிச்சவங்களை வேலைக்கு எடுக்கிறதுக்கும் தான் சலுகை."

"ஒன்னும் முடியாதா?"

"படிச்சிருந்தாத்தான் உண்டு..."

"என்னவோய்யா, மனசுல உறுத்திக்கிட்டிருந்தது. அதான் சொன்னேன்."

அப்பச்சி சிறிதுநேரம் கண்ணை மூடிக்கொண்டார். எழுபது வயதில் இப்படிக்கூட யோசிக்க முடியுமா? கஷ்டப்படாமல் கட்டையைச் சாய்க்கணுமே என்ற கவலை தாண்டி, இப்படி யோசிக்க வருமா? அப்பச்சியைப் புரிந்துகொள்ள முடிகிறது. புழுங்கிப்புழுங்கி பூத்துப்போன மனசின் ஆவல் புரிகிறது. பழசு எப்படியோ! இனி பிறகாவது காலனிப் புழுதி தாண்டி, நாலு மனுச மக்களோடு சகசமாய் இருக்கவேண்டும். வெளுப்பு உடுத்தி வீதியில் நிமிர்ந்து நடக்கவேண்டும். அப்பச்சிக்கு ஆசை. உள்ளூர் மிராஸ்தாருக்கும், வடக்குத் தோட்டத்து செட்டியாருக்கும் தெரியாமல் நெஞ்சில் பூட்டி வைத்திருக்கும் ஆசை!

"அப்பனு... கவர்மெண்டுதான் செய்யணுமா? முத்துக்காளை, உன்னை மாதிரி படிச்சவங்க செய்யப்படாதா?"

"என்ன செய்யணும்?"

"நிறையச் செய்யணும்யா. கவர்மெண்ட்டு உங்களை உசத்தி விட்டுச்சுனா, நீங்கதான் மத்தவங்களைப் பார்க்கணும். அகப்பட்ட மட்டும் லாபம்னு ஒதுங்கிடப்படாது. எத்தனைபேர் புழுதியிலே புழுத்துப்போயிருக்கான்! எத்தனை ஜனம் பிழைப்பு இல்லாத அவமானப்படுது! வெளியிலே தெரியலப்பா. எதுவுமே வெளியிலே தெரியல. இங்க அவ்வளவு அவமானம் இருக்கு..."

"ம்..."

"மனுசனுக்கு அவமானம் மட்டும் தாங்கமுடியாதுய்யா."

"ப்ச்..."

"இன்னொரு விசயம்..."

"சொல்லுங்க அப்பச்சி..."

“முத்துக்காளகிட்டச் சொல்லி, குடியானவங்களுக்கு இருக்கிறதுமாதிரி நமக்கும் ஒரு கக்கூஸ் கட்டச் சொல்லணும். ராவுலே, பொம்பளைப் பிள்ளைங்க வெளியிலெ போறதுக்குச் சிரமப்படுதுங்க...”

“ம்...”

“அடுத்த வாட்டி வரும்போது முத்துக்காளையைப் பாத்துட்டு வாய்யா...”

“சரி”

“கண்ணுக்குள்ளே இருக்கான்...”

...

“அட்ரஸ் இருக்கா?”

“இருக்கு அப்பச்சி. போனவாட்டி கொடுத்தீங்கள்லே...”

அப்பச்சி விடவில்லை. மரக்கிளை இடுக்கில் சுருட்டிவைத்திருந்த அழுக்கு வேட்டியை எடுத்தார். மூலையில் போட்டிருந்த முடிச்சை அவிழ்த்தார். பெரிய முடிச்சு. வெற்றிலையும் புகையிலையும் காய்ந்த சுண்ணாம்பும் இருந்தது. ஊடே, ஒரு துண்டு பேப்பர், எட்டு ஒன்பதாய் மடித்து, நைந்து சக்கையாய்க் கிடந்தது. கையில் எடுத்தாலே காற்றில் கரைந்துவிடும்போல் இருந்தது.

“எழுத்து தெரியலையா அப்பனு?”

“என்கிட்ட வேற இருக்கு.”

“கண்டிப்பா போய்ப் பாருய்யா.”

“சரி.”

“உனக்கு எதுனா பண்ணுவான்...”

சென்னை வந்ததும் அன்று இரவு தூக்கமில்லை. என்னவென்று சொல்லத் தெரியவில்லை. காதுக்குப் பக்கத்தில் அப்பச்சி உட்கார்ந்துகொண்டு பேசுவதுமாதிரியே இருந்தது. கண் மூடினால் அந்த முகம். சுருக்கமே இல்லாது, பளபளவென்று மிதக்கிற அப்பச்சியின் முகம். எதையோ நினைத்து நினைத்து ஏங்குகிற முகம். இந்தமுறை அப்பச்சியை ஏமாற்றக்கூடாது. சால்ஜாப்பு சொல்லி நகர்த்தக்கூடாது. முத்துக்காளையைப் பார்க்கவேண்டும். மறுநாள் அதற்குத் தயாரானேன். ஒரு ஞாயிற்றுக்கிழமை. திருவல்லிக்கேணியிலிருந்து பஸ் பிடித்து துவண்டுபோய் அண்ணா நகரில் இறங்கினேன். ஒருமணி நேரம் விலாசம்தேடி வீட்டைக் கண்டுபிடித்தேன். பெரிய அபார்ட்மெண்ட். நான்கு மாடி. வாசலில்

ஒரு காவலாளி.

"இங்க முத்துக்காளைன்னு..."

"டோர் நம்பர்?"

"18 பி"

"இது அப்பார்ட்மெண்ட் நம்பர். டோர் நம்பர்?"

"தெரியாது..."

"முத்துக்காளைன்னு இங்க யாரும் இல்லையே..."

"செகரெட்டரியேட்லெ வேலை பாக்குறார்."

"இருக்கார். ஆனா, அவர் பேரு முத்துக்காளை இல்லை..."

"பின்னே?"

"வேற பேர். என்னவோன்லெ வரும். சட்டுனு வரமாட்டேங்குது..." என்று முகத்தைச் சுருக்கி யோசித்தான்.

"இந்த அட்ரஸ்தான் கொடுத்தாங்க..."

"எதுக்கும் ரெண்டாவது மாடி போய்ப் பாருங்க. ரைட்டுல மூணாவது வீடு. டோர் நம்பர் 12."

மாடியில் மூச்சிறைத்து 12இல் காலிங்பெல் அழுத்த, உள்ளே குருவி கத்திற்று. ஒரு நிமிஷ மௌனத்திற்குப் பிறகு,

"யெஸ்."

கதவு திறந்தது! கருப்பாய், குட்டையாய் உடம்பெல்லாம் ரோமம்பூத்த ஒருவர் இறுக்கிக்கட்டிய கைலிக்கு வெளியே பிதுங்கிக் கொண்டிருந்தார். கதவைத் திறந்த மாத்திரத்திலே பொறி தட்டியது. திறக்கிற தொனியும், திறந்ததும் எதிராளியைப் பார்க்கிற பார்வையிலுமே பளிச்சென்று புரிந்துவிட்டது. அந்த முகவெட்டு, நிறம், குரல் எல்லாமே அப்படியே. ஒரு நிமிஷம் என்னை உற்றுப் பார்த்தார். நானும் பார்வையைத் தீட்டினேன். பழைய ஞாபகங்களைச் செதுக்கினேன். சுருள்சுருளாய் நினைவு சிதறிற்று. சட்டென்று இடறி நின்றது. முத்துக்காளை இவர்தான். இவரேதான்! பார்த்துக் கொண்டிருந்தேன், ஒன்றும் பேசத் தோன்றவில்லை.

"யெஸ் ப்ளீஸ்..." அவர் குரல் உயர்ந்தது.

"நான் காட்டுப்பட்டியிலே இருந்து வர்றேன்..."

"ம்..."

அவர் புருவம் வளைத்து ஆச்சரியம் காட்டவில்லை! கண்கள்

துள்ள மகிழ்ச்சியை வெளிப்படுத்தவில்லை. மிகச் சாதாரணமாக மிகமிகச் சாதாரணமாக 'ம்' என்றார். எனக்கு ஒரு கணம் திகைப்பு! தாங்கமுடியாத திகைப்பு! அப்பச்சிக்கு பிரியங்களைப் பங்கிட்டுக் கொள்ள வேறு மனிதர்களே கிடைக்கவில்லையா?

"அப்பச்சி பாத்துட்டு வரச் சொன்னார்."

"ஓஹோ!" தலையை அசைத்தார்.

"எப்படியாவது உங்களைப் பாத்துட்டு வரணும்னார்."

"என்ன விசயம்?"

சரக்கென்று வழுக்கிற்று! மனமில்லாத ஒன்றை மீட்க முயற்சிக்கிறேன். எதையோ தொட நினைத்து எதையோ அறுத்து விட்டாற்போல் இருந்தது. என்னால் நிற்கக்கூட முடியவில்லை. தவறுதலாய்த் தப்பி வந்துவிட்டதுமாதிரி இருந்தது. உள்ளே நடுங்கியது. மனசைக் குடைந்தேன். கடைசிப் பாய்ச்சல்!

"முத்துக்காளைன்னு..."

"சொல்லுங்க என்ன?" அவர் உதடு நடுங்கிற்று. நான் எதையோ நிர்வாணமாக்கியதுமாதிரி பதற்றம்.!

"அப்பச்சின்னு..."

"தெரியும், எதுக்கு அனுப்பிச்சார்?"

"சும்மாதான். பாத்துட்டு வரச் சொன்னார்."

"நல்லது."

"நான் மெட்ராஸ்லதான் இருக்கேன்."

"ம்..."

"திருவல்லிக்கேணியில. பெரியதெருப் பக்கம். ஒரு மேன்சன். நண்பர் ஒருத்தருடன் இருக்கேன். வேலைக்கு முயற்சி பண்ணிக்கிட்டிருக்கேன்."

"நல்லது."

"அப்பச்சி உங்க பேர்ல நிறைய நம்பிக்கை வெச்சிருக்கார். உங்களைப் பத்தி நிறையச் சொல்லுவார்."

"அப்படியா!' என்று கூறிவிட்டு, டீபாயை இழுத்து அடுக்கி வைக்கப்பட்டிருந்த பேப்பர்குவியலில் எதையோ தேட ஆரம்பித்தார்.

ஹாலில் இருந்த சோபாவில் அமரும்படி சம்பிரதாயமாய் சைகை செய்தார். உட்கார்ந்தேன்.

வீடு குளுகுளுவென்றிருந்தது. ஜன்னல்வழியே மரக்கிளை ஒன்று எட்டிப் பார்த்தது. எங்கோ வேர் விட்டு இங்கே வந்து எட்டிப் பார்க்கிறது. முத்துக்காளை வீடு விசாலமாக இருந்தது. வெள்ளி, செவ்வாய் என்று மாட்டுச்சாணம் போட்டு மெழுகவேண்டியதில்லை. மொசைக் தரை. பளபளவென்று முகம் தெரிகிறமாதிரி மொசைக் தரை!

மூலையில் கலர் டி.வி., சுற்றிலும் அலங்காரம். வி.சி.ஆர்., டேப் ரிக்கார்டர், அலமாரி நிறையப் புத்தகங்கள். திரைச்சீலை, பிரிஜ் என்று மகா சௌகர்யம். ஆட்டுப்புழுக்கை, மாட்டுச்சாணி வாசனை இல்லாது நறுமணம் வீசிற்று!

"அப்புறம்?" என்றார்.

நான் அவர் முகத்தைப் பார்த்தேன்.

"வேற?"

"சும்மா பாத்துட்டுப் போகலாம்னுதான்..."

அவர் எழுந்து கொண்டார்.

"வர்றேன் சார்..."

நான் எழுந்ததும் உள் அறைக்குள்ளிலிருந்து ஒரு உருவம். அழகான உருவம். செந்தாழம்பூ நிறமும் நீளமான செதுக்கிய மூக்கும் தலைமயிர் அடர்த்தியுமாய் அழகாக இருந்தாள். எங்க ஊர் புழுதிக்காடு முழுக்கச் சுற்றினாலும் கிடைக்காத அழகு. அப்படியே கொத்திக்கொண்டு போகிறமாதிரி அழகு! அவள் உடுத்தியிருந்த விதமும், நடையும் நிச்சயம் எங்க மண்வாகு இல்லை. பார்த்த மாத்திரத்திலே தெரிந்துவிடும். ரவுக்கைக் கழுத்தும், கை இறக்கமுமே ஆளைக் காட்டிக்கொடுத்துவிடும். அந்தப் பெண் முகச்சுழியில் அந்நியம் தெரிந்தது. எனக்குள் நிறையக் கேள்விகள் எழும்பின. கேட்கத் தோன்றினாலும் கேட்கக்கூடாத கேள்விகள். நான் முத்துக்காளையின் முகத்தைப் பார்த்தேன். பெருமிதம் மிதந்திற்று. எங்கோ ஓடி, எதையோ ஜெயித்துவிட்ட பெருமிதம்! நான் படியிறங்கிவிட்டேன்.

"பார்த்தீங்களா சார்?" என்றான், வாட்ச்மேன்.

"ம்..."

"அவர்தானே?"

"இல்ல."

"அதான் சொன்னனே, இங்க முத்துக்காளைன்னு யாரும்

இல்லை..."

அதற்குப்பின் ஒருமுறை ஊருக்கு வந்தேன். அப்பச்சியை முகம் கொடுத்துப் பார்க்கமுடியுமா? திகுதிகுவென்று எரிவதுமாதிரி இருந்தது. தாய்மண்ணில் கால் பாவ முடியவில்லை.

களத்துமேட்டுப் பக்கம் நடந்தேன். நடவு வேலைகள் ஆரம்பமாகிவிட்டன. மாட்டு வண்டிகள் மணலை அரைத்துக் கொண்டு மணலைச் சுமந்துசென்றன. பெண்கள் நாற்றுகளை கோபுரமாய் குவித்து குடுமியைப் பிடித்துக்கொண்டு வரப்புகளில் தாவிக் கொண்டிருந்தார்கள். நான் தாழம்புதர் தாண்டி நடந்தேன்.

அப்பச்சி முத்துக்காளையைப்பற்றி கேட்டால் என்ன சொல்வது?

கண்களில் கனவு கசிய என்னை பார்ப்பார். நான் என்ன சொல்லப் போகிறேன்? முத்துக்காளை ரொம்ப உசத்தியா இருக்கிறார் என்று சொல்லலாமா? சொல்ல முடியுமா? தேடாத இடமெல்லாம் தேடி, தொடாத இடமெல்லாம் தொட்டு உயரத்தைப் பிடித்திருக்கிறது. முன் ஏறியவன், பின்னால் வருகிறவன் கையை உதறிவிட்டு, தான் பிடித்த கொம்பு பலம் என்று விலகி, உன் பாடு உன்னோடு, என் கைக்குக் கிடைத்தது என் கணக்கு, பசித்தவன் பசித்தே இருக்கட்டும். ஊர் தள்ளி, உறவு தள்ளி, உயரம் என்று எதற்குள்ளோ தன்னைத் தள்ளிக்கிறாப்லெ இருக்கு...! இதுதான் உயர்வா? இதை உயர்வு என்று சொல்லமுடியுமா? யோசனையிலே நடந்தேன். தூரத்திலே அப்பச்சி என்னைப் பார்த்துவிட்டார். நெஞ் சுச்சதை துடிக்க, உடம்பெல்லாம் வியர்வை பொங்க நிமிர்ந்தார். மண்வெட்டியால் சதைசதையாய் பூமியைப் பிளந்து பாத்தி கட்டிக் கொண்டிருந்தவர், என்னைப் பார்த்ததும் நிறுத்தி, நிமிர்ந்தார்.

"வா அப்பனு..."

"வரேன் அப்பச்சி."

"முத்துக்காளையப் பார்த்தியா...?"

"பார்த்தேன்." விழி அகண்டு, நெஞ்சுக்கூடு ஏறி இறங்கியது!

"எப்படி இருக்கான்?"

"நல்லா இருக்கார்."

"என்னை விசாரிச்சானா?"

"நிறைய கேட்டார்."

"பகவானே..." சூரியனைப் பார்த்து கை குவித்தார்.

"உன் உத்தியோகத்துக்குச் சொன்னீயா?"

“சொன்னேன்.”

“என்ன சொன்னான்?”

“ஏற்பாடு பண்ணலாம்னு...”

“பண்ணிப்போடுவானப்பா... அவன் நல்லமாதிரி. உனக்கு மட்டுமல்ல; நம்ம பசங்க எல்லாத்துக்குமே பண்ணுவான். ஒருத்தன் உசந்திட்டாப் போதும்யா, ஒவ்வொருத்தனா மேலே ஏத்தி விட்டுடலாம்.”

“ம்...”

“நெஞ்சு நிறைஞ்சிருக்குய்யா.” அப்பச்சி குனிந்து மண்வெட்டியை எடுத்துப் பாத்தி கட்டினார். மடமடவென்று தண்ணீர் தாவிற்று. அப்பச்சிக்கு சந்தோஷம்... பச்சைப்பசேல் என்று எல்லாம் படரப்போகிறது என்று சந்தோஷம். ஆனால் அப்பச்சியின் முதுகுக்குப் பின்னால் பயிருக்குப் பாய்கின்ற தண்ணீர் பாத்தியை உடைத்துக்கொண்டு களை படர்ந்திருக்கின்ற புதரை நோக்கி ஓடிக்கொண்டிருக்கிறது. அப்பச்சி, இது புரியாத சந்தோஷத்தில் இருக்கிறார்.!

*இந்தியா டுடே - ஜனவரி 1994*
*(இலக்கியச் சிந்தனை பரிசு பெற்ற கதை)*

## மரம்

அம்மா கிளம்பிவிட்டாள். படபடவென்று கொடியில் தொங்கிக் கொண்டிருந்த சேலைகளை எல்லாம் உருவி எடுத்தாள். ஒரு மஞ்சள் பைக்குள் திணித்தாள். அந்தத் திணிப்பில் ஒரு வேகம். எதையோ சொல்லுகின்ற வேகம். அம்மாவுக்குக் கோபத்தை முகத்தில் காட்டத் தெரியாது. வார்த்தையாய் வெடித்து வெளிப்படுத்தத் தெரியாது. கண்களைக் கனியவிட்டோ, கண்ணீர்விட்டோகூட காட்டத் தெரியாது. அவள் பாஷையே வேறு. மௌனம், கோபம் வந்துவிட்டால் நாக்கை இழுத்துக் கட்டிப்போட்டு விடுவாள். மனசு திறந்துதான் இருக்கும், முகம் மலர்ந்துதான் இருக்கும். கனிகின்ற கன்னத்துச் சதையும் விரிக்கின்ற கண் இமையும்கூட அப்படியே தான் இருக்கும்.

அம்மா கொல்லைப்பக்கம் போனாள். அது நடையாய் இல்லை. சலசலவென்று தொட்டித் தண்ணீரை அள்ளி முகத்தில் அடித்துக் கொண்டாள், சேலைத் தலைப்பால் முகத்தை துடைத்துக் கொண்டே, பூஜை முடுக்கிற்கு வந்தாள். வரிசையாய் சாமி படங்கள். இடதுபக்க ஓரமாய் அப்பா படமும் இருந்தது. அப்பா பன்னீர்ப் பூ மரத்தடியில் நின்றிருந்தார். அம்மா, அதன்முன் கண்களை மூடி அப்படியே நின்றாள். அம்மாவுக்கு கையெடுத்துக் கும்பிடத் தோன்றாது. அப்படியே கண்களை மூடிக்கொண்டு நிற்பாள். சிலசமயம் உதடு மட்டும் துடிக்கும். சிலசமயம் கண்ணுப் பட்டையும் கன்னத்துச் சதையும் துடிக்கும். இது அம்மா பாஷை. சில கணங்கள் அப்படியே நின்றாள் - கரகரவென்று கண்ணீர் கன்னத்து மேட்டில் ஏறி இறங்கிற்று. கன்னத்துச் சதை கனிந்து ஆடிற்று.

கோவிந்து கண்களை மூடிக் கொண்டான். அம்மாவின் முகத்தைப் பார்க்க முடியவில்லை, வாசலுக்கு வந்தான், வீதியைப் பார்த்தான், மனசை சமாதானப்படுத்த முடியவில்லை. அது எந்த வேடிக்கைக்கும் அடங்குவதாய் இல்லை. மீண்டும் அம்மாவைப் பார்த்தான். உள்ளங்கையால் கன்னத்தோடு வழிந்த கண்ணீரைத் துடைத்துக் கொண்டாள். திருநீற்றை அள்ளி நெற்றி நிறையப் பூசிக் கொண்டாள்.

"கிளம்பட்டுமாப்பா?"

"என்னம்மா இது!"

"வர்றேன்யா!"

"ஊர்லெ போயி என்ன பண்ணப் போறே? ஒரு வாரம் இருந்திட்டுப் போயேன். இப்படி ரெண்டும்கெட்டான் நேரத்துல கிளம்பினா?"

"வர்றேன்யா. இன்னொருவாட்டி வர்றேன்."

"ஊர்ல தனியாத்தானே இருக்கனும்?"

"இங்கதேன்பா தனியா இருக்கிறாப்பல இருக்கு!"

கோவிந்தன் நெஞ்சில் சொடீர் என்று சாட்டை சொடுக்கிற்று. ஒருகணம் அதைச் சமாளித்து நிமிர்ந்தான்.

"சரி. காலம்பற கிளம்பலாம்."

"காலையில சந்தைக் கெடு. கூட்டம் பஸ்லே தொத்திக்கிட்டு நிக்கும்."

"ஒரு வாய் சாப்பிட்டாவது கெளம்பேன்."

"வயிறு பம்முனு இருக்குப்பா..."

"அப்புறம், உன் இஷ்டம்."

"வரட்டுமாய்யா?"

"ம்..."

"அவளை எங்கே காணோம்? சொல்லிவிட்டுக் கிளம்புகிறேன்"

"காமு..."

"ஏய், காமு..."

கோவிந்து முகம் மாறிற்று. வேஷ்டியை மடித்துக் கட்டிக்கொண்டு அடுப்பறைக்குப் போனான். கொல்லைப்பக்கம் பார்த்தான். கிணற்றடியிலும் இல்லை. குட்டியம்மாள் வீட்டுச் சுவற்றுப் பக்கமும் இல்லை. படபடவென்று வீதிக்கு வந்தான். பாப்பக்கா வீட்டுவாசலில் நின்று குரல் கொடுத்தான். பதிலில்லை.

தெருமுக்கை ஒட்டியுள்ள மிட்டாய்ப் பாப்பா சந்தில் பார்த்தான், அங்குமில்லை. உதட்டைப் பிதுக்கிக்கொண்டே திரும்பினான். மனக்குறளி கூவிற்று. எழுந்து உட்கார்ந்துகொண்டு ஆங்காரமாய் ஆடிற்று. ஏன், இப்படிச் செய்கிறாள் என்று விளங்கவில்லை. கோபத்தில் உடல் பற்றியது. அது வெறும் உடல் பதட்டமாய் இல்லை!

காமு நல்லவள்தான். குணமாக நடந்துகொள்பவள்தான். ஆடம்பரமோ, ஆர்ப்பாட்டமோ அவளிடம் இல்லை. ஆனால் ஆசை உண்டு, படபடவென்று உயரவேண்டும் என்ற ஆசை. ஸ்கூட்டர் வாங்க வேண்டும் என்ற ஆசை, தனக்கென்று சொந்தமாய் ஒரு பிளாட் வாங்க வேண்டும், அந்தத் தெருவில் இருப்பவர்களைப்போல் விரைவிலே எல்லாவற்றையும் தொட்டுவிட வேண்டும். அந்த ஆசைதான் அவளுக்கு. அந்த ஆசையைத் தொட அவள் கிராமத்து வீட்டிற்குக் குறிவைத்தாள்.

"ஊர்லெ, அம்மா இருக்கிற வூட்டை விலை பேசவேண்டியது தானே! எப்படியும் முப்பதாயிரம் போகுமில்லே!"

"முடியாது காமு."

"ஏன்?"

"அம்மாவுக்கு அதுலே இஷ்டமிருக்கிறதா தெரியலே."

"இஷ்டமில்லையா? நீங்களும் நானும் அங்கயா போயி குடித்தனம் பண்ணப்போறோம். இல்ல, நம்ம பிள்ளைங்கதான் போகப் போதுகளா? எப்படியும் விற்கத்தானே?"

"உனக்குப் புரியாது காமு!"

"என்ன புரியாது. உங்சு அம்மாதான் வெவரம் கெட்ட தனமா பேசுதுன்னா நீங்களுமா?"

"அம்மாவுக்கு அந்த வீட்டை விற்க இஷ்டமில்லை?"

"அதான் ஏன்கிறேன்?"

"அது எங்க பூர்விக வீடு. எங்க தாத்தாவோட தாத்தா கட்டினது. பரம்பரை பரம்பரையா அதே வீடுதான். அம்மா தன் காலத்தையும் அந்த வீட்டுலெ கழிக்கனும்னு நினைக்கிறாங்க..."

"காலம்போன கடைசியிலே ஒண்ணு கெடக்க ஒண்ணு ஆச்சுதுன்னா?"

"உனக்கு அந்தப் பயம்தானாக்கும்?"

"பின்னே?"

“அம்மாவுக்கு இந்த நகரமெல்லாம் ஒத்துவராது. இங்க இருக்கமாட்டாங்க, வெஸ்டன் டாய்லெட் யூஸ் பண்ணத் தெரியாது. கேஸ் அடுப்பு பழக்கமில்லை. அவங்களுக்கு யார்கூடயாவது பேசிக்கிட்டே இருக்கணும். இங்க சரிப்பட்டு வராது. அவங்க மனசுபோல அங்கயே இருக்கட்டும்.”

“இருக்கட்டும். வேண்டாங்கலெ. ஊர்லெ இருக்கட்டும். அந்த வீட்டை வித்திடலாம். ஒரு ஆளுக்கு எதுக்கு அவ்வளவு பெரிசு? அதே தெருவுலே வாடகைக்குப் பார்க்கலாம்.”

“உனக்கு இன்னமும் புரியலை.”

“என்ன புரியலீயாம்?”

“எங்கப்பாவுக்கு வீட்டு முன்னாடி இருக்கே பன்னீர்ப்பூ மரம், அதுன்னா உசிரு. அப்பாவோட உறவெல்லாம்கூட அதை ஒட்டித்தான். அதனாலெ அம்மாவுக்கு...”

‘ஆரம்பிச்சுட்டீங்களா?”

“அதான் உனக்குப் புரியாதுன்னேன்.”

அது கிழக்குப் பார்த்த வீடு. வாசலை ஒட்டித்தான் அந்த மரம். பன்னீர்ப் பூ மரம். கொப்பும் குலையுமாய் தெருவை அடைத்து நிற்கும். அது அள்ளி அள்ளி வீசுகின்ற காற்றும், அந்தக் காற்றில் மிதக்கின்ற பன்னீர்ப் பூவின் மனமும் மனசில் சுழன்றுகொண்டே இருக்கிறது. வாசல்படியை ஒட்டித்தான் அந்த மரம். வீட்டிற்குள் நெல்லு மூட்டையோ, பருத்திமாரோ எடுத்துக்கொண்டு போனால் மரம் இடிக்கும். வண்ணான் அழுக்குப் பொதியைப் பிடித்து இழுக்கும். கொய்யா பழத்துக்காரியோ, கீரைக்காரியோ மரத்தில் இடிக்காமல் வீட்டிற்குள் வர முடியாது. பச்சைக் குழந்தை மாதிரிதான் அது. வீட்டிற்குள் வருவோரையும், போவோரையும் கைநீட்டி வழிமறைத்து விளையாடும். கடைசியில், அப்பாவைக் குளிப்பாட்ட தூக்கிக்கொண்டு போகும்போது ரொம்பச் சிரமமாயிற்று. அது ரெண்டு கையாலும் கட்டிப் பிடித்துக்கொண்டாற்போல்தான் ஆயிற்று. ரொம்பச் சிரமப்பட்டுத்தான் அன்று பிரேதம் வெளியேறியது!

அப்பா பிரியப்பட்டு எந்த உயிரையும் வளர்க்கவில்லை. மாடு, கோழி என்று அவர் மனசு பிரியவில்லை. ஒரு பூஞ்செடிகூட வளர்க்கவில்லை. அவர் மனசெல்லாம் அந்த மரம்தான். ரொம்ப ஆழமாக வேர்விட்டுவிட்டது. குடம் குடமாய் தண்ணீர் ஊற்றுவார். மண் குடித்துக்கொண்டுதான் இருக்கும் - விடமாட்டார். இரைக்க

இரைக்கச் சுமந்து கொண்டுவந்து ஊற்றுவார். தெப்பமாய் தண்ணீர் நிற்கவேண்டும். அப்போதுதான் மனசு குளிரும். சித்திரை கோடையில் ஆற்றில் இருந்து தண்ணீர் எடுத்து வருவார். இரண்டு தகர டின்களை, ஒரு நீண்ட மூங்கில் முன்னும்பின்னுமாய் கட்டிக் கொள்வார். காவடிமாதிரி தூக்கிக்கொண்டு தங்கு தங்குனு ஓடி வருவார். ஊளைச் சதை எல்லாம் குதித்துக் கும்மாளம் போடும், அப்பா அதை அவ்வளவு பிரியமாகச் செய்வார் என்பதைப் பார்த்தால்தான் புரியும்.

தொடர்ந்து இரண்டு மூன்று வருடமாய், இரண்டு போக விளைச்சல், நல்ல விளைச்சல். வீடு முழுக்க நெல் காய்ந்த மணியமாகவே கிடந்தது. கையில் காசு பணம் கூடிற்று. மரப் பெட்டியைத் திறப்பதும் பூட்டுவதுமாகத்தான் இருந்தார். எல்லோரும் அந்த வீட்டை 'உருப்படி பண்ணுய்யா...' என்றார்கள். அப்பா வீட்டில் கை வைக்கவில்லை. முன்சுவரைத் தொட்டால் மரத்திற்குச் சேதாரம் ஆகிவிடும், வெளியே தொடாமல் உள்ளே கட்டலாம். உள்ளே எந்தப் பொருளையும் எடுத்துக்கொண்டு போகமுடியாது, மரம் இடைஞ்சலாக இருக்கும்.

அப்பா வீட்டில் கை வைக்கவே இல்லை. அப்படியே விட்டுவிட்டார். அப்பாவுக்கு அந்த பன்னீர்ப்பூ மரம் சேதமாகிவிடக் கூடாது.

கோவிந்து ஏழு வருஷம் கழிச்சுத்தான் பிறந்தான். அதுவரை அந்தக் குறையை அந்த மரம்தான் போக்கிற்று. அந்த வீட்டிற்கே அந்த மரம்தான் அழகு. அந்த வீட்டிற்கு மட்டுமல்ல; அந்தத் தெருவிற்கே அந்த மரம்தான் அழகு. வெளேரென்று பூத்துக் குலுங்கும். வாசனை தெருவையே தாக்கும், இது எதுமாதிரியும் இல்லாத புதுமாதிரியான வாசனை. அந்த வாசனைக்காகவே அந்தத் தெருவிற்கு வருகின்ற கூட்டம் இருக்கிறது.

பழங்கள் வித்து வருகின்றவர்கள், கீரைக்காரர்கள், தள்ளு வண்டியில் கப்பக்கிழங்கு வித்து வருகின்ற அய்யாவு, எல்லோருக்கும் இளைப்பாற அந்த மரம்தான். ஒரு நிமிஷம் நின்று போகலாம் என்றுதான் வருவார்கள். அந்த ஒரு நிமிஷத்தை ஒரு மணியாக மாற்றிவிடும் அந்த மரம்!

பக்கத்துத் தெருவில் வேலைசெய்கிற சித்தாள், கொத்தனார்களுக் கெல்லாம்கூட இந்த மர நிழல்மீது பிரியம். மதியச் சாப்பாட்டிற்கு இங்குதான் வருவார்கள், வரிசையாய் பித்தளை தூக்குச்சட்டிகள். பழைய சோற்று வாசனையும் வெங்காய வாசனையும் வீட்டிற்குள் வரும். வாசலை அடைத்து உட்கார்ந்து கொள்வார்கள். சாப்பாடு என்பது ஒரு சாக்குதான். அந்த மரநிழல் தரும் சுகத்திற்காகத்தான்

அந்தக் கூட்டம் அங்கு வருகிறது.

அப்பா ஒன்றும் சொல்லமாட்டார். அது அவருக்குப் பெருமிதம். வாசலைத் தாண்டி வந்து நிற்பார். ஒரு பார்வை அவர்களையும், மறுபார்வை மரத்தையும் பார்ப்பார். சிலசமயங்களில், ஒரு கையை மரத்தின்மீது ஊன்றிக்கொண்டு மறுகையை இடுப்பில் மடித்து வைத்துக்கொண்டு நிற்பார். அப்போதெல்லாம் அவர் மனம் ஆனந்தத் திளைப்பில்தான் இருக்கும்.

மரத்தின் கிளை அசைவு, கிளை முனங்கல், பனிபோல ஓசைகாட்டாது உதிரும் பூ, மெல்ல வந்து மோதித் திரும்பும் காற்று, காற்றில் மிதக்கும் பன்னீர்ப் பூ வாசனை. அந்த வாசனை கிளப்பும் ஆனந்தம். இதையெல்லாம் அனுபவிக்கத் தனி மனசு வேண்டும். அப்பாவுக்கு அது நிறையவே இருந்தது.

வாசல் முழுக்கப் பன்னீர்ப் பூ. பூத்துப்பூத்து சிதறிக் கிடக்கும். மழைத்துளிமாதிரி சிதறிக் கிடக்கும். அந்தப் பூவின் அழகே தனி. வெளேரென்று இருக்கும், நாயனம்மாதிரி இருக்கும். கோவிந்து அந்தப் பூவை வாயில் வைத்து ஊதுவான். அதுவும் நான்கைந்து பூக்களை மொத்தமாக வைத்து ஊதினால் அது கிளப்புகின்ற ஓசையே அலாதிதான்.

காலையில் பள்ளிக்கூடம் போகிற சிறுசுகளுக்கெல்லாம் அதுதான் விளையாட்டு. பூ பொறுக்குவதற்கென்று சிறுசுகள் கூட்டம். ஓடி ஓடிப் பொறுக்கும். அதற்காகவே பூத்ததுபோல பூவும் பூத்துச் சிதறிக் கிடக்கும்.

சிலசமயங்களில், நான்கைந்து வாண்டுகள் சேர்ந்துகொள்ளும். ஒவ்வொன்றின் வாயிலும் நான்கைந்து பூக்கள், 'பூபூவீவீவீ...' என்று கோரஸாக ஊதிக்கொண்டே போகும். நல்ல வேடிக்கைதான். அது அபூர்வ நாதம். அந்த ஒலியைவிட அதை ஒலிக்கின்ற சிறுசுகளின் முகம்போகிற போக்கு இருக்கிறதே அதுதான் ரசம்!

சின்னமாடன் பாட்டிக்கும், ஒச்சாயி பாட்டிக்கும்கூட வீட்டுப் புழுக்கத்தைத் தணிக்க அங்கேதான் வருவார்கள். முதுகை மரத்தில் சாய்த்துக் கொண்டால் அதுகளுக்கு உலகமே காணாது போய்விடும், அத்தனை சுகம்!

அப்பாவின் காலத்திற்குப்பின் அந்த மரம், அம்மாவின் மனசில் வேறுவிதமாக வேர் பிடிக்கத் தொடங்கிற்று. அந்த மரம் அப்பாவின் நிழலாக விழுந்துவிட்டது. அப்பா நின்ற இடம், ஈஸி சேர் போட்டு உட்கார்ந்த இடம், அப்பா நடைவாசலில் படுத்த இடம். நடைவாசலில் காற்று ஜிலுஜிலு என்று கொட்டும். மேல்துண்டை விரித்துப் படுத்துவிடுவார். பன்னீர்ப் பூக்கள் அவர்

உடலெல்லாம் சிதறிக் கிடக்கும். இப்படி ஒவ்வொரு நினைவும் அம்மாவை துரத்தியடிக்கத் தொடங்கிற்று. இப்போது அவள் பார்வையில் அது மரமில்லை. மனசோடு சம்பந்தப்பட்டது. அதற்குச் சந்தனமிடுகிறாள். குங்குமமிடுகிறாள். இருள் இறங்கியதும் அதன் காலடியில் நெய்விளக்கு சுடர் விடுகிறது!

பஸ் கிளம்பப்போகிறது. அம்மாவுக்கு ஜன்னலோர சீட். கோவிந்து வெளியே நின்றிருந்தான். இஞ்சின் ஓடிக் கொண்டிருக்கிறது. டிரைவர் பாவ்லா காட்டிக் கொண்டிருக்கிறான், எப்போது வண்டியை எடுப்பான் என்று சொல்லமுடியாது. மற்ற நேரமெனில், இது கோவிந்துக்கு எரிச்சலாகிவிடும். இன்று சௌகரியமாக இருந்தது. அம்மாவை பார்த்துக்கொண்டே நின்றிருந்தான். அம்மாவும் ஒன்றும் பேசவில்லை. வெளியில் வேடிக்கை பார்க்கிறார்போல் இருந்தாள். அடிக்கொரு தடவை அவன் பார்வை அவளை தடவிச் சென்றது.

"யப்பா..."

"என்னம்மா?"

"இப்படி வா!"

"ஏன் வாடலா இருக்கே?"

"இல்லையே."

"இல்லைன்னு சொன்னா ஆச்சா?"

"..."

"நம்ம வீட்டை விக்கிறது பெரிய காரியமில்லை. வித்துடலாம்யா. அது என்ன விலைக்குப் போவப் போகுது? வாங்குறவன் மரத்திற்காக வாங்கினாத்தான் உண்டு."

"ம்..."

"விசாரிப்பா, யார்னா கேட்டா கொடுத்திடலாம்."

"அம்மா!"

"எத்தனையோ பேர்களை - மனசுகளை ஒண்ணாச் சேர்த்துக் கட்டிப் போட்டது அந்த மரம். அது உங்களைப் பிரிச்சுடப்படாது..."

பஸ் கிளம்பிற்று.

வீட்டை விற்பது என்று முடிவாயிற்று! கோவிந்துக்கு இதில் மனசில்லை. எல்லாவற்றையும் மனசைப் பார்த்தா செய்யமுடிகிறது. மனசை ஏமாற்றத்தான் எத்தனையோ வித்தைகள் உள்ளன. ஒரு மனசைத் திருப்ப இன்னொரு மனசும் உள்ளேதானே இருக்கிறது. திரும்பத்திரும்ப மனசை திருப்பிக்கொண்டிருந்தால் திரும்பாமலா போய்விடும்! கோவிந்துக்கு மனசு திரும்பிவிட்டது. அம்மா மனசு திரும்பியதா என்று தெரியாது. ஆனால் அவள் ஒதுக்கி நின்றுவிட்டாள். அந்தத் தெருவில், அந்த வீட்டை வாங்க ஒருவரும் இல்லை. எல்லாம் வாய்க்கும் வயிற்றுக்குமாக நிற்கிறது. வீடும் விசாலமானதில்லை. எட்டு முழ வேஷ்டியை விரித்தாற்போல் சதுரமாய் ஒரு ஹால்தான் உருப்படி. இடது ஓரம் அடுப்படி, வலது கோடியில் ஒரு தடுப்புச் சுவர். அதுதான் அறை என்று சொல்லக் கூடியது. மண்வீடுதான். ஆனாலும் மனசு புழங்கின இடம்.

வருத்தம்தான், எல்லோருக்கும் வருத்தம்தான். துக்கம் விசாரிப்பது போல வந்து விசாரித்துவிட்டுப் போனார்கள். அமாவாசைக்கு பத்திரம் பதியப்பட்டது. கருத்த ராவுத்தர்தான் பத்திரம் முடித்தார். அம்மாவையும் கோவிந்துவையும் ராவுத்தரே டாக்ஸி வைத்து அழைத்துப்போனார். ரிசிஸ்தர் ஆபீஸ் பக்கத்து ஊர். ராவுத்தருக்கு அப்படி ஒன்றும் வயசாகத் தெரியவில்லை. அவர் குழந்தைகள் எல்லாம் துபாயில் இருக்கிறார்கள். ஒரு வருசம் துபாயில்தான் இவரும் இருந்தார். மெயின் ரோட்டை ஒட்டி உள்ள காலி இடத்தையெல்லாம்கூட இவர்தான் கிரயம் பண்ணிப் போட்டிருக்கிறாராம். இந்த வீட்டிற்கு எல்லோரும் முப்பதுதான் மதிப்புப் போட்டார்கள். ராவுத்தரிடம் ஒரு பேச்சுக்கு நாற்பதாயிரம் என்று சொன்னது. மறுப்புச் சொல்லவில்லை. பேரம் பேசவில்லை. ஒப்புக்கொண்டார். ஆளும் ரொம்ப எளிமை. ஆட்டுத் தாடியும் வெளேரென்ற குல்லாவும் அவருக்குப் பொருத்தம். பத்திர ஆபீசில் வேலை முடிந்தது. ராவுத்தர் அம்மாவையும் கோவிந்தையும் ஹோட்டலுக்கு சாப்பிடக் கூப்பிட்டார். இது ஊர் வழக்கம்தான். சொத்தை விற்பவர்களுக்கு, வாங்கியவர்கள் சாப்பிடக் கொடுக்க வேண்டும்.

“வாங்கம்மா சாப்பிடலாம்.”

“நல்லது. நாங்க கிளம்புறோம்.”

“அப்படிச் சொல்ல வேண்டாம்.”

“வெளியிலெ சாப்பிடுறதில்லை” என்றாள் அம்மா.

“இளநீராவது சாப்பிடலாம்.”

“தப்பிதமாக நினைக்க வேண்டாம். பழக்கமில்லை.”

“நீங்க எங்கிட்ட ஒரு டம்ளர் தண்ணீராவது வாங்கி சாப்பிடனும்”

“சந்தோஷமாக சாப்பிடுறேன், நான் வயிறு எரிஞ்சு இந்த வீட்டை உங்களுக்குக் கொடுக்கிறதா நினைச்சுடப்படாது. நீங்களும் அந்த பகவான் புண்ணியத்துல நல்லா இருப்பீங்க.”

ராவுத்தர் கண்ணை மூடிக்கொண்டார். ஒன்றும் பேசவில்லை. வீடு திரும்புகிறது வரை வாய் திறக்கவே இல்லை. அவர் கண்தான் மேலும் கீழும் அலைந்தது.

எதையோ தேடுகிறார்போல் படபடத்தது. வீட்டிற்குள்கூட தயங்கித் தயங்கித்தான் நுழைந்தார்.

“வாங்க! இனி, இது உங்க வீடுதான்” - அம்மா குரல் உடைந்திருந்தது.

ராவுத்தர், அம்மாவின் முகத்தைப் பார்த்தார். பின் தலையை எங்கோ உயர்த்தி எனதயோ பார்த்தார். சட்டென்று பார்வை மரத்திற்குத் தாவிற்று. வாசல் முழுக்க உதிர்ந்து கிடக்கும் பன்னீர்ப் பூக்களைப் பார்த்தார்.

“மூணு நாலு பரம்பரையா இங்கதான் ஜாகை. கோவிந்து நகரத்துக்கும் போயாச்சு, நமக்கு இந்த ஊர்தான்னு ஆயிடுச்சு. இனி அவன் இந்தப்பக்கம் வரவே மாட்டான். பிற்பாடு செய்யுறதை இப்பவே செய்திட்டாப் போச்சு. அதுக சந்தோஷம்தானய்யா முக்கியம்.”

“அம்மா இப்பவும் சொல்றேன். இது உங்க வீடுதான். நீங்க இங்கேயே இருக்கலாம். எதுக்கு வாடகை வீடு தேடனும்?”

“அந்த மனசு போதும்யா, நிறைவா இருக்கு!”

“இது உபச்சார வார்த்தை இல்லைம்மா!”

“கடவுள் உமக்கு ஒரு குறையும் வைக்கமாட்டான்.” - அம்மா கிழக்குத் திசை பார்த்துக் கை கூப்பினாள்.

“நீங்க இங்கேதான் இருக்கனும்.”

அம்மா, ராவுத்தர் முகத்தைப் பார்த்தாள்.

“இதையெல்லாம் விலை கொடுத்து வாங்கி தனதாக்கிக்க முடியாது. இந்தச் சுவருக்கும் இந்த இடத்திற்கும் வேண்டுமானால் நான் விலை கொடுத்திருக்கலாம். இந்த மரம் எத்தனைபேர் மனசுல வேர் விட்டிருக்கும் தெரியுமா? மண்ணுலெ நிக்கிற இதோ இந்த மரத்தை வெட்டிச் சாய்ச்சுப் போடலாம். ஒவ்வொருத்தர் மனசுலயும் ஒவ்வொருவிதமா இது கிளைவிட்டிருக்கே அதை வெட்டி எடுக்க முடியுமா?”

அம்மா, பார்வையை மாற்றாமல் ராவுத்தர் முகத்தையே

பார்த்தாள். அவர் முகம் கனிந்து சிவந்திருந்தது.

"அம்மா, நான் சிறுபிள்ளையா இருக்கிறப்பவே இந்த மரத்தோட சினேகம். வடக்குப் பள்ளிக்கூடத்திலெதான் படிச்சேன். அப்பவெல்லாம் நாங்க குடியானவக தெருப்பக்கம் நடமாடக் கூடாது. ஆனாலும் நான் இந்தத் தெருவழியாகத்தான் போவேன். எங்க ஆத்தாகூட திட்டும். அப்ப எனக்குப் புரியலை. எனக்கு இந்த மரத்தை, பன்னீர்ப் பூ மரத்தைப் பார்க்க ஆசையா இருக்கும். பன்னீர்ப் பூ எடுக்கிறதுக்குன்னே வருவேன். ரெண்டு ஜோபியிலும் எடுத்து நிரப்பிப்பேன். வாய் நிறைய பூவை வெச்சு நாயனம் ஊதிக்கிட்டே திரிவேன். இப்பக்கூட, இந்தத் தெருப்பக்கம் வந்தா எனக்கு அந்த ஓசைதான் கேட்குது. அந்தப் பூ மணம்தான் என் மனசைக் குடையுது. இந்த மர நிழல்தான் மனசுல நிறையுது. அப்ப, இவ்வளவு சௌகரியமா இந்தத் தெருவுலெ வந்து இந்த மரத்தடி யிலெ நிக்கமுடியாது."

அம்மா, ராவுத்தர் முகத்தைப் பார்த்தாள். அவர் கண்ணில் ஒரு முத்து திரண்டிருந்தது. அவர் அதைச் சிரமப்பட்டு அடக்கினார்.

"இந்த வூட்டுக்கு விலை பேசுறாகன்னா உடனே நாம் வாங்கிடனும்னு நினைச்சேன். சொத்து சேர்க்கிற ஆசையிலெ வாங்கலெ, எனக்கு அதை எப்படிச் சொல்றதுன்னு தெரியலைம்மா. எனக்கு இதை, இந்த மரத்தை மட்டும் சிதைச்சுடப்படாது."

அம்மா முகத்தில் பிரகாசம் கூடிற்று! தேடித்தேடி அலைந்து கொண்டிருப்பது, சட்டென்று கையில் அகப்பட்டுவிட்டாற்போல் ஒரு பரவசம்!

"இப்படி வாங்க. வூட்டுக்குள்ளே வாங்க, இன்னமும் ஏன் அங்கேயே நின்னுக்கிட்டிருக்கனும்? உள்ளே வாங்க. அம்மா, உள்வாசல் கதவை அகலத் திறந்தாள். திமுதிமுவென்று காற்று வீட்டிற்குள் பாய்ந்திற்று. அந்த வேகத்தில் ஒன்றிரண்டு பன்னீர்ப் பூக்கள் அவர்கள்மீது விழுந்தன.

*குங்குமம் - 05.02.1999*

*(1999ஆம் ஆண்டின் சிறந்த சிறுகதைக்கான 'ஜோதி விநாயகம்' நினைவுப் பரிசு பெற்றது)*

## உயிர்ச்சுழி

"பெருமாள் சாமியாடா அது? அட! ஆளே அடையாளம் தெரியலியே... என்ன ஜோலியா, வந்தாப்புலெ..."

அவன் முகம் மலர்ந்திற்று. பயணக் களைப்பு மறைந்து மனசில் மகிழ்ச்சி மிதந்திற்று. ராசு செட்டியாரை இந்த ஊரில் வைத்து, அதுவும் இப்படித் தெருவில்வைத்துப் பார்ப்போம் என்று நினைக்கவேயில்லை. அதுவும் அவரே அடையாளம் கண்டு பேசுகிறார். அவனுக்கு மனக் கிளர்ச்சியாயிற்று.

'என்னடா ஜோலி?'

"வெத நெல்லு வாங்கலாம்னுட்டு வந்தேன்யா!"

"இப்ப வந்தா கிடைக்குமா?"

"சொன்னாங்க. சரி. போய்ப் பார்க்கலாமானுட்டு வந்தேன்."

"யார் சொன்னா?"

"நம்ம, கொசப்பாளையத்துலெ இருக்காப்புலே சின்ன வண்டி மவன்..."

"இருக்கானாடா அவன்?"

"இது என்னய்யா கேள்வி?"

"எங்கிட்டோ ஓடிட்டான்னுலெ கேள்விப்பட்டேன்."

"ஊர்லெதேன் இருக்காப்புலெ"

"காப்பி கடை ரெத்தினம்பிள்ளை நல்லா இருக்காரா?"

"அவரும் நொடிச்சுட்டாரு!"

“உங்க சின்னய்யா மக்க, பெரிய்யா மக்க?”

“இருக்காங்கே.”

“அப்ப சின்ன வண்டி மவன் ஊர்லெதேன் இருக்கானா? எங்கிட்டோ போயிட்டான்னுலெ சொன்னாங்கே!”

“அங்கதான் இருக்காப்புலெ”

“இன்னும் அப்படித்தானா?”

“ஆமா.”

“இப்ப எதுனா தொடுப்பு வைச்சிருக்கானா?”

“ரோதையிலே தவுடு அள்ளுரான் பாருங்க, பாண்டிப்பய, அவன் பொஞ்சாதியை சேர்த்துக்கிட்டுத் திரியுறான்னாங்க. நமக்கு அதெல்லாம் தெரியாது. எதுக்கு அது? நம்ம ஜோலி உண்டு, தொந்தரவு உண்டுனு இருக்கவேண்டியதுதேன்.”

“அதானே”

“உங்களுக்கு யாவாரம் எப்படி?”

“யாவாரமா, அதான் நொடிச்சுப் போச்சே! மூணு நாலு லோடு பணம் நின்னுடுச்சு. இப்ப மண்டியிலெ கூலி ஆளா இருக்கேன்!”

“கூலி ஆளா?”

“ப்ச்...”

“நம்ம முத்து வாத்தியார் மவன்கூட மெட்ராஸுக்கு லோடு அனுப்புறாப்புலையாம்!”

“அதேன் சொன்னேன்லெ. நாயி பேயெல்லாம் யாவாரத்துக்கு வந்திடுச்சு. பின்ன என்ன வெளங்கும்? ஓடுறவரைக்கும் ஓடட்டுமடாப்பா...”

“சம்சாரிங்க பொளப்பே ஆத்தமாட்டாப்புலே...”

“வா ஒரு காப்பி குடிக்கலாம்!”

“வேண்டாம். குடிச்சுட்டுத்தேன் வந்தேன்”

“எங்க குடிச்சே?”

“தேர் முட்டிக்கிட்ட, நம்ம பிச்சைப் பய, அங்குனக்குள்ள கடை வெச்சிருக்கான். வம்பா வாங்கிக் கொடுத்திட்டான்.”

“நெல்லுத்தானா இன்னமும்?”

“பின்னே!”

“ஏலே, ஒரு வாழை கீழைன்னு போடப்படாதா! நீயும் நாலு காசப் பார்க்க வேண்டாமா? நெல்லைப் போட்டு என்னத்தடா கண்டே...”

“அம்புட்டுக் காசுக்கு எங்க போகட்டுமியா?”

“போட்டாலும் பலன் கெடைக்கும்“

“சரி. ஒரு காணிக்கு எங்குனயாவது வெத நெல்லு வாங்கித் தர முடியுமாய்யா?”

“இப்ப போயி கேட்டா! எவன்டா வெச்சிருப்பான்? வெச்சிருந்தாலும் தருவானாக்கும்.”

“பாருங்க.”

“எங்கிட்டுப் போயி பாக்குறது. பஸ்ஸுக்காரனுக்கு தெண்டம் போட்டுட்டு இவ்வளவு தொலைவெட்டு வந்திருக்கிறவன், அங்குன்னக்குள்ளேயே பார்க்க வேண்டியதுதானடா...”

“கெடைக்கலைன்னுதேன் வந்தேன்...”

தூரத்தில் ஒரு பஸ் வந்தது. அது எழுப்பிய ஒலியைவிட புழுதிதான் அதிகம். பஸ் உருவமே தெரியவில்லை. சுருள்சுருளாய் புழுதிதான் எழும்பிற்று. சாலை சுத்தமாகத் தெரியவில்லை. பக்கத்தில் ஒரு அம்மாள் பலகாரம் சுட்டு வித்துக் கொண்டிருந்தது. புழுதியில் அந்த அம்மாவே தொலைந்துபோயிற்று. சற்று நெரிசலான சாலை. அந்தச் சின்னநகரின் பெரிய தெரு அது. பஜார்மாதிரி. சட்டென்று மொத்தச் சாலையும் செம்மண் புழுதிக்குள் மூழ்கிற்று. விருட்டென்று பஸ் அவர்களை உரசிக்கொண்டு கடந்திற்று. ராசு செட்டியார், பெருமாள்சாமியின் கையைப் பிடித்து உள்ளே இழுத்தார். அவர் அப்படித் தொட்டு இழுத்தது அவனுக்கு என்னவோபோல் இருந்தது. மனதிற்குள் ஒரு கிளர்ச்சி. சந்தோஷம்!

“என்ன இப்படி வர்றான். ஆளைக் காலி பண்ணிப் போடுவான் போல...”

“செய்வான். யார் கேக்குறது? இதுக்கு ஒரு தார் ரோடு போடுங்கடான்னு சொல்ல ஒரு நாதியுண்டா? நம்ம ஊர்னா விடுவமா?”

“நீங்க எப்படித்தான் இருக்கியளோ!”

“என்னடா செய்யுறது. இருந்த காணியும் போச்சு. உன் வயலுக்கு கெழக்காமலே, மேல்மடையிலேதான என் காணி.”

“தெரியும் தெரியும்...”

“இன்னைக்கு வெலைக்கு எம்புட்டுக்குடா போகும்“

“சென்டு ரெண்டாயிரம்.”

“பின்னே பேசுறவன்.”

“உங்க கெட்ட நேரம்...”

“எல்லாம் தொலைச்சுட்டுலெடா இப்படி கெடக்கேன். ஊர்செம வந்து எதுனா ஜோலி தொந்தரவுனு பார்க்கலாம்னா அதுக்கும் முடியலெ...”

“வாங்களேன்.”

“துட்ட இங்க விட்டுப்போட்டு அங்கிட்டு வந்து என்னடா செய்யுறது?”

“அதுக்காக இப்படி புழுங்கிட்டா சாவுறது!”

“என்னமா பொளப்பு பொளச்சுப்புட்டு, இப்படி ஒண்ணுமில்லாம வந்து நின்னா ஊர்லெ துப்பமாட்டானாடா?”

“ஒரு சமயம்போல ஒரு சமயம் இருக்குமா?”

“சரி, போற ஜோலியப் பாரு. ஒரு காபித் தண்ணி குடிக்கலாம்னா வேண்டாங்கிறவன்...”

“இப்பத்தான் குடிச்சேன்”

“சரி. வெசாரிச்சுப் பார்த்துட்டு வா. அதோ அந்தத் தண்டிக்கம்பி தெரியுதுல்லெ, அதான் வாழைக்கா மண்டி...”

“சரி.”

“அங்குனதேன் இருப்பேன்.”

பெருமாள்சாமி நடந்தான். மெல்ல சாலைத் திருப்பத்தில் திரும்பினான். திரும்பிப்பாராமல் நடந்தான். கூடவே ராசு செட்டியாரின் காலடி ஓசை. விருட்விருட்டென்று செருப்புத் தேய நடக்கும் ஓசை, கன்னத்துச் சதை ஆடஆடப் பேசும் குரல், அடிக்கொருதரம் மோவாயைத் தடவும் கைகள். ‘ஏலெ... ஏலெ...’ என்று, நெருங்கி வந்து பேசும் கனிவு. எல்லாமே கூடவந்தது. அவனை விடாது துரத்திக்கொண்டே வந்தது. சட்டென்று உதறிவிட்டு நடக்கமுடியவில்லை. இந்த மனுஷன் வாழ்ந்த வாழ்க்கை என்ன? இருந்த இருப்பென்ன? காலத்தின் காலடியில் விழுந்தாலாவது பரவாயில்லை. பல்லில் பட்டுவிட்டால், ரத்தமும் சதையுமாக மென்று துப்பிவிடும். ராசு செட்டியாரின் பழைய முகமும் மனசும்

இன்னும் ஏதேதோ அவன் மனசில் விரிந்துகொண்டே சென்றது. எல்லாம் சுமந்துகொண்டேதான் நடந்தான்.

பெருமாள்சாமி திரும்பினான். ராசு செட்டியார் சொன்ன இடத்தை அவனால் சட்டென்று கண்டுபிடிக்க முடியவில்லை. அந்த இடத்தில் மட்டும் தெருவிளக்கு எரியவில்லை. இருட்டு! அரைவட்டமாக இருட்டு படுத்துக்கிடந்தது. ஒரு பெரிய யானை மாதிரி அது இருந்தது. வாழைமண்டி சிறு சந்துக்குள் இருந்தது. சந்து முழுவதிலும் இருள் நீண்டிருந்தது. வழியில் இரண்டு மூன்று உருவங்கள். காலை அகட்டி கையைப் பரத்திக் கிடந்தன. நல்ல தூக்கம்.

ஜாக்கிரதையாக நடந்தான். தூரத்தில் பட்டக சாலைமாதிரி ஒரு இடம். ரொம்ப விசாலமான இடம். அங்கு மட்டும் ஒரு விளக்கு. அறுபது வாட்ஸ். ஒளியிழந்து நூலாம்படை சுற்றியிருந்தது. இடது பக்கம் வரிசையாக வாழைத்தார் அடுக்குகள், சுண்ணாம்புக் குறியுடன் ஒன்றன்மேல் ஒன்றாக அடுக்கப்பட்டிருந்தன. சட்டென்று ஒரு வாசனை. புழுங்கல் வாசனை. ராசு செட்டியார் நிலைப்படியில் தலைவைத்துப் படுத்துக் கிடந்தார். பெருமாள் சாமியைப் பார்த்ததும் மல்லாந்த நிலையிலே எழும்பினார்.

“அட! அட... வா... வாப்பா.”

“எங்க! தூங்கிட்டியளோன்னு பார்த்தேன்.”

“அந்த தூக்கமெல்லாம் போயி எவ்வளவோ நாளாச்சு! இப்ப எல்லாம் ஆத்தமாட்டாப்புலெ. இப்படித்தான் கச்சத்தாரு ஏலம் முடிஞ்சது. அப்படியே உடம்ப சாய்ச்சேன்...”

“செரமப்படுத்திட்டனா?”

“ஏலெ! நீ ஒருத்தன்! சரி. போன காரியம் ஆச்சா?”

“அந்தா இந்தான்னு ரெண்டு மைல் உள்ள போயாச்சு. ஒரு எடத்துலெ இருக்கு. போன நேரம் வெளக்கு வெச்சுட்டான். காலம் பொறவு வான்னுட்டான்...”

“என்ன வெலெ சொல்றான்?”

“காலம்பொற வாங்கிறான். அதான் இங்குனகுள்ள படுத்தெஞ் சுருச்சுப் போவலாம்னு வந்தேன்”

“சாப்புட்டியா...?”

“ரெண்டு பொராட்டாவ வாங்கி வாயிலே போட்டேன், கழுதெ வவுத்தப் பொரட்டிக்கிட்டே கெடக்கு...”

"இங்க எல்லாம் மோசம்டா. சால்னாவுலெ ஆட்டுக்கறிதேன் போடுறானான்னு கண்டமா?"

"அதானே..."

"சரி... படு."

ராசு செட்டியார் எழுந்து வெளியே போனார். காய்ந்து சருகான வாழை இலைகளை எல்லாம் அள்ளிக் கொண்டுவந்து போட்டார். அதைக் கையாலே தட்டித் தட்டி மெத்தைமாதிரி பண்ணிவிட்டார். அதன்மேல் ஒரு பாய். கிழிந்த கோரைப்பாய். இரண்டு தலையணைகள். அழுக்கேறிப்போன தலையணைகள். அதன்மேல் ஒரு துண்டை விரித்தார்.

"எதுக்கு இதெல்லாம்?"

"படுடா. சொகமா இருக்கும்!"

பெருமாள்சாமிக்கு ஆச்சரியம்! தாங்கமுடியாத ஆச்சரியம்! அந்த ஆச்சரியத்தில் ஆடிப்போனான். பேச வாய் எழவில்லை. உதடு துடித்திற்று. ராசு செட்டியாருக்குப் படுக்கை போட்டகுடும்பம்தான். சித்தப்பு சிவசுவும், மாயாண்டியும் அவர் காலடியிலேதானே கிடப்பார்கள். மாலைவேளைகளில் ராசு செட்டியார் ரத்தினம் பிள்ளை காபி கடையில்தான் வந்து உட்காருவார். கடைவாசலில் அவருக்கென்று ஒரு தனி நாற்காலி! ஊரில் அவருக்கு நல்ல கௌரவம். ஏழு, எட்டுச் செய்நிலம் வைத்திருப்பவர்களுக்கு எல்லாம் இல்லாத கௌரவம். சர்க்கார் உத்தியோகஸ்தருக்குக்கூட இந்தக் கௌரவம் அங்கு கிடைத்ததில்லை. ராசு செட்டியாரிடம் காசு பணம் அதிகமில்லை.

காணி நிலம்தான். ஆனால் கண்ணியம் நிறைய இருந்தது. ஊரில் எல்லோரிடமும் ஒரேமாதிரி பழகுவார். வடக்குத் தெரு ஆட்கள், தெற்குத்தெரு ஆட்கள் என்று பிரித்துப் பழகமாட்டார். அதன் பொருட்டே அதிகமான ஆட்கள் அவரைச் சுற்றி இருந்தார்கள். விவசாயம்தான் அவருக்கு கை கொடுக்கவில்லை. நான்கைந்து வருசமாகவே விவசாயம் விழுந்துவிட்டது. உழுது உழுது உரமிட்டதுதான் மிச்சம். அதை விட்டு விலகி வியாபாரத்திற்கு வந்ததுதான் அவரைச் சுட்டுவிட்டது. சட்டென்று மார்பில் பாய்ந்து அவரைப் பிளந்து போட்டுவிட்டது.

"இப்படி எதுக்கு இருக்கணும்? பேசாம ஊர்செம வந்திடுங்களேன்."

செட்டியார் பதில் பேசவில்லை. எங்கோ பார்த்தார். பார்வை தத்தளித்தது. கண்கள் குளம் கட்டிக் கொண்டன. அதை மறைக்க

அவர் சிரமப்பட்டார். பெருமாள்சாமிக்கு நாக்கில் முள் குத்திற்று! ஏண்டா கேட்டோம் என்று வருத்தம். அதை மறைக்க, பேச்சை எங்கோ திருப்பினான். செட்டியார் திரும்பவில்லை. திருதிருவென்று பார்வை பளிங்குபோல் ஆயிற்று. அந்த இருட்டில் அவர் முகம் மேலும் இருளாயிற்று.

"சின்ன வண்டி மவன்தான். அவன்தான்டா எனக்கு ரொம்ப தொந்தரவு கொடுத்திட்டான். கூட்டா யாவாரம் பண்ணலாம்னு இழுத்து பள்ளத்திலெ தள்ளிவுட்டான். சும்மாவா சொன்னான்: தெரிஞ்ச தொழிலை விட்டவனும் கெட்டான். தெரியாத தொழிலைத் தொட்டவனும் கெட்டான்னு."

"பேசி என்னாவப்போது..."

"பணம் போனதுக்குச் சொல்லலெடா! கழுதெ போவுது! இப்படி ஒட்டு உறவுன்னு இல்லாம இருக்க பண்ணிப்பிட்டானே..."

"அவன நம்பி நீங்க எறங்கியிருக்கப்படாது."

"அதுலெதாண்டா முழுசா ஒரு நோட்டை விட்டுட்டேன்."

"ப்ச்! குடும்பம்?"

"அவளுக்கு எம்பேர்லெ சடவு. யாவாரம் யாவாரம்னு துட்ட வுட்டுட்டேன்னு சடவு. மகன்ககிட்டப் போயிட்டா. ரெண்டுபேரும் வடநாட்டுலெ இருக்காங்க. வட்டிக் கடையிலெ நல்ல சம்பளமாம். இப்ப என்னையும் வாவாங்கிறானுவ."

"போய் சொகமாக இருங்களேன்."

"போடா, போ! ஊர் பேர் தெரியாத இடத்துலெ போயி எதுக்குடா? இன்னும் எத்தனை வருஷம்? இப்பவே அறுபத்தி அஞ்சாச்சு. மிஞ்சிப்போனா ரெண்டு மூணு வருசம்..."

"அப்படியெல்லாம் பேச வேண்டாம்."

"எலே! எல்லாம் நம்ம கையிலா இருக்கு..."

"அத பேச வேண்டாங்கிறேன்."

"ஒண்ணு சொல்லட்டுமாடா! இப்பவெல்லாம் அடிக்கடி நெஞ்சை வந்து கப்பு, கப்புனு அடைக்குது. எங்க ஆள் பேர் இல்லாத இடத்துலெ மண்டையப் போட்டுருவோமோன்னுதான்டா வருது..."

"உங்க வாயிலே என்ன இப்படியா வருது."

செட்டியார் உதட்டில் ஒரு புன்னகை ஓடிற்று. வறட்சிப் புன்னகை. துக்கத்தை முழுங்கிவிட்டு முறுவல் காட்டுகின்ற புன்னகை. அறுபத்தி ஐந்து வருஷமாய் வேர்விட்டிருந்த மண்ணிலிருந்து

விலகிவிட்டோமோ என்ற வருத்தத்தில் வடிகின்ற புன்னகை. மண்ணும் வேரும் பிரிக்கப்பட்ட வலி. அந்த வலி உடம்பெல்லாம் ஊடுருவி ஆளை அசைத்துக் கொண்டிருந்தது. செட்டியார் காலை அகட்டி உடலைச் சரித்தார். வாழைச் சருகுகள் நொறுங்குகிற சப்தம். கையை உயர்த்தி தலைக்கு மேலே வைத்துக் கொண்டார்.

"தூங்குடா..."

"ம்."

"பாவம். உன்னை வேற கஷ்டப்படுத்திட்டேன்"

"அதெல்லாம் இல்லை."

"சரி, தூங்கு..."

பெருமாள்சாமிக்கு இயல்பாக இருக்க முடியவில்லை. சட்டென்று காலை அகட்டி, கையைத் தளர்த்தி உடலைச் சரிக்க முடியவில்லை. தயக்கம். செட்டியார் சட்டென்று சொல்லிவிட்டார். அவன் இப்படி நினைக்கவில்லை. எங்கோ ஒரு இடத்தினைக் கைகாட்டுவார் என்றுதான் நினைத்தான். படபடவென்று பக்கத்திலே படுக்கை போட பக்கென்றாயிற்று. அவர் மனசு அப்படித்தான் என்றாலும் இவன் வம்சம் அப்படி வளரவில்லை. பெருமாள்சாமியின் அப்பா பெரிய சுப்புவெல்லாம் செட்டியாரைப் பார்த்ததும் தோள்துண்டை எடுத்து இடுப்பில் கட்டிக்கொள்வார்.

அப்போது செட்டியாருக்கு சின்னவயசுதான். இருந்தாலும் ஊர் வழக்கம் அது. பெருமாள்சாமி தலையெடுக்கவும் அந்த வழக்கம் குறைந்துகொண்டு வந்தது. ஆனாலும் அந்த ஏற்ற இறக்கம் மறையவில்லை. ராசு செட்டியாரின் பார்வை தெளிவுதான். எப்போதும் தெளிவுதான். இறக்கத்தில் இருப்பவனை அவர் ஒருபோதும் இளக்காரமாய் பார்த்ததே இல்லை. அவர் சுபாவம் அப்படி. பெருமாள்சாமியின் மனசில் அது இன்னும் கிடக்கிறது. அப்போதெல்லாம், ஊரில் அடிக்கடி பஞ்சம் பட்டினி வந்துவிடும். குடிக்கிற கஞ்சிக்கும் உடுத்துற துணிக்கும் திண்டாட்டமாகிவிடும். அடிக்கடி அந்தக் குடும்பம் நொடித்து விழுந்துவிடும். அப்படி விழுகிறபோதெல்லாம் செட்டியார் வீட்டுவாசலில்தான் போய் நிற்பார்கள். வாசலில் போய் கைகட்டி நிற்பார். அப்போது பெருமாள்சாமிக்கு சின்ன வயசு. அவனும் கூடப் போயிருக்கிறான். வாசலில் போய் கையைக் கட்டிக்கொண்டு, அப்படியே நின்று கொண்டே இருப்பார்கள். செட்டியாரின் தலை தெரிந்ததும் விழுந்து கும்பிட்டு எழுவார்கள்.

செட்டியார் ஏன், எதற்கு என்றெல்லாம் கேள்வி எழுப்பமாட்டார்.

உடனே வீட்டிற்குள் போய்விடுவார். பத்து நிமிடம் கழித்துத் திரும்புவார். ஒரு மரக்கால் நெல்லும் மல்லுவேஷ்டியும்கூடவே வரும். பழுப்பு நிறத்தில் அந்த மல்லு வேஷ்டி இருக்கும். அதைக் கைபட்டுவிடாமல் தாழ கைவிரித்து வாங்கும்போது பரவசமும் படபடப்புமாக இருக்கும். தன்னை மீறி வாய் உளறும். 'ஐய்யாக்கமார் நல்லா இருக்கனும், ஐயாக்கமார் நல்லா இருக்கனும்' என்று வாய் அரட்டிக்கொண்டே இருக்கும். அகல விரியும் கன்னத்துச் சதையையும், கண்டு கண்டாய் துடிக்கும் நெஞ்சுச் சதையையும் பார்க்க என்னவோபோல் இருக்கும். பெருமாள்சாமிக்கு இன்னும் அந்த காட்சி மனசில் தேங்கிக் கிடக்கிறது. நினைக்க நினைக்க நெஞ்செல்லாம் ஈரம் படர்கிறது. உடம்பு படபடப்புக் கூடுகிறது. கால் வெடவெடவென்று ஆடுகிறது.

கண்ணும் மனசும் துள்ளித் துள்ளி விழுகிறது. காலஓட்டத்தில் மாறுகிற காட்சி கண்ணையும் மனசையும் மிரளச் செய்கின்றது. அந்த நிஜத்தை உள்வாங்கிக் கொண்டு மனசு மட்டுப்பட சில கணம் தாண்டிற்று! ராசு செட்டியார் தூங்கிப் போனார். தோய்த்து தோய்த்துக் கிழிந்து காவியேறிப்போன வேஷ்டியை அவிழ்த்து கழுத்துவரை போர்த்திப் படுத்திருந்தார். அவரையே கண் வாங்காமல் பார்த்துக் கொண்டிருந்தான். இருள் மூடிக் கிடந்தது. அமைதி, மனம் விழித்துக்கொண்டது. அவன் கண்களில் நீர் பெருக்கெடுத்துக் கொண்டது. அந்த வாக்கில் செட்டியாரை கட்டிப்பிடித்துக்கொள்ள வேண்டும்போல் மனசில் ஓர் பேரொலி உண்டாயிற்று. தன் தகப்பன் விழுந்தபோதெல்லாம் மரக்கால் நெல்லும் மல்லு வேஷ்டியையும் கொடுத்து தூக்கி நிறுத்திய அந்தக் கைகளை வாரி எடுத்து நெஞ்சில் வைத்துக்கொள்ள வேண்டும் என்று வெறி. அது அவனால் முடியவில்லை! அவரை அப்படியே அள்ளிப் பருகுவதுபோல் பார்த்துக்கொண்டே இருந்தான். அழுக்கேறிய வேஷ்டியும் நைந்த உடம்பும் மனசில் குத்திற்று. அவனுக்குத் தூக்கம் பிடிக்கவில்லை. இருள் நகண்டு நகண்டு சாமத்திற்குத் தாவிற்று. மீதிப்பொழுது தூக்கமும் விழிப்புமாக நகர்ந்துகொண்டிருந்தது.

பெருமாள்சாமி சட்டென்று எழுந்தான். மடியில் கட்டி யிருந்த பணத்தை எடுத்து எண்ணினான். முன்னூற்றிச் சொச்சம் இருந்தது. விதை நெல் வாங்கக் கொண்டுவந்த பணம். விடிந்ததும் செட்டியாருக்கு ஒரு வேஷ்டி எடுத்துக் கொடுக்க வேண்டும். மல்லு வேஷ்டி வேண்டாம். எட்டு முழ வேஷ்டி எடுக்க வேண்டும். ரெட்டைக்கரை போட்ட பாலியெஸ்டர் வேஷ்டி - அவர் கையைத் தொட்டுக் கொடுக்க வேண்டும். அவர் வாங்க மறுப்பார். வம்பாகக் கொடுத்துவிட வேண்டும். 'தட்டப்படாதுய்யா தட்டப்படாதுய்யா'

என்று அவரிடம் கொடுத்துவிட வேண்டும். அவர் கையைத் தொட்டுக் கொடுக்க வேண்டும். அப்போதுதான் மனம் நிறையும்!

விதை நெல் வாங்க வைத்திருந்த பணம்தான். கூட்டிப் பெருக்கிச் சேர்த்த பணம்தான். ஒரு போகம் நிலம் தரிசாகக் கிடந்தால் போகிறது. அவர் மனசு நிறைய வேண்டும். பச்சைப்பசேலென்று நிறைய வேண்டும். பச்சைப் பசும்புல் காற்றலையில் ஓடுவதுபோல அவர் கன்னத்துச் சதை மலர்ச்சியில் இடமும் வலமுமாக ஓட வேண்டும், அதைப் பார்த்தால்போதும்.

பெருமாள்சாமியின் மனம் சமாதானமடைந்தது.

ஆனந்த விகடன் - 25.03.2001

## தாய்மண்

பளபளவென்று விடியவும்தான் தகவல் வந்தது. மையிருட்டு மறைந்து சாம்பல்பூத்த நேரம், ஒருவன் வந்தான். வந்தவன் வாசலிலே நின்றான். முகத்தில் துக்கம் தெரியவில்லை. ஆனால் களைப்புத் தெரிந்தது. சைக்கிள் மிதித்து வந்த களைப்பு. சைக்கிளை வாசலில் நிறுத்தினான். மிகவும் ஜாக்கிரதையாக தள்ளிக்கொண்டு வந்தான். ஒருக்களித்தவாறே சைக்கிள் நகர்ந்தது. வாசல் கோலத்தில் சக்கரம் ஏறிவிடாதபடிக்கு ஜாக்கிரதை. அந்தக் களைப்பிலும் அவன் ஜாக்கிரதையைக் கைவிடவில்லை.

ஈர நிலத்தில் கோலம் ஜொலித்தது, அப்போதுதான் போட்ட கோலம். மயில் கோலம், மொத்தம் எட்டு மயில்கள். தலையும் உடலுமாய் ஒன்றோடு ஒன்றாய் பின்னிக் கிடந்தன. அது ஒரு புதிர் மாதிரித்தான் இருந்தது. தெருவை அடைத்துக்கொண்டு எந்தப் பக்கம் திரும்பினாலும் மயில் தலையும் விரித்த தோகையும்தான்.

நாயகியம்மாளுக்கு வெள்ளிக்கிழமை வந்துவிடப்படாது. விடிவதற்கு முன்பே வாசலில் இறங்கி விடுவாள். முக்கால் இருட்டில் முகத்தை இப்பாலும் அப்பாலுமாய் திருப்பித்திருப்பி புள்ளிகள் இடுவாள். பால்காரன், வண்டிக்காரன், ஏர்காரன் எல்லாம் வடக்குப்பக்கம் திரும்பிவிடுவார்கள். உட்கார்ந்தநிலையிலே உடலை திருகித்திருகி கோலமாவைக் கொட்டுவாள் - விரல் இடுக்கு வழியே. அது ஒரு வித்தையாகத்தான் இருக்கும். எல்லாம் முடிந்து எழும்போது அவள் முகத்தில் ஒரு பரவசம்!

நின்ற நிலையிலே ஒரு பார்வை. சற்றுத்தள்ளி ஒரு பார்வை. வாசல்படியில் நின்றுகொண்டு ஒரு பார்வை. பிற்பாடு வீட்டிற்குள் வந்து முக்கால் கதவைச் சாத்திக்கொண்டு ஒரு பார்வை. அதற்குப்

பிற்பாடு மனசு இல்லாமல் கதவைச் சாத்துவாள். அப்படிச் சாத்துகின்றபோதுதான் அவனைப் பார்த்தாள். மிரளமிரள விழித்தான். நாயகியம்மாளை ஒரு பார்வை பார்த்தான்.

“ஆச்சி, ஐயா இருக்காங்களா?”

“யாருப்பா நீ?”

“வடவூர்லெ இருந்து வர்றேன். ஒரு தாக்கல் சொல்லிவுட்டாங்க.”

“என்னப்பா?”

“ஒரு கேதம்.”

“யார் வீட்டுலெ?”

“செல்லையா பய மண்டையப் போட்டுட்டான்!”

“என்னது. செல்லய்யாவா?” அலறலாய் குரல் உயர்ந்தது.

அதற்குள் அருணாசலம் பிள்ளை வாசலுக்கு வந்துவிட்டார். மூக்குக் கண்ணாடியும் கையில் கண்ணாடிக் கூடுமாய் அந்த உருவம் வாசலுக்கு வந்திற்று. ‘என்னவாம், என்னவாம்’ என்று அரட்டிற்று. நடை வாசல் தாண்டி திண்ணைக்கு வந்திற்று, திண்ணைத் தூணை இறுக்கப் பிடித்துக்கொண்டது.

“என்னவாம்?” குரல் கமறிற்று.

“செல்லைய்யா போயிட்டானாம்!”

“நம்ம செல்லைய்யாவா?”

“தோ தாக்கல் சொல்ல வந்திருக்கானே?”

“ஆமாங்கையா. நேத்திக்கு சாமத்துலெதேன். மண்டையைப் போட்டுட்டான்.”

அருணாசலம் பிள்ளையின் முகம் சட்டென்று மாறிற்று. முகத்தில் ஒரு கணம் ரத்தம் ஓடிப் பாய்ந்திற்று. பிற்பாடு நிழல் படிந்திற்று, பேச்சு இல்லை. எப்படிச் செத்தானாம் நல்லாத்தானே இருந்தான் என்ற பதட்டம் இல்லை. கேள்விமேல் கேள்வி போட்டுக் கிளறவில்லை. துக்கத்தை துருவித்துருவி மனசு எங்கோ ஓடுகிறது. நிலைகொள்ளாது துடிக்கிறது. துக்கத்தைக் கவ்விக்கொண்டது. முழுங்கவும் முடியாமல் துப்பவும் முடியாமல் தவித்தது. அது அப்படித்தான். இது அவர் சுபாவம். பார்வை மயில் கோலத்தில் விழுந்து கிடந்தது. மனசு எங்கேயோ?

வந்தவன் சைக்கிள் ஹேண்ட் பாரைப் பிடித்துக்கொண்டே நின்றான். எவ்வளவு நேரம்தான் நிற்பான்.

“அப்ப வரட்டுங்களா?”

“...”

“வரேங்கையா!” என்று குரலை உயர்த்தினான்.

“தோ கிளம்புறேங்கிறான்” என்று அவரை உசிப்பினாள். துக்கமோ, சந்தோஷமோ அது மனதைத் தாக்குகின்றபோது, அது தாவி விடுகின்றது. ஆகாசத்தில் அலை மோதுகின்றது. ஒரு கணம்தான் அவர் விழித்துக் கொண்டார்.

“இதோ இவனுக்கு ஒரு ரெண்டு ரூபாய் எடுத்துக் கொடு.”

அழகியநாயகி வீட்டிற்குள் போனாள்.

“நல்லாத்தேன் இருந்தான் சாமீ. கிழங்கு கெணக்காத்தான் கிடந்தான். கிழக்கும் வடக்காகத்தான் சுத்திகிட்டுத் திரிஞ்சான், ஒரு நாள் ராவு ஒச்சாத்தேவர் ஐயா கோழி, சீக்கு வந்து செத்துப்போச்சு. அதைக் குழம்புவெச்சுத் தின்னுருக்கான். பயலுக்கு ரொம்ப நாளா கோழிக்கறி திங்கவே இல்லைன்னு ஏக்கம். தொண்ணாந்துகிட்டு இருந்திருக்கான். முழுக்கோழியையும் தின்னுருக்கான். சீக்குக் கோழி. வயித்துக்குச் சேரல. நிக்காம போயிக்கிட்டிருந்திருக்கு. காய்ச்சல் வேற. டாக்டரைப் பார்த்தும் கேக்கலை. மண்டையப் போட்டுட்டான்.”

அருணாசலம் பிள்ளை நெற்றியைச் சுருக்கி, கண்ணை இழுத்து மூடிக்கொண்டார். அந்த இருளுக்குள் செல்லையா முகம் மிதந்திற்று. ஒட்ட வெட்டப்பட்ட முடி. காதோரம் ஓடும் நரை. அகண்ட சிரிப்பு. குடைமிளகாய் மூக்கு. கரேலென்ற உருவம், அந்தப் பெரிய உடலுக்கு அரை டிரவுசர். எல்லாம் ஒரு கணம் மின்வெட்டிப் போயிற்று. அவர் உதடு சுழியிட்டது. மூக்கு மலர்ந்து நுனி சிவந்தது. இழுத்து உறிஞ்சினார். கண்களில் ஈரம் நிறைந்து பளபளத்தது.

“எப்படா எடுக்கிறாங்களாம்?”

“எடுத்திடுவாங்க சாமி. ரொம்ப நேரம் வெச்சிருக்க முடியாது.”

“அடுத்து எங்க சொல்லனும்?”

“சாமீயவுக்குச் சொல்லுறதுக்குத்தேன் அனுபிச்சாங்க...”

“ஏய், இவனுக்கு ஒரு ரெண்டு ரூவா எடுத்துக் கொடுன்னேன்” என்றார். அழகிய நாயகி, ‘இதோ’ என்று, நான்காய் மடித்த இரண்டு ரூபாய்த்தாளை அவனிடம் நீட்டினாள். ‘இருக்கட்டும் ஆச்சி’ என்று கூறிக்கொண்டே, கையை முறம்மாதிரி குவித்து வாங்கிக் கொண்டான்.

“வரட்டுங்களா சாமி...”

"ம்..."

அவன் மரியாதை நிமித்தம் சைக்கிளை தள்ளிக்கொண்டு நடந்தான். நான்கைந்து வீடுகள் கடந்தவுடன் தத்தித்தத்தி பெடலை மிதித்துத் தாவி ஏறிக்கொண்டான். உடலை உயர்த்தி பெடலை மிதித்தான். சைக்கிள் மறைந்திற்று.

அருணாசலம் பிள்ளை, அவன் போன திசையையே பார்த்துக் கொண்டிருந்தார். செல்லையாவும் அவன்மாதிரி ஆள்காரன்தான். தெற்கும் வடக்குமாய் அலைகின்ற ஆள்காரன், வீடுவீடாய் போய் இழவு சொல்கின்ற ஆள்காரன். ஒரு ஊருக்குப் போனால் ஐந்தோ, பத்தோ கிடைக்கும். போன இடத்தில் காபி செலவுக்கு என்று கையை நீட்டலாம். மற்றபடி, இதுதான் வேலை என்று எந்த வட்டமும் இல்லை. ஆனால் வயிற்றைக் கழுவ பல வழிகள் இருந்தன.

ஊருக்குள் சீக்கு வந்து கோழிகள் செத்துப்போனால் சுளையாய் வந்து விழுந்துவிடும். நோய் கண்டு மாடுகள் செத்துப்போனால், தூக்கிப் போட்டுவிட்டு தோலை உரித்து எடுத்துக் கொள்ளலாம். ஆடி, தீபாவளி, பொங்கல் என்று பண்டிகைகள் வந்தால் பன்றி உரிக்கின்ற வேலை. பன்றி உரித்துக் கறியைச் சுத்தம் பண்ணிக் கொடுப்பான். ஒரு கூறு கறியும் ஐந்து ரூபாய் காசும் மிஞ்சும்.

காசு கையில் தங்காதபோது. வீட்டுச் சாக்கடைகளை நோண்டவும், கக்கூஸ் கழுவவும் போவான். ஆண்டவன் புண்ணியத்தில் வயிற்றைக் காயப் போடவில்லை. ஒன்றுமில்லாத நேரத்தில் வாய்க்கால் பாலத்தில் உள்ள புங்கை மரத்தடியில் துண்டை விரித்துவிடுவான்.

அந்தக் காற்றுக்கும் பயிர்பச்சைமணத்திற்கும் தூக்கம் சொக்கும். அப்படித்தான் அன்றும் படுத்திருந்தான். காலை அகட்டி, ஒருக்களித்து வாய்க்காலைப் பார்த்துக்கொண்டே படுத்துக் கிடந்தான். அருணாசலம் பிள்ளை பார்வை இவன்மீது பட்டது. ஒன்றிரண்டு முறை பட்டது, இவனும் பார்த்தான். பிற்பாடு எங்கோ கவனித்தான்.

"யாருங்க சாமீ?"

"நான் யாரா இருந்தா என்னடா?"

"..."

"சரியான இவனா இருப்பான்போல..." என்றார்.

"சாமிக்கு எந்தூர்?"

“இது என்னடா கேள்வி?”

“சும்மா ஒரு பேச்சுக்குக் கேட்டேன்.”

அருணாசலம் பிள்ளை மூக்கைப் பிடித்துக்கொண்டு வாய்க்காலில் மூங்கினார். அவசர அவசரமாக மூன்று முங்கு போட்டார். முதுகை இப்படியும் அப்படியுமாய் ஆட்டினார். முன் தலையை தண்ணீருக்குள் கவிழ்த்தி, உடலை வீழ்த்திப் படபடவென்று பின்னங்காலில் நான்கு அடி டப் டப் என்று அடித்தார். தண்ணீர் சிதறிக் கரையெல்லாம் இறைந்தது. சட்டென்று எழுந்தார். இடுப்பு ஆழத்தில் நின்றுகொண்டு, இடுப்புத்துண்டை உதறி எடுத்தார். தலைக்குமேல் உயர்த்தி முறுக்கிப் பிழிந்தார். தலை, முகம், முதுகு, தோள்பட்டை, நெஞ்சு என்று அழுத்தி அழுத்தித் துடைத்தார். மெல்ல மேலேறி லபக்கென்று இடுப்புத்துண்டை கட்டிக் கொண்டார். சூரியன் தலைக்குமேலே நின்றது. தலையை உயர்த்திக் கையைக் குவித்தார். ஒரு மூன்று நிமிடம் வாய் முணுமுணுத்தது. சூரியஒளியால் கண்ணைச் சிமிட்டி சிமிட்டி மூடினார்.

கையில் கொண்டுவந்த திருநீற்றை எடுத்தார். உள்ளங்கையில் வைத்து, இரண்டு சொட்டு நீர்விட்டார். பரபரவென்று குழைத்தார். சூரியனைப் பார்த்துக்கொண்டே நெற்றி, நெஞ்சு, இடுப்பு, கை என்று வரிவரியாய் இழுத்தார். சற்றுநேரத்தில் அது சோளப்பொறியாய் எழும்பிற்று. செல்லையா எல்லாவற்றையும் பார்த்துக்கொண்டே இருந்தான். அவனுக்கு இதெல்லாம் வியப்புதான். வெள்ளை வேஷ்டியையும், வெள்ளைத் தோலையும் பார்த்தாலே பிரமிப்புதான். மனசு உதறும்.

“என்னடா அப்படிப் பார்க்கிறே?”

“..................................”

“நம்ம ஊர்தான்.”

“பார்த்ததே இல்லைங்களே சாமீ.”

“நீ பார்க்கலைன்னா, நான் நம்மவூர் இல்லைன்னு ஆயிடுமா?”

“சாமீயவுங்க சொல்லிட்டாப்புலெ ஆச்சா?”

“ஏன்டா?”

“குடியான சாமீகளெல்லாம் இந்தப் பக்கத்து வாய்க்கால்லெ வந்து குளிக்கவே மாட்டாக. தோ பாலம் இருக்கு பாருங்க, அந்தப் பக்கம்தான் குளிப்பாக.”

அருணாசலம் பிள்ளை மனசு சுரீரென்றது. ஒரு கணம் சமாளித்துக் கொண்டார். ஒரு சிரிப்புச் சிரித்தார். “அட கோட்டிப்

பயலெ அந்தத் தண்ணீர் தானப்பா இந்தப் பக்கமும் வருது...”

“குடியானவங்க கணக்குப்போட்டுத்தான் வெச்சிருக்காங்க. அவுக குளிச்ச அழுக்குத் தண்ணீயிலெதேன் நாங்கெல்லாம் குளிக்கணும்.”

“ஹே.. ஹே...” என்று ஒரு சிரிப்பு.

“இது என்னடா கோட்டிப்பய கணக்கு? தோ பார் அதுக்கும் முன்னாடி, அதோ தெரியுது பார் தூரத்துல, இன்னும் கொஞ்சம் எட்டப் பார். தெரியுதா?”

“எவனோ ஒருத்தன் குளிச்சு அழுக்குப் பண்றானே அவன் யாருடா?”

“தெரியலை சாமி...”

“இந்த லோகத்தையே சுத்தம் பண்றதுடா இந்த நீர். இதையும் அழுக்குப் பண்ணிடப்படாது.”

செல்லையா, அருணாசலம் பிள்ளையை மேலும் கீழும் பார்த்தான். ஒருவேளை இவர், சிகப்பு கட்சிக் கொடிக்காரராக இருக்குமோ? அவர்கள்தான் இப்படிப் பேசுவார்கள். ஆனால் முத்தால் நாயக்கர் கூட சிகப்புக் கொடி கட்சிதான். ஆனால் மேடையைவிட்டு இறங்கிவிட்டால் அவரும் இடைவெளி விட்டுத்தான் நடப்பார். அவன் அவரையே பார்த்தான். முழங்காலுக்குமேல் மடித்துக்கட்டிய ஈர வேஷ்டி, வெற்று உடம்பு, முன் வழுக்கை. திரண்ட புஜங்கள். உருண்டு திரண்ட சதைகள். அவனுக்கு ஒன்றும் புரியவில்லை. இவரைப் பார்த்தால் குடியானவர் மாதிரித்தான் இருக்கார். ஒரு படி மேல் ஐயராகக்கூட இருக்கலாம் என்று நினைத்தான். ஆனாலும் அவர் விலகி நிற்கவில்லை. வார்த்தையும் அப்படித்தான், முகம் கனிவாக இருக்கிறது. கண்களில் ஈரம் மிதக்கின்றது. எல்லோரையும் ஈர்க்கின்ற ஈரம், பேச்சும் அப்படித்தான். எல்லோரையும் வாரி அணைக்கின்ற பரவசம்.

“என்னடா அப்படி எட்ட நின்னுட்டே?”

“சாமீ!”

“இப்படிக் கிட்ட வாடா”

“ஜாதிக்கொரு சுடுகாடு வெச்சுக்கிட்டாலும் எல்லா பயல்களும் ஒரே ஆத்துத் தண்ணியிலெதானடாப்பா தலைமுழ்கியாகனும்.”

“அதெல்லாம் தெரியாது சாமி.”

“சரி. போய் ஒரு மடி எலை அறுத்திட்டு வர்றீயா?”

“எலையா சாமீ?’

"ஆமாம். போய் நல்லதா பார்த்து ஒரு மடி அறுத்துக் கொண்டா. சாயுங்காலம் நம்ம ஓட்டல் பக்கம் வா. ஒரு கப் டீத் தண்ணி தரச் சொல்றேன்."

"ஏய், யப்பா. நீங்களா சாமி அது! யார்றா யார்றா! அதுனுட்டு இருந்தேன் சாமி. அதானே பார்த்தேன் சாமியாவுக புதுசா இருக்காங்களேன்னு அவனுக்கு சந்தோஷம் பிடிபடவில்லை."

"சரி. போய் ஒரு மடி எலை அறுத்திட்டு வர்றீயா?"

"எனக்கு காபி தண்ணி வேண்டாம்!

"பின்னே?

"ஒரு சுச்யாப்பம் தந்திடுங்கள்"

"ம். போ..."

"ரெண்டு மடி அறுத்திட்டு வர்றேன். ரெண்டு சுசீயாப்பமா கொடுத்திடுங்க..."

"சரி. போய், வெரசா வா."

செல்லையா காலை இழுத்து இழுத்து நடந்துபோனான். அவன் டிரவுசர் பாவாடைமாதிரி ஆடியது. இடதுபக்கத் தாழம் புதரில் இறங்கினான். வயல் வரப்பில் இறங்கி வாய்க்கால் மேட்டில் ஏறினான். முத்துச் செட்டியார் வாழை வயலுக்குள் புகுந்தான்.

அருணாசலம் பிள்ளை உதட்டில் சுழியிட்டது. தனக்குத்தானே சிரித்துக்கொண்டார். அவருக்குத் தொழில் ஹோட்டல். எங்கெங்கோ சுற்றித் திரிந்துவிட்டு இந்த ஊருக்கு வந்துள்ளார். பச்சைப் பசேலென்ற வயல் பரப்பும், மடைமடையாய் பிரிந்துபோகின்ற வாய்க்கால் தண்ணீரும்தான் அவரை இந்த ஊருக்கு இழுத்துக் கொண்டு வந்திற்று. இப்படி ஒரு குளியல் போடக் கிடைக்குமா? சிறு குழந்தைமாதிரி மடேர் மடேர் என்று நெஞ்சில் வந்து விழுகின்ற காற்று. சிறிது மணலை அள்ளிச் சிதறும் காற்று எல்லாம் அவர் மனசுக்குப் பிடித்துப் போயிற்று.

மெயின் ரோட்டில் ஹோட்டல் திறந்துவிட்டார். ஹோட்டல் என்றால் உயர்ந்த கட்டிடமும் சுழலும் பேனும், நகர்த்தும் நாற்காலிகளும் கொண்டதல்ல. வண்ணம் பூசப்பட்ட சுவரும் விலைப்பட்டியல் தொங்கும் மரப்பலகையும் கொண்டதல்ல.

வீட்டிற்கு முன்பகுதியில் நான்கு பக்கமும் தென்னங்கீற்று வேயப்பட்ட தடுப்புகள். உயரே நீளநீளமாய் நான்கு டேபிள்கள். நான்கு பெஞ்சுகள் ஒரு கல்லாப் பெட்டி.

இட்லி, தோசை, சுசீயாப்பம், மசால்வடை, சிய்யம் என்று சுட்டு அடுக்கிவைக்கப்பட்ட தட்டுகள். வட்டமான அலுமினியத் தட்டுகள். வாழை இலை போட்டு மூடியிருக்கும்.

அவருக்கு மற்றவர்கள் வயிறை நிறைத்தால் மட்டும் போதாது. மனசை நிறைக்க வேண்டும். அவர் இதைத் தொழிலாக மட்டும் செய்யவில்லை. அதற்கு அப்பால் ஏதோ ஒன்று, அது அவருக்குச் சந்தோசம் தருகின்றது. சிறியவர், பெரியவர் என்று இல்லை. குடியானவர்கள், வடக்குத் தெருக்காரர்கள், காலனிக்காரர்கள் என்று எல்லோரிடமும் பேசுவார். அவர் பேச்சு எல்லாமே உசிரோடு இருக்கும். எல்லோரையும் தூக்கி கக்கத்தில் இடுக்கிக் கொள்கிற பேச்சு. அவர் மனசு நிறைய எதையோ ஒளித்துவைத்திருப்பதுபோல் இருக்கும். அவர் நெஞ்சு பாதாளம்.

செல்லையா இலை மட்டும் அறுத்துக் கொடுத்துக் கொண்டிருந்தான். ஒரு மடி, இரண்டு மடி என்று கொண்டுவந்து கொடுப்பான். சுசீயாப்பத்திற்கும் சிய்யத்திற்கும் காத்துக்கொண்டு நிற்பான். அருணாசலம் பிள்ளை சப்ளையில் மும்முரமாக இருப்பார். இலை போடுவதும், தண்ணீர் வைப்பதும், பதார்த்தங்கள் பரிமாறுவதும் என்று ஓட்டமும் நடையும்தான். இதற்கெல்லாம் அவர் ஆள் வைத்துக் கொள்ளவில்லை. வியாபாரம் அந்தளவுக்கு இல்லை என்பது மட்டுமல்ல. அவருக்கு எல்லாம் தானே செய்ய வேண்டும். பேசிக்கொண்டே பரிமாற வேண்டும், அப்போதுதான் அவருக்கு திருப்தி.

"ஏலே ஏண்டா, இப்படி கையைக் கட்டிட்டு நிக்கிறே?"

"சும்மா சாமீ..."

"போடா போ. சும்மா கொம்மானுட்டு..."

"நீங்க ஜோலியப் பாருங்க சாமீ!"

'போடா போ - போய் ஒரு தூக்கு விறகு வாங்கிட்டு வா. அப்படியே பெரியசாமி சரக்குப் போட்டிருந்தான்னா, அதையும் வாங்கிட்டு வா' என்று விரட்டுவார். செல்லய்யாவும் அதைச் சந்தோசமாகச் செய்தான். சாப்பிடக் கிடைக்கும். கைச் செலவுக்கும் கிடைக்கும். இதையெல்லாம்விடக் கூட அவரிடம் அவனுக்கு ஒரு சந்தோஷம் கிடைத்தது. அவர் அவனை தொட்டுத்தொட்டுப் பேசுவார். தோளில் கை போட்டு நடப்பார். ஆரம்பத்தில் இதெல்லாம் அதிர்ச்சியாகவும் ஆச்சரியமாகவும் இருந்தது. அதுவே பிற்பாடு ஆனந்தமாயிற்று.

"பூந்தி போடுங்க சாமி, நல்லா விற்கும்!"

“பூந்தியா?”

“ஆமாம் சாமி. சின்னமனூர் கடையிலே எல்லாம் போட்டு வெப்பாங்க...”

“இங்க எவன்டா, ரெண்டு ரூபா கொடுத்துப் பூந்தி வாங்கப்போறான்?”

“வாங்குவாங்க சாமீ?”

“சீனி விக்கிற விலைக்கு கட்டுபடி ஆகாதுடா”

“மூணு ரூபான்னாக்கூட வாங்குவாங்க சாமீ. நானே ஒரு மரக்கால் நெல்லைக் கடையிலே போட்டுட்டு, வெறும் பூந்தியா வாங்கித் தின்னுருக்கேன்.”

“உனக்குப் பூந்தி வேணுமாக்கும்.”

“ஒரு பேச்சுக்குச் சொன்னேன்.”

“ராத்திரி கடையை மூடிட்டுப் போகலாம்டா. ஒரு சினிமா பாத்திட்டு வரலாம். உனக்கு ரெண்டு பொட்டலம் பூந்தி வாங்கலாம்...”

“வேண்டாம் சாமீ...”

“ஏன்டா?”

“பெரிய ராவுத்தர் சம்சாரத்துக்கு இழுத்துக்கிட்டுக் கிடக்கு. எப்ப முடியும்னு சொல்ல முடியாது. அந்த நேரத்துலெ நான் இல்லைன்னா அம்புட்டுத்தேன். ராசு வாடன் மவன் அடிச்சிட்டுப் போயிடுவான்.”

“இஞ்சு பத்துக்கு இப்படி லோல் படனுமா?”

“என்ன செய்யுறது சாமீ?”

“எனக்கு கூடமாட ஒத்தாசையா இருடா. சம்பளம்மாதிரி போட்டுத் தர்றேன்.”

“கூலி மாதிரியா, மாசக்கூலி?”

“ஆமா, இங்கேயே சாப்பிட்டுக்க. மீந்ததை வீட்டிற்கு எடுத்திட்டுப் போ. மாசம் மாசம் கையிலே கண்டதைத் தர்றேன்.”

“நிஜமாவா சாமீ?”

“சொல்றேன்லெடா...”

செல்லய்யா கையைத் தூக்கி அருணாசலம் பிள்ளை முகத்துக்கு நேரே குவித்தான்.

“போடா போ. கோட்டிப்பயலே...”

செல்லையாவின் திசையே மாறிற்று! மனசு வெடவெடவென்று இஸ்திரி போட்டாற்போல் ஆயிற்று. அருணாசலம் பிள்ளையின் நட்பு அவனை புரட்டிப்போட்டுவிட்டது. அவருடைய அருகாமை அவனுக்கு ஆனந்தம். இப்போது அவனிடம் பழைய அழுக்கு இல்லை. கைக் கட்டவிழ்த்தாற்போல் ஒரு சுவாதீனம். சுத்தமாய் உடுத்துகிறான். அருணாசலம் பிள்ளையின் பழைய வேஷ்டி யெல்லாம் அவனுக்குத்தான். அகலமாய் பட்டைக்கரை போட்ட வேஷ்டி, முழுக்கைச்சட்டை. இதெல்லாம் அவனுக்கு அந்நியமாகப்பட்டாலும் அந்த ஆனந்தத்திற்கு அளவேது? ஏதோ அடைய முடியாததை அடைந்துவிட்டாற்போல் ஓர் ஆனந்தம். எப்படா கோழி சீக்கு வந்து சாகும் என்ற ஏக்கமில்லை. பன்றிகளைத் துரத்திக்கொண்டு ஓடுகின்ற மனம் இப்போது இல்லை. வயிற்றுக்குக் கிடைக்கின்றது. சாப்பிடுகின்றவர்களின் இலைகளை எடுத்துப் போடுவான். சாக்கடைக் குழாயில் அடைப்பு என்றால் குத்தி விடுவான். விறகு வாங்கப் போவான். கூட்டிப் பெருக்கி சுத்தம் செய்வான். நெல் அரைக்கப் போவான். இப்படி தெற்கே, வடக்கே என்று போகச் சரியாகப் போய்விடுகிறது.

அருணாசலம் பிள்ளை கடைவாசலில்தான் படுக்கை. அவரும் பக்கத்திலே கயிற்றுக்கட்டில் போட்டுப் படுத்துவிடுவார். பேசிக் கொண்டே இருப்பார். அது அருவிக் குளியல்மாதிரி இருக்கும். நாலு மணிக்கே நல்ல தண்ணீர் பிடிக்க எழுப்பவேண்டும். ஆச்சி, அப்பவே கோலம் போட உட்கார்ந்துவிடும். அது ஒரு சுகம். வெறும் புள்ளி புள்ளிகளாக வைத்துக்கொண்டே போகும். மழைத்துளிமாதிரி வாசல் முழுக்க வெறும் புள்ளிகள்தான். சற்று நேரத்தில் புள்ளிகளை இப்படி அப்படி என்று இணைத்து உயிர் உண்டாக்கி விட்டுவிடும். மயிலோ, மானோ, உயிரோடு வந்து நிற்கும்! இல்லை, சரம்சரமாய் விளக்குகள் ஒளிவிடும். இதெல்லாம் தான் செல்லையாவுக்கு ஆனந்தத்தைத் தருகின்ற விசயம்.

அருணாசலம் பிள்ளைக்கு இரவு நடைபோவது வழக்கம். காலாற நடப்பார். எவ்வளவுதூரம் நடப்பது என்பது அன்றைய மன நிலையைப் பொருத்தது. இன்று குளக்கரை வரை நடந்துவிட்டார். நல்ல இருட்டு, காற்று நல்ல குளுமை. ஜிலுஜிலுவென்று விரட்டிக்கொண்டு வந்தது. மார்புக்குக் குறுக்கே கைகளை கட்டிக் கொண்டார். கருவேல மரங்கள் நல்ல அடர்த்தி. மரத்திற்கும் இருட்டிற்கும் வித்தியாசம் தெரியாமல் போயிற்று! கூடவே செல்லய்யாவும் நடந்தான். குளக்கரையை பாதிவட்டம் அடித்துத் திரும்பினர். திரும்புகின்ற இறக்கத்தில் ஒரு புள்ளி வெளிச்சம். பீடி

கனிகின்ற வெளிச்சம்.

"யாரது?"

"மணியக்காரர்"

"என்ன இந்த ராத்திரியிலெ..."

"வயித்துக்குச் சேரலை..."

"வர்றீகளா?"

"உங்களுக்குத்தேன் துணை இருக்கே!"

"நீங்க தனியா வரணுமே? வந்தீங்கன்னா சேர்ந்து போகலாமே"

"தோ வர்றேன்."

மணியக்காரர் குளத்துத் தண்ணியை நோக்கி நகர்வது தெரிந்தது. சற்று நேரத்தில் சலக் சலக்கென்று தண்ணீர் உருளுகின்ற ஓசை. சிறிது அமைதி.

"வாங்க போகலாம்." குபீரென்று பீடி வாசனை!

"வெள்ளாமையெல்லாம் எப்படி?"

செல்லையா ஒரு அடி பின்னாடி நகர்ந்தான். சற்று இடைவெளி விட்டு அவர்களைத் தொடர்ந்தான்.

"ஏதோ வண்டி ஓடுது..."

"என்ன ஓட்டடல் பக்கம் வர்றதே இல்லை?"

"வரும்படியாவா வச்சிருக்கிறீர்?"

"ஏன், என்ன குறை?" என்று அவர் முகத்தைக் கவனித்தார். அவர் ஒன்றும் பேசவில்லை. சற்றுதூரம் நடந்தபின் "உணவுப் பண்டத்துல எல்லாம் ஒரு குறையும் இல்லை" என்று இருளைப் பார்த்தார். இரண்டு எட்டு கடந்தபின், "சில மனுசங்களை சில இடத்துலதான் வெக்கனும்னு இருக்கு. எல்லாத்தையும் ஒண்ணுமண்ணாப் போட்டு ஓழப்பிட்டா பின்ன அதற்கு என்ன அர்த்தம்?"

அருணாசலம் பிள்ளை பார்வைக்கு சுரீரென்று குத்திற்று. வலி. ஒரு கணம் சமாளித்துக் கொண்டார். இந்தக் குரல் செல்லய்யாவின் காதை எட்டியிருக்குமா? இருளுக்கு காது கூர்மை! அவர் மனசு கவலை கொண்டது. அவர் ஒன்றும் பேசவில்லை

"இதை என்னோட அபிப்பிராயமா மட்டும் எடுத்துக்க வேண்டாம். ஊர் முழுக்க இந்தப் பேச்சு விழுந்திடுச்சு. நம்ம சுப்பு பிள்ளை, ராமு செட்டியார், வடக்குத் தெரு பெருமாள் கோனார்,

காரை வீட்டுப் பூசாரி எல்லாம்கூட இப்ப உம்ம ஓட்டல் பக்கம் தலைகாட்டுறதில்லையே?"

'ஓஹோ' என்று மனசுக்குள் கூறிக்கொண்டார். வாய் வார்த்தையாய் அவர் ஒன்றும் சொல்லப் பிரியப்படவில்லை. சொன்னாலும் பிரயோஜனப்படப்போகிறதா? ஆனாலும் மனசு குடைந்தது. பதில் கொடுக்க வேண்டும் என்ற குடைசல். வார்த்தையாய் எது பேசினாலும் பேச்சு வளரும், தடிக்கும், விழுந்த பின் அது ஊர் முழுக்க உருளும். வேண்டாம். எதுவும் பேச வேண்டாம். ஆனால் அவருக்குப் பதில் சொல்லவேண்டும்.

ஒரு கணம் நிதானித்தார். முதுகுக்குப் பின்னாடி இடைவெளி விட்டு நடந்துவரும் செல்லையாவை சைகையிலே கூப்பிட்டார். அவன் சற்றுமுன்னே நகர்ந்து வந்தான். சட்டென்று கையைப் பற்றி இழுத்து தன்னோடு சேர்த்துக் கொண்டார்.

"இப்படி எங்களோட சேர்ந்து வாடா. பூச்சிபொட்டை இருக்கும் லெ" என்று கூவினார். செல்லைய்யா ஒரு கணம் திகைத்தான். அருணாசலம் பிள்ளை அவன் தோளில் கை போட்டு நடந்தார்.

மணியக்காரர் முகம் கோணிற்று!

இரவு முழுவதும் அருணாசலம் பிள்ளைக்குத் தூக்கம் பிடிக்கவில்லை. படுத்ததும் கண்ணை மூடுகின்றவர் இல்லை அவர். அன்று அதிகம் படுத்திற்று. சிந்தனைக்கூட்டில் ஏதோ வந்து மொய்த்தன. உடலை இப்படியும் அப்படியுமாய்த் திருப்பினார்.

பளு தாங்காமல் கட்டில் திணறியது.

"தூங்கலையா சாமீ..." என்று குரல் கொடுத்தான் செல்லையா.

"ஏலே தூங்காமலா இருக்கே?"

"நீங்கதான் போட்டு உருட்டிக்கிட்டு கெடக்கீங்க..."

"சரி தூங்குடா."

"சாமீ, அவர் சொன்னா சொல்லிட்டுப் போறார். நீங்க ஒண்ணும் மனசுலெ போட்டுக்க வேண்டாம்."

"என்னதுடா?"

"மணியக்காரய்யாவும் நீங்களும் பேசிட்டு வந்தது என் காதுலயும் விழுந்தது."

அருணாசலம் பிள்ளை இடது கையை ஊன்றி உடலை

உயர்த்தினார், அவன் முகத்தைக் கூர்ந்து பார்த்தார்.

"சாமீ, எனக்கு யாரும் இல்லைங்க சாமி. நான் செத்தா கோடித்துணி போடக்கூட உறவுன்னு உருப்படியா இல்லை. சாமீயவுகதேன் எனக்கு ஆதரவு. அது கொறையாம இருந்தாப் போதும்."

"இப்ப எதுக்கு இதெல்லாம் பேசனும்?"

"மனசுல இருந்துச்சு பேசிட்டேன்."

"நீ இங்குனக்குள்ளே இருடா..."

"இருக்கேன் சாமி."

"உனக்கு ஒன்னுனா நான் கோடி போட மாட்டனா?"

"முடியாது சாமீ. எனக்கு நீங்க கோடி போடமுடியாது. குடியான சாமியவுக எங்களுக்குச் செய்யக்கூடாது. சாமியார்களுக்கு வேணா நாங்க செய்யலாம். மரக்கால் நெல்லும் கோடித்துணியுமா அழுதுகிட்டு வரலாம்."

"அது மட்டும் ஏண்டா அப்படி?"

"அது அப்படித்தேன் சாமீ."

"சரி. படுடா."

"சாமி, ஒரு பேச்சுக்குத்தேன். சாமிக்கு நூறு ஆயுசு."

அருணாசலம் பிள்ளைக்கு ஹோட்டல் வியாபாரம் மந்தமானது. அவரால் சமாளிக்க முடியவில்லை. குடியானவர்களின் வரவு சுத்தமாய் குறைந்திற்று. மற்றவர்களுக்கு ஹோட்டலில் சாப்பிடுகிற வசதி இல்லை. வியாபாரம் நொடித்திற்று. நிறையக் கடன் ஊருக்குள் நின்றுவிட்டது. திரும்பக் கேட்க முடியவில்லை. எல்லாம் முகத்தைத் தூக்கிவைத்துக் கொள்கிறது. வேறு தொழிலும் செய்ய முடியாத நிலை. சொந்த ஊருக்கே கிளம்பவேண்டியதாயிற்று.

"ஏலே, நீயும் வந்திருடா போகலாம்!"

"வேண்டாம் சாமி."

"என் கூடவே இருடா. எதுனா ஒரு தொழில் பண்ணலாம்.

"முடியாது சாமீ."

"ஏண்டா?"

"எங்க சாமிக்கு ஒத்துக்காது..."

"எதுக்கு?"

“தாய்மண்ணை விட்டுப் போவப்படாதுங்க. போனா சிறுசுலே போயிருக்கனும். இப்ப போவப்படாதுங்க. புழுவோ, பூச்சியோ பிடிச்சுத் திண்ணுக்கிட்டு இந்த மண்ணுலேதான் சாவனும்.”

அருணாசலம் பிள்ளைக்குப் பதில் பேசமுடியவில்லை. செல்லையா முகம் விழுந்துவிட்டது. எதையோ பறிகொடுத்தவன் மாதிரித்தான் இருந்தான். காட்டிக்கொள்ளவில்லை. இரண்டு கட்டை வண்டியைப் பிடித்து வந்து அவனே சாமான் சட்டெல்லாம் ஏற்றிவிட்டான். அன்று முழுக்க காலைக் காலைச் சுற்றிவந்தான். வண்டிக்குப் பின்னாடியே ஊர்க்கோடி வரை கூடவே வந்தான். அருணாசலம் பிள்ளைக்கு அதைப் பார்க்க முடியவே இல்லை. வேண்டாம் என்று தட்டமுடியவும் இல்லை. மனசு வேண்டும் என்றது. வண்டிச் சக்கரத்தை ஒரு பார்வையும், அவன் முகத்தை ஒரு பார்வையுமாய் பார்த்துக்கொண்டே நடந்தான். இவர் அசைகின்ற மரத்தையும், ஆடுகின்ற வண்டிக்கூட்டையும் பார்த்துச் சமாளிக்கப் பார்த்தார். முடியவில்லை. கண்கள் குளம் கட்டிவிட்டன. கருப்பசாமி கோவில் மேட்டில் வண்டி ஒரு கல்லில் ஏறிற்று. அவர் கண்ணில் இருந்து இரண்டு சொட்டு உதிர்ந்துவிட்டது. இதைச் செல்லைய்யா பார்த்துவிட்டான். அவனால் முடியவில்லை. துணிந்து வண்டியை ஓட்டி அவர் கையை இறுக்கப் பிடித்துக் கொண்டான். அவன் கை நடுங்கிற்று. இந்தத் துணிச்சல் எப்படி வந்திற்று என்று தெரியாது. அதுவும் பாதித்தூரம்தான். அதற்கு அப்பால் அவனாலும் முடியவில்லை. ஒத்தைப் புளியமரம் வந்ததும் விலக்கிக் கொண்டான். அருணாசலம் பிள்ளை தோள்துண்டை எடுத்து மூடிக்கொண்டார். வண்டி வேகம் பிடித்திற்று.

அருணாசலம் பிள்ளை, ஒரு மரக்கால் நெல்லை அளந்து எடுத்தார். சாப்பாட்டிற்கு வைத்திருந்தது. சூட்டடி நெல். அதை ஒரு குட்டிச்சாக்கில் கொட்டினார். அந்த மரக்காலையும் அதற்குள் போட்டுக் கொண்டார். கரேலென்ற மரக்கால். தங்கப் பொன்நிறத்தில் நெளிநெளியாய் பார்டர் போட்ட மரக்கால் - தாத்தாவோட மரக்கால். இனி, ஒரு கோடித்துணி மட்டும்தான் வாங்க வேண்டும்.

“நாம கோடி போடலாமாங்க?” அழகியநாயகியம்மாள் தயங்கினாள்.

“இது என்ன கேள்வி?”

“அவர் அப்படிச் சொல்லிவிட்டுப் போறாரே?”

“யார்?”

“வாத்தியார். சுந்தரம்பிள்ளை பேரன்.”

“அவருக்கு என்ன தெரியும்?”

“அவருக்குத் தெரியாதா? ஊரெல்லாம் போய்ப் படிச்சுட்டு வந்திருக்கார்.”

“எதுடீ படிப்பு? படிப்புன்னா என்ன அர்த்தம்? பேருக்குப் பின்னாடி ரெண்டு எழுத்தைச் சேர்த்துக்கிறதா படிப்பு? அது படிப்பா யிடுமா? எல்லா மனுஷரையும் தன்னோட சேர்த்துக்கிறதுதான் படிப்பு. படிப்புனா அதான் அர்த்தம்!”

அழகிய நாயகியம்மாள் பதில் பேசவில்லை. கதவை இழுத்துப் பூட்டிவிட்டு வாசலுக்கு வந்தாள். அருணாசலம் பிள்ளை கையில் குடையை எடுத்துக் கொண்டார். ஒருமுறை, அதற்கு உயிர் ஊட்டி அதன் ஆரோக்கியத்தைச் சோதித்துக் கொண்டார். அழகிய நாயகியம்மாள் தெருவில் இறங்கினாள். செல்லையாவுக்கு மயில் கோலம் என்றால் பிடிக்கும். பார்த்துக்கொண்டே நிற்பான். வாசல் கோலம் அழியாமல் அப்படியே இருந்தது - செல்லையாவின் நினைவுகள்மாதிரி.

*மின்னம்பலம் - 27.06.1999*

## பங்காளிகள்

"என்ன மாமாவ், உங்க பாட்டுக்கு உட்கார்ந்திட்டா எப்படி? நாளெப்பின்னே நாங்களும் வேணும்னு செய்யுங்க..."

"யார்றா வேண்டாம்னா?"

"முடியாதுங்கிறீயளா?"

"விட்டாச்சுடாப்பா. இப்ப எல்லாம் விட்டாச்சு. ஏதோ ஆத்தமாட்டாப்புலெ கெடக்கேன்..."

"முத்துனா போட்டுப் பாருங்க..."

"பலிக்காதுடா.... எல்லாம் விட்டாச்சுங்கிறேன்லெ..."

"என்னங்க மாமாவ்..."

"என்னங்க நொன்னாங்கனாப்புலெ..."

சடையாண்டி, கோடங்கி மாமாவின் முகத்தைப் பார்த்தான். முகத்தில் சுருக்கம் கூடிற்று. நரைத்த தாடியில் சடைசடையாய்த் தொங்கிற்று. முகமெல்லாம் நரைமுடி. முதுகும் கண்ணும் மட்டும் துருத்திக்கொண்டு இருந்தது. கயிற்றுக்கட்டிலில் காலை தொங்கப் போட்டு உட்கார்ந்து இருந்தார். முழங்கால் வரை சொறிந்து சொறிந்து கறுத்துக் கிடந்தது. பிடரிவரை முடி விசிறி விசிறி அடித்தது. இழுத்து முடிந்திருந்தார். முடிச்சுக்கு அடங்காத முடிகள். அகண்ட மார்பும், புஜமுமாக வெற்றுடம்போடு இருந்தார்.

"குப்பினாயக்கன்பட்டியிலே மை போட்டுப் பார்த்ததுலெ பங்காளிப் பயலுகதேன்னுட்டான்."

"ம்..."

பாரதிபாலன் 63

"யார்னு கேட்டா, அடுத்த அம்மாவாசைக்கு வாங்கிறான்"

"ம்..."

"தாங்கலெ. மாமாவோவ். ஒரு பய புள்ளக்கும் தாங்கலெ. கிழக்காம்லெ சொவரு எழுப்பினேன் பாருங்க. அப்பப் புடுச்சு தாங்கலெ. தாயோளிங்க ஏதோ வெச்சுட்டானுவ. சடசடன்னு எல்லாம் சரிஞ்சுட்டது. சென மாடு செத்துப்போச்சு. ஏழெட்டுக் கோழிங்க சீக்காலெ பொட்டுப்பொட்டுன்னு போயிச்சு. வெள்ளாமையும் பாத்தீங்கள்ளெ?"

"அப்படித்தாண்டா! ஒரு சமயம்போல ஒரு சமயம் இருக்குமா?"

"என் வகுரு எரிஞ்சு ஒருத்தனும் நல்லா இருக்கமாட்டான்."

"ப்ச்!"

"என்ன மாமாவ் 'ப்ச்'ங்றாப்புலெ..."

"சும்மா, நீயா மனப்பால் குடிக்காதடா..."

"வெச்சுட்டான் மாமாவ். எவனோ என் குடும்பத்திற்கு வெச்சுட்டான்."

சடையாண்டி மேல்துண்டால் முகத்தை மூடிக்கொண்டான். திறக்கவே இல்லை. உடல் மட்டும் குலுங்கிற்று. கட்டில் ஆட்டம் கண்டது. அவன் தலை இப்பாலும் அப்பாலும் அசைந்திற்று. அழுகை. அழுகை என்றால் கண்ணீர் இல்லை. கதறல் இல்லை. கசிகின்ற குரலுமில்லை. உடல் ஆடிற்று. மூக்கு நுனி, கன்னத்துச் சதை, புருவம், தோள்பட்டை எல்லாம் படபடவென்று துடித்திற்று.

"ஏலே.... என்னடா இது!"

"தாங்க முடியலே."

"என்னடா இது பொம்பளை கெனக்கா?"

"முத்து மட்டுமாவது. போட்டுப் பாருங்க மாமாவ்..."

"பார்றா...!"

"என் மனசுக் கோசரமாவது செய்யுங்க..."

"விட்டாச்சுங்கிறேன்லடா..."

"நீங்க விட்டாப்புல ஆயிடுமா?"

"இனி, அத தொடவேண்டாம்னு இருக்கேன்டானா..."

"மனசுல எதையோ வெச்சுக்கிட்டுப் பண்றாப்லெ இருக்கு..."

“ஏலே! என்னடா இது வம்பா இருக்கு? என் மனசுல ஒண்ணு மில்லடாப்பா. மனசுல கண்டதையும் கடியதையும் கூடுகட்ட விடப்படாதுன்னுதான்டா எல்லாத்தையும் வெரட்டிட்டு, இப்படி உட்கார்ந்து கெடக்கேன்...”

“யாரது?” என்றாள் கிழவி. கோடங்கி வெற்றிலையை எடுத்து வாயில் போட்டு அதக்கினார்.

“யாரது வந்துட்டுப் போறதுன்னா?” என்று குரலை உயர்த்தினாள். வெற்றிலைச் சக்கையைப் புளிச்சென்று சுவரில் துப்பினார்.

“நம்ம சடையாண்டிப் பய...”

“என்னவாம்?”

“பங்காளிப் பயக ஏதோ வெச்சுட்டான்னு வாறான்...”

“அவுக சின்னய்யா மவுன சொல்றானாக்கும்.”

“ம்ஹூம்! அவுக பெரியாமவன். வடக்காமெ கெளப்புக்கடை வெச்சிருக்கானே பழனிமுத்து, அவுன நெனச்சுக்கிட்டுப் பேசுறான்.”

“கோடங்கியத் தூக்கப் போறீகளாக்கும்...”

“அதேன் வுட்டாச்சுடான்னுட்டேன்.”

“அதானே!”

“முத்துனா போட்டுப் பாரு. பாருன்னு நொச்சுக்கிட்டு இருக்கான். காலம்பற வேற வந்து வெத்திலையிலே மை போட்டுப் பாருன்னான்.”

கோடங்கி நாயக்கருக்கு குறி சொல்வதல்ல தொழில். பில்லி சூன்ய வித்தையல்ல தொழில். அவருக்குத் தொழில் வேறு. விவசாயம். மூன்று போகம் பயிர் பண்ணுவதுதான் அவருக்குத் தொழில். ஆனால் தாத்தா கொண்டல் நாயக்கர். ஐயா முத்தால் நாயக்கர், முப்பாட்டன் தொட்டப்ப நாயக்கர் எல்லோரும் கோடாங்கியும் கையுமாகத்தான் இருந்தார்கள். கோடாங்கி நாயக்கர் ஏனோ இந்த வித்தையை வாழ்க்கைக்குப் பயன்படுத்தவில்லை. அவர் விவசாயத்துக்குத் திரும்பிவிட்டார். காணி, அரைக்காணி நிலமும் நாலு மாடும் போதும் என்று ஒதுங்கிவிட்டார்.

முழுவதுமாக அவரால் அப்படி ஒதுங்க முடியவில்லை. அவருக்காக ஒரு கூட்டம். எங்கிருந்தோவெல்லாம் வந்து கூடுகின்ற கூட்டம். அந்தக் கூட்டத்தை அவரால் ஒதுக்கித் தள்ள முடியவில்லை.

உழவு இல்லாத சமயம், வெள்ளாமை இல்லாத நேரம் என்று வருவார். அவர் வருகைக்காக எப்போதும் ஒரு கூட்டம் சீலைக்காரி கோவிலில் இருக்கும். 'என் குடும்பத்துக்கு எவனோ, எதையோ வெச்சுட்டானே!' என்று கதறும். 'என் வெள்ளாமை எல்லாம் வெளங்காமப் போச்சே...! என்று ஒரு குரல். 'தொட்டதெல்லாம் தொலங்க மாட்டீங்குதேய்யா!' என்று ஒரு அழுகைக் குரல். புருஷனால் அடிபட்டு அடிபட்டு நாறாய்ப் போன உடம்பு. 'என் புருஷன், எந்த சக்களத்தி காலடியிலே கெடக்கானோ!' என்று கசியும் குரல். 'வவுத்துலெ ஒரு பூச்சி, புழு தங்கமாட்டேங்குதே' என்று ஒரு குரல். 'என் சருவச் சட்டிய காணலீயே', 'காதுலெ கிடந்து மாயமாப் போச்சே!' என்று ஒரு குரல். இப்படிப் பல குரல்கள். பல உடல்கள்.

கோடாங்கி ஒவ்வொன்றாய்க் கேட்பார். இதையெல்லாம் கேட்பதற்குப் பிறந்ததுமாதிரி கேட்பார். அவர் கவனிப்பில் கவனம் இருக்கும். கண்ணை மூடி முகத்துக்கு நேராய் கைகுவித்து இருப்பார். அவர் விழிகள் மூடியிருக்கும். ஆனால் முகம் விழித்திருக்கும். உதடும் கன்னத்துச் சதையும் உருளும். அப்படி சில கணம் அது நீளும். சட்டென்று விழிப்பார். தூங்கி விழித்தாற்போல் ஒரு பார்வை. உள்ளங்கையில் குவித்து இருக்கும் முத்தைக் குலுக்கி தரையில் விசிறி அடிப்பார். சிதறிய முத்துக்களில் விடை தேடுவார். அதில் அவருக்கு திருப்தி இல்லாவிட்டால் 'நல்ல விடை சொல்லு ஜக்கம்மா!' என்று, திரும்பவும் விசிறியடிப்பார். இப்படி மூன்று முறை! கடைசியாகத்தான் கோடாங்கியைத் தூக்குவார். விரல்கள் ஒவ்வொன்றும் விடைத்துக்கொள்ளும். 'கணீர்,கணீர்' என்று நாதம் கிளம்பும். உடுக்கையின் குரல் தெறித்துச் சிதறும். நெஞ்சு அதிர அடி விழுந்துகொண்டே இருக்கும். மெல்லமெல்ல அந்த நாதம் வெறி கொள்ளும். விசிறிவிசிறி அடிக்கும். திகிலும் திகைப்புமாகத்தான் இருக்கும். நரம்புகள் நடுங்கும்.

அவர் விரல்கள் கோடாங்கியில் இருந்தாலும் பார்வை ஆகாசத்தைக் குத்தி நிற்கும். ஏதோ, எங்கோ ஓடுவதுபோல் ஒரு தோற்றம். அதை துரத்திக்கொண்டு ஓடுவதுபோல் ஒரு வெறி. அந்த வெறி, கோடங்கியில் விழும் அடியில் தெரியும். கடைசியில், ஓடுவதைப் பிடித்து அடக்குவதுமாதிரி ஒரு பீடிகை. அந்தப் பீடிகையைக் காட்டத்தான் எத்தனை முகபாவங்கள். குரலை உயர்த்தி, இறக்கி, வளைத்து, நெளித்து. அந்தக் கணம், ஒரு முகத்திற்குள் எத்தனையோ முகங்களை முளைக்கவிடுவார். அவருக்கு மற்றவர்கள் துன்பம் தெரியும். அழுகையின் ஆழம் புரியும். துருப்பிடித்த எந்த மனசையும் துடைக்கின்ற வித்தை தெரியும். அந்த ஒரு திருப்திதான் அவருக்கு. இப்போது, இதெல்லாம் எதற்கு என்று

மனசு ஒதுங்கிற்று. எப்பவாவது போய் சீலைக்காரி கோவிலுக்குப் போய் உட்கார்ந்திருந்துவிட்டு வருவார். சலசலவென்று உதிரும் அரச இலைகள். பசுங்கிளிகளின் குரல்கள். கிழக்கேயிருந்து ஓடிவந்து விழும் காற்று. இதுபோதும் அவருக்கு. இது மட்டும் போதும். வெறும் வாயை மென்றுகொண்டே இருப்பார். இவரைப் போலவே இன்னும் இரண்டு மூன்று உருவங்கள் வந்து உட்கார்ந்திருக்கும். அதை ஒரு பார்வை. வார்த்தை கிடையாது. வம்பு தும்பு கிடையாது. வாயை மூடிக்கொண்டால் மனசு விளையாடத் தோதாக இருக்கும்!

"இன்னைக்கு கிழமைக்கு உனக்கு எழுபது இருக்குமா சின்னய்யா?"

"எழுபதா?"

"இருக்குமா?"

"யார்றா இவன்! உங்கையா எனக்கு மூணு மாசம்தாண்டா மூப்பு!"

"அப்படியா!"

"பின்னே?"

"பொரட்டாசி வந்ததுன்னா எம்பத்தி ரெண்டு முடிஞ்சுடும்"

"பார்த்தா அப்படித் தெரியலே சின்னய்யா"

"தெரிஞ்சா என்னடா! தெரியாட்டா என்னடா. வயசு ஓடுது ஓடுதுன்னா நீ உக்காந்திடுவே. நம்ம பாட்டுக்கு ஆடி ஓடிக்கிட்டிருக்க வேண்டியதுதேன். கணக்கு முடியுறப்ப முடியட்டும்."

சடையாண்டி ஒன்னும் பேசவில்லை. கட்டில்காலை பார்த்துக்கொண்டே உட்கார்ந்திருந்தான். கோடாங்கி நாயக்கரின் பார்வையும் எங்கோ தொங்கிக் கொண்டிருந்தது. சிறிதுநேரம் அப்படிக் கரைந்தது. சட்டென்று விழிப்புத் தட்டி, சடையாண்டியைப் பார்த்தார்.

"உங்கய்யா பரமசிவம்பிள்ளை கவலையில்லாம இருந்திருந்தா இன்னும் இருந்திருப்பார். பாவம், அவருக்கு உங்க கவலை தாண்டாப்பா. ஒரு பயகூட உருப்படியில்லாம போயிட்டீங்களேடா. அதாண்டாப்பா உங்கையாவுக்கு கவலை. மூத்தவன் எங்க இருக்கானோ? நடுவுள்ளவன் சிவாசிப்பக்கம் திரியுறான்றாங்க. நீ என்னடான்னா..."

"எங்கையா பொளைக்கத் தெரியாம பொளச்சிட்டாரு."

"போடா, போ. நீ நல்லா பொளைச்சுட்டவன்."

“எங்க பெரியா மக்க, முழிச்சிருக்க முழியத் தோண்டிட்டுப் போய்ட்டாங்க.”

“ஏலே... இவன் ஒருத்தன்”

“நெசமாத்தேன் சின்னய்யான்னா?”

“சோலிமசுரப் பாத்துட்டுப் போடா...”

“உங்களுக்கு புசுக்குனு வந்திடும். நேத்து ராத்திரி எவனோ எங்க வூட்டுக் கூரையிலெ கழிச்சுப் போட்டுட்டுப் போயிருக்கான். எலுமிச்சை பழத்தை அறுத்து செந்திருக்கம் தடவி, எட்டணா காசையும் வெச்சு விட்டெறிஞ்சுட்டுப் போயிருக்கான்.”

“மிரண்டவன் கண்ணுக்கு இருண்டதெல்லாம் பேயி...”

“முத்து வேணா போட்டுப் பாருங்க...”

“ஆரம்பிச்சுட்டாண்டா...”

“எங்க குடும்பம் வங்கொலையா சாவுது சின்னய்யா. வங்கொலையா சாவுது... ஒண்ணெத்தொட்டு ஒண்ணு விழுந்துக்கிட்டேயிருக்கு. மை போட்டுப் பார்த்துச் சொல்லப்படாதா?” அவன் குரல் உடைந்திற்று.

“தொணதொணங்காதடா. எல்லாம் விட்டாச்சுங்கிறேன்லெ. நான் ஏதோ ஆத்தமாட்டாப்புலெ இருக்கேன்.”

சடையாண்டியின் முகம் சுண்டிப் போயிற்று. ஏமாற்றத்தில் மனசு ஒடிந்திற்று. கண் இமைகள் படபடவென்று அடித்துக் கொண்டன. மூக்கு நுனி சிவந்து, கண்கள் குளம் கட்டிற்று. கச்சலான சின்ன உடம்பும் வயிறும் மேலும் அலைந்திற்று. ‘இப்படி அடிமேல் அடி விழுகிறதே!’ என்று வயிறு எரிந்தது. என்ன சின்னய்யா? என்பதுபோல், அவர் முகத்தைப் பார்த்தான். அவனைப் பார்க்க நாயக்கருக்குச் சங்கடமாக இருந்தது. பார்வையைத் திருப்பினார்.

“செத்திடுவோம் சின்னய்யா, எங்க உசிரை பாக்கமாட்டீக.”

“இவன் ஒருத்தன்டா.”

“ஏன்தான் வீம்பா இருக்கீயளோ?”

“என்னை என்னடா செய்யச் சொல்றே.”

“மை போட்டுப் பாருங்க சின்னையா. கோடாங்கி அடிச்சுப் பாருங்க. என் சோத்துலெ மண்ணப் போட்டது யாருன்னு பார்த்துச் சொல்லபடாதா?”

“அதான் சொல்றேன்லடா...”

“என்ன சொல்றேன்?”

“நீயா அதையும் சொல்லிக்கிறீயே!”

“சின்னய்யா நீங்க எப்பவும் அவிங்களுக்குத்தேன் சப்போட்டு.”

“போடா போ. காலம் போன கடைசியில. நான் அவங்களுக்கு சப்போட்டு பண்ணி வாரி கட்டிக்கப் போறேன்.”

“கோடாங்கியத் தூக்க மாட்டீங்கிறீங்களே.”

“அது வேண்டாம்னு விட்டதுடா. அதெப் போட்டுத் தொங்காத.”

“சின்னய்யா ஒரு சங்கதி. என்னடா, இப்படிச் சொல்றேனு நினைக்க வேண்டாம். விசாலக்கிழமை சந்தைக்குப் போனேன். அங்க ஒரு மிஷின் வெச்சிருந்தான். சதுரமா. ரேடியோ பெட்டி மாதிரி. நம்ம பேர் ராசி மட்டும் சொல்லிட்டாபோதுமாம். காதுலே ஒண்ணை மாட்டிவிடுறான். அது சோசியம்மாதிரி எல்லாம் சொல்லுதாம். நடந்தது, நடக்கப் போவுவது எல்லாம் அப்படியே சொல்லுதாம்..

‘ம்’ என்று அவன் முகத்தைப் பார்த்தார். பார்வையில் தீவிரம் தெரிந்திற்று. நிஜமாவா? என்கின்ற தீவிரம்.

ஒரு கணம்தான் அந்த வியப்பு. சட்டென்று அதை முகத்தில் இருந்து துடைத்துவிட்டார். மனசுக்குள் அது உருண்டுகொண்டுதான் இருந்தது. இதற்கும் மிஷினைக் கொண்டாந்துட்டானா? வாய் உலர்ந்திற்று. பேசவில்லை. வெறும் வாய்தான் அசை போட்டுக் கொண்டிருந்தது.

“கடகடவென்னு பாட்டுமாதிரி எல்லாம் சொல்லுதாம், உங்க குரலுமாதிரியே கணீர்னு இருக்காம்...”

“நீ கேட்டியா?”

“ரெண்டாறுவான்றான் சின்னயா!”

“கேக்க வேண்டியதுதானே?”

“காசு புரட்டிட்டுப் போகணும்.”

“என்னவோ, செய்யுடாப்பா.”

கோடாங்கி நாயக்கருக்குத் தூக்கம் பிடிக்கவில்லை. இரவு நீண்டுகொண்டே இருந்தது. காற்றில் வேலிப்படல்

சடசடவென்று துடித்துக்கொண்டிருந்தது. வேப்பமரம் விடாது ஆடிக் கொண்டிருந்தது. கோட்டானோ, நாரையோ விடாமல் அலறிக்கொண்டிருந்தது. இருளின் அமைதியில் அந்தக் குரல் அலறலாகத்தான் ஒலித்துக்கொண்டிருந்தது. நாயக்கர், கோடாங்கியை எடுத்து மடியில் வைத்துக் கொண்டார். ஆள்காட்டி விரலால் மெல்ல ஓசை உண்டுபண்ணினார். தோலின் இறுக்கம் தளர்ந்திற்று. ஓசை உயிரற்று வந்தது. வேப்பமரம் விடாது ஆடிக்கொண்டிருந்தது. விளக்குத் திரி மெல்லமெல்ல நழுவிக் கொண்டிருந்தது. எண்ணெய் ஈரமும் உலர்த்திற்று. கிழவி நடைவாசலில் காலை அகட்டிப் படுத்துக் கிடக்கிறாள். அடித்துப் போட்டதுமாதிரிதான் கிடக்கிறாள். எப்படித்தான் இப்படி ஒரு தூக்கமோ? பகலில் ஒரு பொட்டு கண் மூடமாட்டாள். அவளுக்கு எதையாவது நோண்டிக்கொண்டிருக்க வேண்டும். எரு தட்டுகிறேன், அடுப்புச் சாம்பலை அள்ளிக் கொட்டுகிறேன் என்று அலைபட்டுக் கொண்டுதான் இருப்பாள். கோடாங்கி நாயக்கர் பார்வை அலைந்துகொண்டிருந்தது. சடையாண்டி சொன்னது அவர் மனசை அரித்துக்கொண்டிருந்தது. குறி சொல்வதற்கு மிஷின் வந்துவிட்டதா? கொடுமைதான். அதையே நினைத்து மனசு விழுந்துகொண்டிருந்தது. பொழுது விடிகின்ற நேரம். கண் கறுத்துக்கொண்டு வந்தது.

கனவுமாதிரி உருவங்கள். ஏதேதோ உருவங்கள். ஒன்றன்பின் ஒன்றாக ஊர்ந்து செல்கின்றன. திடீர் என்று காதுமடலில் உடுக்கை ஒலி. கணீர் கணீர் என்று விழுகின்ற ஒலியில்லை. இது வேறுமாதிரி பொருத்தமில்லாத ஓசை. ஓசைகூட இல்லை. சப்தம். கிழிந்து நாராய் விழுகின்ற சப்தம். 'டப் டப்' என்று ஓட்டை டப்பாவில் விழுகின்ற அடிமாதிரி விழுந்துகொண்டிருந்தது. சற்றுநேரத்தில் அந்த ஓசை மாறிற்று. மழையாக மாறிற்று. தகரத்தில் விழுவது மாதிரி மழை. அவர் உடல் ஆடிற்று. மார்போடு சேர்ந்திருந்த உடுக்கை கை நழுவிற்று. கடகடவென்று உருண்டோடிற்று. அதன் பேரோசை நடைவாசல் வரை நீண்டது. சட்டென்று அவருக்கு விழிப்புத் தட்டிற்று.

"ஏன், உடம்புக்கு சொகமில்லையா?"

கிழவி விழித்துக்கொண்டது.

"ம்... என்னா?"

"தூங்கலையான்னேன்?"

"வரலை."

"திரும்பவும் கோடாங்கி நினைப்பாக்கும்."

"அதெ தொட வேண்டாம்?"

"சடையாண்டி கிளப்பிவுட்டுட்டானா?"

"முத்துப் போட்டுப் பாரு பாருன்னு, காலைக் காலைச் சுத்திட்டுத் திரியுறான்."

"பார்க்கவேண்டியதுதானே?"

"அவுக பெரிய மவன் பழனிமுத்துவை நெனச்சுக்கிட்டுத் திரியுறான்."

"அந்த கௌப்புக் கடக்காரனையா?"

"ம்..."

"அவன் அப்புரானியே? அவன் உண்டு. அவன் ஜோலி உண்டுன்னு இருக்கான்?"

"இவன், அவன்தான்னு நிக்கிறான். கழுதைக ஒண்ணு கெடக்க ஒண்ணு ஆச்சுனா?"

"ப்ச்! என்னாவப் போவுது."

"என்னாவப் போவுதா? சொல்ல முடியாது. காலம் முன்னப் போலவா? அவுக ஐயாவுக்காகப் பார்க்கும்படி இருக்கு. இல்லைனா முத்தப் போட்டுப் பார்த்து, இதுதாண்டான்னுட்டுப் போயிடலாம்."

"தங்கம் பெத்த மனுஷன். தம்பி தம்பின்னுட்டுலெ வருவாக!" என்று கிழவி இழுத்து ஒரு மூச்சுவிட்டாள். சேலைத் தலைப்பால் மூக்கைச் சிந்தித் துடைத்தாள்.

**கா**ற்று பலமாக வீசிற்று! மரங்களுக்குள் புகுந்து அது பேரோசையாயிற்று. அரச இலைகளின் சலசலப்பு சங்கீதமாக ஒழுகிக் கொண்டிருந்தது. பழுத்து விழும் இலைகள் காற்றில் இப்பாலும் அப்பாலும் ஆடி, அசைந்து இறங்கிக்கொண்டிருந்தன. காய்ந்து சருகாகிப்போன இலைகள் காலடிபட்டு இறங்கிக் கொண்டிருந்தன. நல்ல காற்று. அந்த இடத்திற்கு வந்தாலே அலாதியான சுகம். கோடாங்கி நாயக்கருக்கு இந்த இடம் பிடிக்கும். முன்பெல்லாம் அடிக்கடி வருவார். சடையாண்டி அண்ணன் பழனிமுத்து, இந்த இடத்தில்தான் குடிசை போட்டு காப்பிக் கடை வைத்திருந்தான். இப்போது அது ஹோட்டலாகிவிட்டது. ஹோட்டல் என்றால் மண் சுவரும், மர நாற்காலிகளும் கொண்டதல்ல. தென்னங்கீற்றால் வேயப்பட்டது. நீளநீளமாக நான்கு மரப்பலகைகள். ஹோட்டலின் முதுகுக்குப் பின்னாடியே வீடு. வியாபாரப் பண்டங்கள் எல்லாம்

விட்டில்தான் தயாராகும். நாயக்கர் பந்தல்காலைப் பிடித்துக் கொண்டு நின்றார். ஹோட்டலுக்குள் ஒரே இரைச்சல். கையை உதறி உதறி பேசிக்கொண்டிருந்தனர். பழனிமுத்து நாயக்கரைப் பார்த்துவிட்டான்.

"சின்னயா ஒரு நிமிசம் வந்திடுறேன்."

"நீ உன் ஜோலியப் பாருய்யா. நான் சும்மாதேன் வந்தேன்."

கடையில் இரைச்சல் கூடிற்று. நான்கு, ஐந்து தலைகள் தீவிரமாகப் பேசிக்கொண்டிருந்தன. பழனிமுத்து அங்கிருந்தே, 'காபி சாப்பிடுங்க' என்றான். 'அதெல்லாம் ஒத்துக்காதுய்யா' என்றார். அவனால் அங்கிருந்து விலகி வரமுடியவில்லை. நாயக்கரையும் விடமுடியவில்லை. 'வூட்டுல அவ இருக்கா. ஒரு எட்டு தலையைக் காட்டிட்டு வந்திடுங்களேன்.'

கோடாங்கி நாயக்கர் மெல்ல எழுந்தார். காலில் நீர் இறங்கிவிட்டது. நடக்கமுடியவில்லை. கைத்தடியை ஊன்றித்தான் நடந்தார். ஓட்டல் பின்பக்கம் சென்றார். பாதை சரிவாக இருந்தது. முன்புபோல் உடல் தாட்டியமில்லை, நடை தடுமாறுகிறது. பார்வையும் மழுங்கிவிட்டது. இப்போதெல்லாம் வீட்டைவிட்டு நகர்வதில்லை. சடையாண்டிக்காகத்தான். அவன் மனசுக்கு மருந்து போடத்தான். பங்காளிகள் பகையாளியாகக் கூடாது. ஒன்றைப் பார்த்து ஒன்று உறுமிக்கொண்டே ஏன் திரியவேண்டும். மனக்குகையில் பகை வளர வேண்டாம். கழுதைப்பொதி மாதிரி ஏன் சுமக்கவேண்டும்? கடைசியில் கத்தி, கம்பு என்று போய் முடிந்துவிடும். வேண்டாம். அது வேண்டாம்.

"வாங்க மாமாவ்..."

நாயக்கருக்கு எதிர்வெயில் கூசிற்று. கையை கண்பட்டைக்கு அருகில் குவித்துப் பார்த்தார்.

"வாங்க மாமாவ்..."

அவருக்கு எதுவும் தெளிவில்லை. வெயில் நிறம்தான். நிழலுக்கு வந்தும் ஒன்றும் புலப்படவில்லை. வண்ண வண்ண வட்டங்கள் தான் எழும்பிற்று. அடங்கி நிதானமாகப் பார்த்தார். சட்டென்று அவர் மனசில் ஆச்சரியம் தாக்கிற்று. சடையாண்டி சம்சாரம்!

"அட! எழவு நீதானா?"

"பின்ன யாருன்னு நினைச்சிகளாம்?"

அவள், அவர் முன்னாடி வந்தாள். நாயக்கர் ஒருகணம் தடுமாறி விட்டார். சடையாண்டி சம்சாரம் இங்கு ஏன் வந்தாள்? மேலும்கீழும் பார்த்தார். அதற்குள் 'நான் யாரோன்னுலெ இருந்திட்டேன்

நீங்களா? வாங்க மாமாவ்' என்று, சடையாண்டியின் அண்ணன் மனைவி கோமதி வந்தாள்.

"என்னவாம்... கடையிலெ ஒரே கரச்சலா இருக்கு?"

"எங்களைப் பார்த்தா எல்லாத்துக்கும் எளக்காரமா இருக்கு மாமாவ்..."

"மச்சான் ராத்தியிலே ஓடைச்செமவெளிக்குப் போயிருக்கார். அங்குனக்குள்ள இருந்த காவாலிப்பயலுக... அதான் அந்த வடக்குத் தெருக்காரப் பயலுக போட்டு அடிச்சிருக்கானுவ..." என்றாள் சடையாண்டி சம்சாரம்.

"உள்காயமா போட்டு அடிச்சுருக்கானுக."

"கேக்க நாதியில்லைனுதான் செய்யுறானுவா. எனக்கும் தெரியாது மாமாவ். காலையிலேதேன் சிட்டுப் புள்ளக்கா வந்து சொல்லுச்சு. அதுக்கு பொறவுதான் விழுந்து ஓடியாந்தேன். வந்தா அக்கா ஒண்டியா ஒக்காந்து அழுவுது..."

"ம்..."

"காலையிலே இவ விழுந்தடிச்சு ஓடியாந்தா. பாவம், ஏதோ ஆத்தமாட்டாப்புலெதேன் மாமாவ். இவ இருக்கங்காட்டி ஆச்சு. ஏதோ ஒட்டு உறவுன்னு இருக்கு" என்றாள், பழனிமுத்து சம்சாரம்.

"சடையாண்டிப் பயலெ எங்கே?"

"மச்சான்கூட கடையிலெதே இருந்தார். பாக்கலெ."

நாயக்கர் சட்டென்று தலையை திருப்பிப் பார்த்தார். அங்கிருந்த வாக்கிலே காபி ஓட்டல் தெரிந்தது. பழனிமுத்துவை நான்கு, ஐந்துபேர் சுற்றி நின்று விசாரித்துக்கொண்டிருந்தனர். சடையாண்டி கல்லாவில் உட்கார்ந்திருந்தான். நாயக்கருக்கு அந்தக் காட்சியை நம்பமுடியவில்லை. நிதானமாகப் பார்த்தார். நிஜம்தான். சடையாண்டிதான் கல்லாவில் இருந்தான். நாயக்கருக்கு உதட்டோரத்தில் ஒரு சுழி. புன்னகைச் சுழி. அதற்கு என்ன அர்த்தம்?

எதையோ புரிந்துவிட்டாற்போலும், ஒன்றுமே புரியவில்லை என்பதுபோலவும் அந்தச் சுழி விரிந்துகொண்டே போயிற்று.

*இந்தியா டுடே - அக்டோபர் 2000*

# ஒருவரும் ஒருவனும்

செல்லாண்டியா இப்படிச் செய்துவிட்டான்? அவனால் எப்படி முடிந்தது! எல்லோருடைய மனசையும் இந்தக் கேள்விதான் அலைக்கழித்தது. செல்லாண்டியா இந்தக் காரியம் பண்ணியது என்ற வியப்புதான் எல்லோருடைய விழியையும் உருட்டியது. அலர்மேலு, விழியை அசைக்காது உட்கார்ந்திருந்தாள். நீளும் இருளையே குத்திட்டாற்போல் பார்த்துக் கொண்டிருந்தால் மனசு எங்கோ போய்விடுகிறது. மூன்றுமாத காலம் இந்த வீட்டில் பகலில்லை. இருள்தான். கண்களை கசக்கிப் பிழிகின்ற இருள், இருளில் மூழ்க, 'தொமேர்' 'தொமேர்' என்று மனசு குதிக்கத் துவங்கிவிடுகிறது. குதியினால் தெறித்த ஒன்றிரண்டு நினைவுத் திவலைகள் முகட்டில் விழுகின்றன. இத்தனை குதி, இத்தனை சிலிர்ப்பு, இத்தனை இரைச்சலுக்கும் நடுவில் வீடு சூன்யமாகத்தான் இருக்கிறது. எப்போதாவது வாசலுக்கு வரும்போதுதான் வெளிச்சம் தட்டுப்படுகிறது. அவ்வொளியில் அவள் எதிர்பார்த்த தெம்பு அவளுக்குக் கிடைக்கவில்லை. இருப்பினும் அலர்மேலு வாசலைப் பார்த்தே உட்கார்ந்திருந்தாள்.

கிழக்குத் தெருவில், 'நவ்வாப்பழம்... நவ்வாப்பழம்...' என்று தேய்ந்த குரல். இப்போதெல்லாம் இந்தத் தெருவிற்கு வரும்போது எல்லா குரலுக்கும் குறுக்கு ஒடிந்துபோய்விடுகிறது. அதுவும் இந்த மூன்று மாதமாகத்தான். ஐய்யா வீட்டில் இருக்கும்போது எத்தனையோ குரல்கள். எல்லாம் ஐயாவுக்காக ஒலித்ததுமாதிரிதான் தெரிகிறது. வாசலில் கோலமிடும்போது ராசுத் தேவர் 'தே... தே...' என்று மாடுகளை ஓட்டிப்போகும் குரல். அடுத்து பால்காரன் குரல். காலைப் பலகாரம் முடிந்து, வீடு ஒழிந்தவுடன் பல குரல்கள். ஒவ்வொரு குரலுக்கும் ஒரு குணம். 'பாத்திரங்களுக்குப்

பேர் வெட்டுறது... ஓட்டை உடைசல் அடைக்கிறதே...' என்று, ஒரு குரல்! 'அம்மி குத்தலையோ, ஆட்டொரல் குத்தலையோ...' என்று, எப்பவாது வரும் குரல். 'நவ்வாப்பழம்... நவ்வாப்பழம்...' என்றோ, 'கொய்யாப் பழம்... கொய்யாப்பழம்' என்றோ, கொழகொழக்கும் குரல். பதினோறு மணிக்கு, மணி அய்யரின் குரல்தான் தெருவைக் கூட்டும் 'ஜிலேபி... ஜிலேபி...' என்று, தகர டப்பாவை இடுப்பில் வைத்துக்கொண்டு ஒயிலாக நடப்பார். இடுப்பை இப்பாலும் அப்பாலும் சுளுக்கி சுளுக்கி நடக்கும் அழகே தனி. அவரைப் பார்த்துப் பரிகாசம்பண்ணும் வாண்டுகளின் குரல். இப்படி எத்தனையோ குரல்கள். எல்லாம் அய்யாவுக்காகவே ஒலித்ததுபோலவே இருக்கிறது. இப்போது தெருவே நிசப்தம்!

அய்யா திண்ணையில் உட்கார்ந்து இருக்கும் அழகே தனி. அகலமான திண்ணை. இரட்டைத் திண்ணை. வலமும் இடமும் அகண்டு, விசாலமான திண்ணைகள், அய்யா இடதுபக்கத் திண்ணையில்தான் உட்கார்ந்து இருப்பார். ஜிலுஜிலுவென்று காற்று அலசும். வெயிலே ஏறாது. இப்போதும் குளுமைதான். தெருக்கோடி வீடு அது. இடதுபக்கம் திரும்பினால் மற்றொரு வீடு. திண்ணையில் இருந்து பார்த்தால் தோட்டம் தெரியும். அய்யாவின் தோட்டம். எல்லாம் வாழை, தென்னை, புளி என்று வைத்துக் காசு பார்த்துக் கொண்டிருக்கும்போது அய்யா மட்டும் பன்னீர், பூவரசு, நாகலிங்கப்பூ மரம் என்று வைத்து அழகு பார்த்துக் கொண்டிருந்தார். வேலி மர இலைகளுக்கிடையே உட்கார்ந்திருக்கும் மஞ்சளரளி, செவ்வரளி, பூசணிப்பூ எல்லாம் குளித்துவிட்டு, தலைசீவி அய்யாவைப் பார்த்துப் பணிவு காட்டும்.

வலதுபக்கத் திண்ணை குருவிகள் கூடு கட்டுவதற்கும், அணில் பிள்ளைகள் அலைவதற்கும், அணில் பிள்ளைகள் ஒன்றையொன்று துரத்திக்கொண்டு ஓடுகின்ற அழகைவிட, அதை ரசிக்கின்ற அய்யாவின் அழகே தனி. பட்டைக்கறை வேஷ்டி, சட்டை அணியாத வெற்றுடம்பு. கொழுகொழுவென்ற உடம்பில் மினுமினுக்கின்ற திருநீற்றுக் கீற்று. காற்று மோதியதும் உதிரும் திருநீற்றுப்பொறி, தெருவில் எத்தனையோபேர் போகிறார்கள். வருகிறார்கள். எல்லோரையுமா பார்த்து முகத்தில் மலர்ச்சி காட்டுகிறோம்? நின்று கைப்பிடித்துச் சிரிக்கிறோம்? அய்யா அப்படி இல்லை. அவருக்கு எல்லோரிடமும் சினேகம். யாரையும் நிறுத்திப் பேசமாட்டார். வழிந்து சிரிப்பதில்லை. 'சௌக்கியமா?' என்று கொக்கி போடுவதில்லை. இருப்பினும் எல்லோரிடமும் பிரியத்தைப் பங்கிட்டுக்கொள்வார். யார் எது பேசினாலும், எப்படிப் பேசினாலும் காதில் வாங்கிக்கொண்டு, கண்ணில் சிரிப்பார். கன்னத்துச் சதை மேலேறி கண்ணருகில் கூடுகின்றபோது ஒரு

தனிக்களை. எங்கிருந்தோ அப்படி ஒரு களை வந்து கூடிவிடுகின்றது. இந்தக் களையும், இந்த அழகும் அய்யா மனசு வெள்ளை என்பதை வர்ணம்போட்டுச் சொல்ல வேண்டியதில்லை.

"யேய்! பாப்பா, நவ்வாப்பழம் வந்திருக்கு, வாங்குறியா?"

"நேற்றுத்தானே வாங்கினோம்."

"இன்னைக்கு ஒரு கால் படி வாங்கேன்."

"நேற்று வாங்கியதே, திங்காம சீப்படுது..."

"வாங்குமா, அணில் பிள்ளைகளுக்குப் போடலாம்..."

உடனே நவ்வாப் பழக்காரி கூடையை இறக்கிவிடுவாள். இறக்கியதும், 'உஸ்... யப்பாடா...' என்று முந்தானையால் முகம் துடைப்பாள். 'பாப்பா ஒரு சொம்பு தண்ணி கொண்டா தாயி' என்று, வாசல் பார்த்துக் கூவுவாள். தண்ணீர் மட்டும் கொடுத்தால் ஐயாவுக்குப் போதாது. ஒரு செம்பு கடைந்த மோர் கொடுக்க வேண்டும். அவள் தாகமும் தவிப்புமாய் செம்பு தூக்கி 'கடக் கடக்' என்று குடிப்பதைப் பார்த்தவுடன்தான் ஐயாவுக்கு மனசு நிறையும்.

"செல்லாண்டிக்கு ஒரு கால் படி."

"வேண்டாம் ஐய்யா..."

"வாங்கு, சாப்பிடுவே..."

"சரி... ஐய்யா சொல்லியாச்சு. காப்படி போடு..."

செல்லாண்டி இரண்டு கைகளையும், முறம்மாதிரி நீட்டுவான். செல்லாண்டி அய்யாவின் நிழல். வயலுக்கு நீர் பாய்ச்சுவது, கவனை அடைப்பது, பாளை சீவுவது, கயிறு முடைவது, காய்கறிகள் வாங்கி வருவது, கொல்லையைச் சுத்தம் பண்ணுவது இதையெல்லாம் பண்ண இப்போது உடம்பு ஒத்துக்கொள்ளவில்லை. அய்யாவின் தோட்டத்துக் குடிசையில் இருந்து விலகி, ஊருக்குள் வந்துவிட்டான். வேலை வெட்டி என்று எதுவுமில்லை. இருந்தாலும் வருஷா வருஷம் அய்யாவின் கூலி நெல் வந்து இறங்கிக் கொண்டுதான் இருக்கிறது. இது அய்யாவின் மனசு. செல்லாண்டிக்கும் தினசரி அய்யாவைப் பார்க்கவேண்டும். ஏதோ, அய்யாவைப் பார்த்தோம், ஜம்பமாக சாப்பாடு கீப்பாடு முடித்துக் கிளம்பினோம் என்றில்லை. அய்யா கூடவே இருப்பான். அப்படி இருப்பதில் ஒரு சந்தோஷம்! வயிறு நிறைஞ்சா போதுமா? மனசு நிறைய வேண்டாமா?

வாசலில் நிழலாடியது. அலர்மேலு தலையை உயர்த்திப் பார்த்தாள். நவ்வாப்பழம் விற்கின்றவள், மெல்ல தலைச்சுமையை இறக்கி வலப்பக்கத் திண்ணையில் வைத்தாள். 'பாப்பா' என்று

மெல்லக் கூவினார். நடுங்கும் குரல். அக்குரல் அலர்மேலுவை எட்டவில்லை. மீண்டும் தலையை மட்டும் உயர்த்திக் கூவினாள். அலர்மேலு ஒரு செம்பில் மோர் எடுத்துக்கொண்டு போனாள். அலர்மேலுவைப் பார்த்ததும் விசுக்கென்று ஒருமுறை விசும்பிவிட்டு முகத்தை மூடிக்கொண்டாள். அலர்மேலு பேயறைந்தாற்போல் நின்றாள். இந்த மூன்று மாதத்தில் இப்போதுதான் அலர்மேலு திண்ணைக்கு வருகிறாள். அய்யா இல்லாத திண்ணையைப் பார்க்கச் சகிக்கவில்லை. திண்ணை மட்டுமல்ல; தெருவே அப்படித்தான் இருந்தது. நவ்வாப்பழக்காரி ஒரே தாவாய் தாவி அலர்மேலுவின் இடுப்பைப் பிடித்துக் கொண்டாள். அந்தப் பிடி எதையோ சொல்லிற்று. இதுவரை அலர்மேலு விரல் நுனியைக் கூடத் தொட்டதில்லை. மோரோ, தண்ணீரோ வாங்கும்போதுகூட தன் உடல் அலர்மேலுமேல் பட்டுவிடாது ஜாக்கிரதையாக இருப்பாள். இன்று அவள் முழு உடலும் அலர்மேலுமீது பட்டது. வார்த்தையில் சொல்லமுடியாத ஏதோ ஒன்றை அவள் பிடி சொல்லிற்று. அலர்மேலுக்கும் அது ஆறுதலாக இருந்தது. நவ்வாப்பழக்காரிக்கு அது போதவில்லை. நெஞ்சில் பொங்குவதைக் கொட்ட வேண்டும். என்ன நினைத்தாளோ என்னவோ, இடதுபக்கத் திண்ணையை ஒருமுறை திரும்பிப் பார்த்துவிட்டுப் பெரிதாக அழக் கிளம்பிவிட்டாள். சட்டென்று தண்டட்டி ஆட, தலையசைத்துக் கொண்டே தேம்பினாள். அலர்மேலு உதட்டில் விரலை வைத்துப் பேசாமல் இருக்கும்படி ஜாடை காட்டினாள்.

"அட, நீசப்பயலே..."

"ப்ச்..."

"மனசு கேக்கலை தாயி. இந்த ஊர்லெ இனி மழை பெய்யுமா?"

"வேண்டாம். எதுவும் பேசவேண்டாம்."

"கேக்கலை தாயி. மனசு கேக்கலை. நான் நவ்வாப் பழம் விக்கிறவதான். எனக்கும் மனசு இருக்கு, அய்யா உதட்டுலெ ஒரு பழம் விழுகுகிறதுக்குள்ள அந்தப் பாவி வயித்துலெ பத்துப் பழம் இறங்கிடுமே. அம்புட்டும் அய்யா ரத்தம் தாயி. எப்படித்தான் மனசு வந்துச்சு. இப்படியும் ஒரு மனுசப்பிறவியான்னு வந்திருச்சு." என்று காறித் தெருவில் உமிழ்ந்தாள்.

"மோர் குடி"

சட்டென்று அலர்மேலுவின் கையை எடுத்து, நெஞ்சில் வைத்துக்கொண்டாள்.

"இதுக்கெல்லாம் அலாதியான மனசு வேணும் தாயி. பட்டுனு எல்லோருக்கும் சொல்ல வராது. தன் வலியைத் தாங்கிக்கிட்டு,

அடுத்தவங்களை தடவிக் கொடுக்க எல்லோராலயும் முடியாது. அப்படியே உனக்கு அய்யா மனசு தாயி. மல்லிகைப் பூ மனசு. இப்ப நான் சொல்றேன் தாயி! நான் வாழ்ந்து கெட்டவள், சொன்னா பலிக்கும். அவன் உருப்படவே மாட்டான். நாறப் பிணமாப் போவான். நீ வேணா பாறேன்..."

"வேண்டாம். அப்படி எல்லாம் பேசவேண்டாம்."

"அம்மா எப்படி இருக்கு?"

"தூங்குது."

"அவங்க முகத்தைப் பார்க்க எனக்குத் தெம்பு இல்லை."

அவளால் பேசமுடியவில்லை. கண்களில் தண்ணீர் தேங்கிவிட்டது. சட்டென்று கூடையை எடுத்துத் தலையில் வைத்துக் கொண்டு நடந்தாள். அலர்மேலு அந்த வெற்றுத்திண்ணையை நிதானமாக ஒரு பார்வை பார்த்துவிட்டு வீட்டிற்குள் சென்றாள்.

அன்று மதியம் மூன்று மணி இருக்கும். அய்யா பட்டாசாலையில் படுத்திருந்தார். சுள்ளென்று அடித்துக்கொண்டிருந்த வெயில் சட்டென்று தணிந்தது, மெல்லிய இருள் படர்ந்தது. விளக்கை அணைத்ததுபோல வீட்டிற்குள் இருள். கடகடவென்று எங்கோ வானம் உருண்டது. ஜில்லென்ற மழைக்காற்று. கூடவே மண் வாசனை. அய்யா அதை அனுபவித்துக்கொண்டே படுத்துக் கிடந்தார். தூக்கமில்லை. மயக்கம், மிதமான மயக்கம். அப்போது கொல்லைக்கதவு படக்கென்று திறந்தது. செல்லாண்டி வந்தான்.

"அய்யா" என்று ஒரு குரல். அது குரலல்ல; ஏறக்குறைய அலறல்.

"யாரது?"

""செல்லாண்டியா"

அய்யா சட்டென்று எழுந்துவிட்டார்.

"என்னப்பா?"

"நம்ம வயல்ல எவனோ தீ வெச்சுட்டான்யா..."

"என்ன சொல்றே?"

"ஆமாம்யா. எவன்னு தெரியலை. வெளஞ்ச வயல்ல தீயை வெச்சுட்டுப் போயிட்டான். அம்புட்டும் போச்சு, வரப்பு முழுதும் பெருச்சாளிங்க செத்துக் கருகிக்கிடக்குது."

வீடு மொத்தமும் பதறியது. நேற்றுத்தான் அறுப்புக்கு நாள்

குறித்தது. அய்யா பதட்டம் காட்டவில்லை. நிதானமாக, வட்டக் கழுத்து ஜிப்பாவை எடுத்துப் போட்டுக்கொண்டார். யாரிடமும் எதுவும் பேசிக் கொள்ளவில்லை. படியிறங்கிவிட்டார்.

"அய்யா அரிவாளை எடுத்துக்கிடுவோம்."

"எதுக்கு?"

"சும்மா ஒரு ஆதரவுக்கு..."

"வேண்டாம் செல்லாண்டி."

"வெச்சுக்கலாம்யா."

"அது மரம் வெட்ட வாங்கியது!"

"இருக்கட்டும். ஒரு கையாதரவுக்கு இருக்கட்டும்!"

"சரி. உன் பிரியம்."

"ஆச்சி, அந்த வீச்சரிவாளை இப்படிக் கொஞ்சம் எடுங்க." இதைச் சொல்லும்போது அவன் குரல் நடுங்கிற்று. பார்வை தடுமாறி தத்தளித்தது.

அலர்மேலுதான் பரண்மீது இருந்த அரிவாளை எடுத்தாள். பளபளவென்ற ஒளி காட்டியது. செல்லாண்டி அதை வாங்கிக் கோணிப்பையில் சுற்றிக்கொண்டபின், அய்யா முன்னேநடக்க பின்னாடியே தொடர்ந்தான். வடக்குத்தெரு தாண்டி, ராசு செட்டியார் வாழைத் தோட்டத்திற்குள் புகுந்து, நாகுப் பிள்ளை புளியந்தோப்பு வழியாகச் சென்றார். மற்றநேரமெனில், நாகுப் பிள்ளை தோட்டத்திற்குள் நுழைந்ததுமே மனம் குதிபோடத் துவங்கிவிடும். வரப்பில் நந்தியாவட்டமும் வாடாமல்லியும் கண்ணைப் பறிக்கும். வழிநெடுகிலும் புளியம் பூ. கொத்துக்கொத்தாய் கொட்டிக் கிடக்கும். இப்போது மனது ஏனோ இதையெல்லாம் தொடவில்லை. பொன்நிறமான நெற்கதிர்களில்தான் வயலை நெருங்க நெருங்க அவர் நடையில் வேகம். தோப்பைக் கடந்ததும் வாய்க்கால் வரும்.

வாய்க்காலில் கால் வைத்ததும் அய்யா குனிந்து உள்ளங்கையில் நீரைஅள்ளி வாயில் போட்டுச் சுவைப்பார். இது அவர் வழக்கம். செல்லாண்டியும் அந்தத் தருணத்திற்காகத்தான் காத்திருந்தான். வாய்க்கால்மேட்டைத் தொட்டதுமே, செல்லாண்டி, அரிவாளைச் சுற்றியிருந்த கோணிச்சாக்கை உருவி எறிந்துவிட்டான். அய்யா, வாய்க்காலில் கால்வைத்ததும் தடுமாறினார். அவரைப் பதட்டம் தொற்றிக்கொண்டது. நான்கு எட்டு வைத்ததும் குனிந்து நீரை அள்ளினார். அதுதான் தாமதம். செல்லாண்டி அரிவாளை ஓங்கி

அய்யாவின் கழுத்தை நோக்கி இறக்கினான். அய்யா, சட்டென்று நிமிர குறிதவறி, இடதுதோளில் இறங்கிவிட்டது. தகதகவென்று கண்ணாடிமாதிரி ஓடிக்கொண்டிருந்த நீர் நொடியில் கலங்கி நிறம் மாறிற்று. அய்யாவின் அலறலில் வயல்வரப்புகளில் இருந்த கூட்டமெல்லாம் கூடிற்று. செல்லாண்டி, நான்கு கால் பாய்ச்சலில் வாழைத் தோட்டத்திற்குள் புகுந்து மறைந்துவிட்டான். அய்யாவை மதுரை பெரியாஸ்பத்திரிக்கு தூக்கிக்கொண்டு போனார்கள், தலைதப்பியது. ஆனால் இடது கைதான் சுத்தமாகப் போய்விட்டது. கையை எடுத்துவிட்டார்கள். இன்னும் ஆஸ்பத்திரியில்தான் இருக்கிறார்.

செல்லாண்டியை போலீஸ் தேடியது. ஊர் முழுக்கச் சல்லடை போட்டது. தோட்டம் துரவு, வீடு வாசல் என்று ஒவ்வொரு இடமாய் சல்லடைபோட்டது. ஆள் சிக்கவில்லை. அப்போதே தெரிந்துவிட்டது, இது அவன் சாமார்த்தியமல்ல; யாருடைய சாமர்த்தியத்திற்கோ இரையாகிவிட்டான். செல்லாண்டி அரிவாளோடு அய்யாமீது பாய்ந்ததற்கு வேறுஅர்த்தம். திருநெல்வேலியில் போனவாரம் ஒரு கலவரம். ஜாதிக் கலவரம், அதன் எதிரொலிதான் இது. இந்த ஊரிலும் ஒற்றுமையைக் குலைக்க வேண்டும். தாயாய், பிள்ளையாய் இருக்கும் ஜனங்களை அக்குவேறு ஆணிவேறாகப் பிரித்துப்போட வேண்டும். ஆணிவேர் எங்கே என்று தேடினான். ஆணி வேரில் கைவைத்தால் மொத்த மரத்தையும் சாய்த்துவிடலாம் என்ற எண்ணம். செல்லாண்டியை தேடிப்பிடித்து காரியத்தில் இறங்கியிருக்கிறான். இது, ஒருநாள் வேலையல்ல. கொஞ்சம் கொஞ்சமாக செல்லாண்டியின் மூளையை துவைத்து எடுத்திருக்கிறான். அவன் மனசை சாராயம் ஊற்றி கழுவி அனுப்பியிருக்கிறான். அவன் யார் என்றுதான் தெரியவில்லை. அய்யா ஒருபோதும் செல்லாண்டிமீது கோபம் காட்டவே இல்லை. அவர், அவர் சுபாவப்படியேதான் இருந்தார். 'என்னை வெட்டியது என்னவோ செல்லாண்டியாக இருக்கலாம். அதில் அவன் மூளையும், மனசும் சம்பந்தப்படவில்லை என்பதுதான் எனக்கு ஆறுதல்' என்றார். ஆனால் ஊர் ஜனங்களுக்கு இதில் திருப்தி இல்லை.

அய்யா, ஆஸ்பத்திரியிலிருந்து வந்த மூன்றாவது நாள் மதியம் மூன்று மணி. தெருவே அமைதி. எல்லாம் காடு,கரை என்று போய்விட்டார்கள். அய்யா சாய்வு நாற்காலியில் அசந்து தூங்கிக் கொண்டிருந்தார். அம்மா நடைவாசலில் படுத்துக் கிடந்தாள். அலர்மேலு கொல்லைப்புற வாசலைப் பார்த்தவாறு படுத்துக் கிடந்தாள். தூக்கம் பிடிக்கவில்லை. இரண்டு குருவிகள் நிலைக் கண்ணாடியைப் பார்த்து விளையாடிக் கொண்டிருந்தன. அலர்மேலு

அதையே வேடிக்கை பார்த்துக் கொண்டிருந்தாள். அப்படியே லேசாகக் கண் அசந்துவிட்டாள். கணநேரம்தான் அசந்திருப்பாள், விழிப்புக் கொடுத்துவிட்டது. எழுந்து உட்கார்ந்தாள். அம்மாவுக்கு நல்ல தூக்கம். கையைத் தலைக்கு வைத்தவாறு உறங்கிக் கொண்டிருந்தாள். தென்னையும் வாழையும் சிறுகாற்றில் ஆடி ஆடி விளையாடிக் கொண்டிருந்தன. கொல்லைப்பக்கம் சற்று தூரத்தில் ஒரு ஓசை. கதவைப் பிறாண்டுகிறாற்போல் ஒரு ஓசை. அலர்மேலு எழுந்து அடிமேல் அடிவைத்து நகர்ந்தாள். நடு அறையில் நின்று எட்டிப் பார்த்தாள். அது நீளமான அறை. அந்தக் கோடியில் வாசல்.

வாழை, பசலைக்கொடி என்று தாண்டினால் வாசல். அலர்மேலுக்கு கால் நடுங்கிற்று. கதவு தாழிட்டிருந்தது. வளையத்தை இழுத்துவிடவும் கதவு படார் என்று திறந்தது. செல்லாண்டி நின்றிருந்தான். அலர்மேலுக்கு தொண்டை அடைத்துக் கொண்டது. கூச்சல் போடலாம். அதற்குக்கூட வாய் வரவில்லை. அம்மா விழித்துக்கொண்டு மல்லாந்தாள். அந்த நிலையிலே அவனைப் பார்த்ததும் ‘ப்பே’ என்று விழித்தாள். முகத்தில் பீதி.

“ஆச்சி...”

“...”

“வேண்டாம். முதலெ இங்கிருந்து போயிடு.”

“ஐயாவைப் பார்க்கணும்.”

“வேண்டாம் போயிடு.”

“பார்த்ததும் போயிடுறேன்.”

“இப்ப போறியா என்ன. கூச்சல்போட்டு ஊரைக் கூட்டணுமா?” அலர்மேலுவின் குரல் அலறிற்று.

அதற்குள் அம்மா, அய்யாவை எழுப்பிவிட்டாள். அய்யா வந்தார். தளர்ந்த நடை. ஒரு கையில்லாமல் மொழுக்கென்றிருந்தார்.

அய்யாவைப் பார்த்ததும் தடாரென்று நிலத்தில் விழுந்து, அவரின் காலை கட்டிக்கொண்டான். “அய்யா!” சட்டென்று காலை நகர்த்த முயன்றார். முடியவில்லை. அவன் பிடித்துவிட்டான். வெகுநேரம் வரை அவன் எழுந்திருக்கவில்லை. எழுந்ததும் கண்களை துடைத்துக் கொண்டான். அவன் முகமே மாறியிருந்தது. உதடு தடித்து வெளுத்திருந்தது. தாடையில் அடிபட்டிருந்தது. கை, கால்கள் எல்லாம் சிராய்ப்பு. அடிக்கடி அழுதான். அவன் வாய் வார்த்தையாக ஒன்றும் பேசவில்லை. வெகுநேரம் வரையிலும்

அய்யாவின் கால்களைப் பிடித்துக்கொண்டே இருந்தான். அதுவே அவனுக்குத் திருப்தி. எல்லாம் பேசிவிட்டாற்போல் ஒரு திருப்தி. அய்யாவின் முகம் பார்ப்பதும், அழுவதுமாகவே அந்தக் கணத்தைக் கழித்தான். அய்யாவும் ஒன்றும் பேசவில்லை. இப்படி ஒரு தருணத்தில் என்ன பேசமுடியும்? அவர் கண்களும் மூக்கும் மலர்ந்தன. மேல்துண்டில் முகத்தை துடைத்துக் கொண்டார்.

"சாப்புடுறீயா?"

அவன் சட்டென்று அய்யாவின் முகத்தை நிமிர்ந்து பார்த்தான். ஒரு கணம்தான் பார்வை. அதற்கு அவனால் முடியவில்லை. கண்களை தொங்கப் போட்டுக் கொண்டான். ஒரு கணம் அமைதி. திடீரென்று விசும்பினான். மண்டியிட்ட நிலையிலேயே அவன் உடல் குலுங்கிற்று. ஆவேசம் வந்தாற்போல் உடல் ஆடிற்று.

'சாதம் சாப்பிடறீயா?'

பதிலில்லை.

அய்யா அலர்மேலுவைப் பார்த்தார். அவள் அடுப்பறைக்குச் சென்று சாதம் எடுத்துவந்தாள். கொல்லையில் வாழை இலை ஒன்றைக் கிள்ளி எடுத்தாள். இலை கழுவி சாதம் பரிமாறினாள். அவன் சோற்றில் கைவைத்தான். கை நடுங்கியது. பசியோடு சாப்பிட்டான். அய்யா, அவன் சாப்பிடுவதையே பார்த்துக் கொண்டிருந்தார். அவர் முகத்தில் ஒரு பொலிவு. ஒரு களை. அவருக்கென்றே உள்ள தனிப்பொலிவு. இத்தனை நாட்கள் இதை எங்கே ஒளித்துவைத்திருந்தார்? அய்யாவின் பழைய முகத்தைப் பார்த்ததும் அலர்மேலுவுக்கும் சந்தோஷம் தொற்றிக்கொண்டது.

*கல்கி - 22.03.1998*

## வேதவல்லி

வண்டி தயாராகிவிட்டது. குளிர், இருள் வெளுக்காத பகல். போர்வையை மேலே சுற்றிக்கொண்டு வேதவல்லி வண்டியில் ஏறி உட்கார்ந்தாள். ஜமுக்காள விரிப்பு விலகிற்று! 'அம்மாடி...' என்று பெருமூச்சு விட்டுக்கொண்டே கூட்டுவண்டித் தடுப்பில் சாய்ந்தாள். அவளுடைய பளுவில் வண்டி அசைந்து கொடுத்தது. வண்டிக்காரன் வேதவல்லியின் முகத்தைப் பார்த்தான். 'ம்' என்று ஒரு குரல். வண்டி கிளம்பிற்று. ஊர் முழுவதும் உறக்கத்தில் இருந்தது. வண்டி மட்டும் மண்ணை அரைத்துக்கொண்டு சென்றது. ஊரைத் தாண்டி ஒற்றை வாய்க்கால் மேடு ஏறி வண்டி வேகமெடுத்திற்று. வண்டிக்காரன், கழுத்தை பக்கவாட்டில் சாய்த்து வேதவல்லியைப் பார்த்தான். இப்பத்தான் அவளைச் சற்று விபரமாகப் பார்க்க முடிகிறது. நிலாத் தெறிப்பில் அந்த முகம்! 'யப்பா!' தினசரி அவளை பார்க்கத்தான் செய்கிறேன். அவன் மனத்திற்கும் பார்வைக்கும் எட்டாத எவ்வளவோ விசயங்கள் அந்த முகத்தில் புதைந்து கிடப்பதுபோல் ஒரு எண்ணம். அந்த முகத்தை ஒரு கணம், ஒரே கணம் நிதானமாய்ப் பார்த்தால் எதையோ தட்டி எழுப்பி விழிக்கப் பண்ணிவிடும். அவனுக்கு அதுபோல் எல்லாம் பார்த்துப் பழக்கமில்லை. ஏதோ வேடிக்கைமாதிரிதான் பார்ப்பான்.

வண்டியின் வேகத்திற்கு ஏற்ப பாதை நீண்டுகொண்டேதான் இருந்தது. பக்கவாட்டில் இரு கரையிலும் கோடுமாதிரி தென்னைகள் நீண்டு வளைந்து காற்றில் மிதந்துகொண்டிருந்தன. வளைந்து நெளிந்த வைகையின் நீர் விளிம்பு நிலா வெளிச்சத்தை வாங்கி தகதகத்துக் கொண்டிருந்தது. திட்டுத்திட்டாய் தோப்புகள். தோப்புகளுக்கிடையே அங்கங்கே வீடுகளின் கூரைகள், ஓலைமுடைகள். இன்னொருபக்கம், கண்ணுக்கெட்டிய தூரத்தில்

தொடுவானத்தில் புலிக்கோடுகள். முக்கால் இருளுக்குள்ளிருந்து மாட்டின் கழுத்து மணி ஓசை.

"அம்மா தூங்கியாச்சா?"

"என்ன வேணும்?"

"தூங்கிட்டீங்களோன்னு பார்த்தேன்"

"நிரந்தரமா ஒரு தூக்கம் வரணும்"

"ஏன் ஒருமாதிரியா இருக்கீங்க?"

"நான் இருக்கேனா?" அவனுக்கு அந்தப் பீடிகை புரியவில்லை.

"உடம்புக்கு முடியலையாம்மா?"

"செத்துட்டா தேவலை மாயாண்டி!"

"ஏம்மா இப்படி..."

"உசிரோட இருந்தது போதும்னுதான்."

"அர்த்தமில்லாம ஏதாவது பேசாதீங்க..."

"எல்லாம் அர்த்தத்தோடயா நடக்குது..."

மாயாண்டி கண்ணை மூடிக்கொண்டான். இடதுகாலை மாட்டின் பின்புறம்விட்டுத் தூண்டினான். மாடுகள் துள்ளின. வண்டியின் வேகம் கூடிற்று! மாயாண்டிக்கு வேதவல்லியை இருபது வருஷமாய்த் தெரியும். தெரியும் என்றால் முகம் கொடுத்துப் பார்த்தது கிடையாது. எதிரும்புதிருமாய் நின்று ஒரு வார்த்தை பேசியது கிடையாது. வேதவல்லி என்று மட்டும் தெரியும்! சோழவந்தான் முழுக்கத் தெரியும். தென்கரை, பேட்டை, திருவேடகம் என்று சூறாவளியாய் சுழன்ற பேச்சுத்தானே வேதவல்லி! மாயாண்டி, மலைச்சாமித் தேவர் வீட்டில் ஆள்காரன். அய்யாவின் குரலுக்கு ஓடிவருகின்ற ஆள்காரன். தேவருக்கு மண் ஆசை. கிழக்கு மேற்கு வடக்கு என்று ஊர் முழுக்க வளைத்துப் போட்டுக் கொண்டிருந்தார். எது வேண்டும், எது வேண்டாம் என்றுகூட யோசிக்காமல் சகலமும் வேண்டும் என்று வாரிப்போட்டுக் கொண்டிருந்தார். காலையிலும் மாலையிலும் ஒரு ரவுண்ட் வருவார். வில் வண்டி. வெளுப்பு உடுத்தி, நெஞ்சை உயர்த்தி ஒரு உலா! இன்னும் எதை வளைத்துப் போடலாம் என்ற பார்வை! எல்லாம் மிரண்டு ஒதுங்கும், ஊர்ப் புழுதி, தென்னை மட்டை, தேங்காய் என்று மட்டுமே பார்த்து வந்த மலைச்சாமித் தேவர் ஒருநாள், மாரியம்மன் கோவிலில் ஒரு அற்புதத்தைப் பார்த்தார்.

மகமாயிக்கு அபிசேகம் முடியவில்லை. முடிந்தபிறகு

அலங்காரம் செய்துவிட்டுத்தான் சன்னதியை திறப்பார்கள். இன்னும் அரைமணி நேரமாவது ஆகும். வந்த கூட்டம் பேசிப்பேசி பொழுதை போக்கிக் கொண்டிருந்தது. மகிழ மரத்திற்குக் கீழேதான் அந்த அற்புதம். வேதவல்லி! காலை மடக்கி உக்காந்திருந்தாள். பக்கத்தில் பூஜைக் கூடை. பக்கத்து மேடையில் தமிழ்ப் பண்டிதர் ஒருவர் விருத்தத்தில் அம்பாளைப்பற்றி பாடிக்கொண்டிருந்தார். மலைச்சாமித் தேவருக்கு ஒன்றும் காதில் விழவில்லை. கண்ணிலும் படவில்லை. அவர் மனசு வேதவல்லிக்கு முன்னால் கிடந்தது. மனதில் ஏதோ ஒன்று பாய்ந்து பிடுங்கி எறிய முடியாமல் அப்படியே விழுந்துவிட்டார். அதன் பின், எப்படியோ அடிமேல் அடிவைத்து வேதவல்லியைத் தொட்டு விட்டார். வேதவல்லியின் குடும்பமும் சொல்லிக்கொள்ளும்படி ஒன்றுமில்லை. அப்பா, சின்ன வயசிலே போய்விட்டார். அம்மாவின் ஆணிவேரை ஆஸ்துமா நோய் ஆட்டிக்கொண்டிருந்தது. வேதவல்லிக்கு தேவரின் மகள் வயசு! தேவரின் சம்சாரம் முறுக்கிக்கொண்டு நின்றாலும் வெளியே மூச்சுக் காட்டவில்லை. காட்டிவிட முடியுமா? பிற்பாடு தேவர் தோட்டத்துத் தென்னையும், வாழையும், வளையல், நெக்லஸ், காஞ் சிப் பட்டு என்று மாறி வேதவல்லிக்குப் போயிற்று! தேவரின் வில்வண்டி நிரந்தரமாய் வேதவல்லி வீட்டுவாசல் நிழலிலே கிடந்தது.

வேதவல்லி வெளியே தலைகாட்டுவதே கிடையாது. எப்போதாவது அம்மன் தேர் தெருவில் வந்தால் மட்டும் மாடி ஜன்னல் திறக்கும். ஆற்றில் அழகர் இறங்குகிற தினத்தில் ஊர் ஒடுங்கியபின் ஆற்றுக்கு வந்து நீரை அள்ளித் தலையில் தெளித்துக் கொண்டு போகும். ஊர் முழுசும் இப்படி மாஞ்சுமாஞ்சு பேசுதே, எப்படியாவது அந்த அம்மாவை ஒரு தடவை பார்த்துவிட வேண்டும் என்ற ஆவல் மாயாண்டிக்கு! முடியவில்லை. தேவர் அந்த ஊரில் இருக்கும் வரை அது முடியவில்லை. தேவர் பிள்ளைகள் எல்லாம் வளர்ந்து ஆளானார்கள். தேவருக்குத் தளர்வு கண்டது. நிலத்தை வித்துப் பணமாக்கி அது பட்டணத்துத் தெருக்களில் பஞ்சாலையாய், பங்களாவாய் மாறிற்று. மதுரையில் வீடு. பேருக்கு கொஞ்சம் விவசாயம் மட்டும் சோழவந்தானில் இருந்தது. மற்றபடி, எல்லாம் வேரோடு மதுரைக்குப் பிடுங்கிக்கொண்டு போய்விட்டார்கள்.

தேவரும் மதுரைக்கு மாறிவிட்டார். வேதவல்லி மட்டும் சோழவந்தானில் பெரிய தெருவில் இருந்தாள். பழைய காலத்து வீடு, கலர் மங்கி, காரை பெயர்ந்து இருக்கும். ஆரம்பத்தில் தேவர் கொஞ்சநாள் வந்து போய்க்கொண்டிருந்தார். பிற்பாடு முடியவில்லை.

வேதவல்லியை மதுரைக்கு வரச் சொல்லிவிட்டார். அவர்

மனசுப்படி ஒரு நாளோ, இரண்டு நாளோ தேவரோடு இருந்துவிட்டுத் திரும்ப வேண்டும். மாயாண்டிக்கு இதுதான் வேலை. கூட்டு வண்டி. இரண்டு மச்சக்காளைகள். வேதவல்லி - இதுகளை மேற்பார்வை செய்யவேண்டும். வேதவல்லிக்கு உதவியாய் இருக்கவேண்டும். தேவர் தகவல்சொல்லி அனுப்பினால் வண்டியைப் பூட்டிவிட வேண்டும். ஆர்ப்பாட்டமில்லாது நடுச்சாமம் கழிந்தவுடன் வண்டி கிளம்பிவிட வேண்டும்.

"மாயாண்டி..."

"அம்மா."

"எதுக்கு இவ்வளவு வேகம்?"

"பொழுது வெளுத்திட்டு வருதே!"

"வண்டியை நிறுத்து மாயாண்டி..."

"எதுக்குமா!"

"வேண்டாம். மதுரைக்குப் போக வேண்டாம்."

"அம்மா."

இப்படியே இந்த ஆத்துத்தண்ணியிலே என்னை எறக்கி விட்டிடுப்பா. நான் போய்ச் சேந்திடுறேன்..."

"எதுக்கு இப்படி எல்லாம் பேசனும்."

"தேவர்தான்."

"அவர் தெய்வம்மா!"

அவள் மூச்சடங்கிப் போனது. எதுவும் பேசவில்லை. வண்டி நகர்ந்தது. வெகுநேரம் வரையிலும் எந்தப் பேச்சுமில்லை. மாயாண்டி மெல்லத் திரும்பிப் பார்த்தான். முழங்காலை கட்டிக்கொண்டு உட்காந்திருந்தாள். கண்ணை கசக்கிக்கொண்டு, போர்வையை இழுத்துப் போர்த்திக்கொண்டாள். உலகமே இதுதானே! காரணமே தேவையில்லை. காசு, பணத்தைக் கண்ணில் காட்டிவிட்டாலே அவன் கடவுள். மலைச்சாமித் தேவர், கடவுள் என்று யார் சொன்னது? உன் கண்ணுக்குப்பட்டது வரை, மனசு அறிஞ்சவரை மலைச்சாமித் தேவர் கடவுள். இதயம் திறந்து சொல்கிறேன். தேவர் கடவுள் இல்லை. அவருக்கு ஒண்ணே ஒண்ணுதான் குறி. எப்படியேனும் ஜெயிக்க வேணும். எதையேனும் ஜெயித்துவிட வேண்டும். குறுக்கு வழி என்ன? ஒரே வெறி! அது மனுஷ வெறியே அல்ல! வேதவல்லி நெஞ்சில் வேதனையைச் சுமந்தாள். மாயாண்டி தன் கன்னத்தைத் தடவிக்கொண்டான். அடுத்த ஊர் எல்லை

வந்தது. வயலோரம். உச்சந்தலைக்கு நேரே நிலாவின் வெளிச்சம் தெறித்தது. தற்செயலாக வேதவல்லி பக்கம் திரும்பினான். இருட்டில் முகபாவங்கள் தெரியவில்லை. ஆனாலும் இந்தப் பயணத்தில் அவள் மனசு அலுங்கிக்கொண்டிருப்பது தெரிந்தது!

"மாயாண்டி?"

திரும்பினான்.

"பலி கொடுக்கவா போறே?"

"எதை?"

"என்னை. உன் தெய்வத்திற்கு தேவரைத்தான் சொல்றேன்!"

அவனுக்கு மூச்சு வாங்கிற்று!

"தேவருக்கு வெற்றிக் கிறுக்கு, மாயாண்டி."

"அப்படினா?"

"எல்லாம் ஜெயிச்சாச்சுனு தலையிலெ வந்து ஏறிக்கிடுச்சு..."

"கொஞ்சம் கோபப்படுவார்."

"கொஞ்சமா? மூக்குவழியே ஆவி பறக்கிற கோபம். அப்படியே மேலே விழுந்து பாம்பு, பூச்சியாய், பிடுங்கி எடுத்துவிடுவார்."

"கடவுளே!"

"இதுமட்டும்னா தாங்கிடலாம், இதுபோல பூட்டிவெச்சிருக்கேன் தெரியுமா?"

மாயாண்டிக்கு நா எழவில்லை.

வண்டியின் வேகம் குறைந்திற்று. மாயாண்டிக்கும் சொல்ல எவ்வளவோ இருக்கிறது. அதையெல்லாம் சொல்லவா முடியும்? மூன்று வேளையும் உப்புப் போட்டு சோறு போடுகிறார் தேவர். வாலை ஆட்டிக்கொண்டு வாசலில் நிற்கவேண்டியதுதான். கூப்பிட்ட குரலுக்கு அவர்முன் போய் குனிந்து, நிமிர்ந்து நிற்க வேண்டியதுதான். மாயாண்டியின் சம்சாரம் கோபித்துக்கொண்டு போனதற்கு இதுதான் காரணம். உனக்குத் தேவர் வீட்டு வாசலே போதிமரம் என்றால், நான் எத்தனை நாளைக்கு உத்திரம் பார்த்துக் கொண்டு உக்கார்ந்திருப்பது? அடுப்பில் உலை ஏற வேண்டாமா? உன் பசி அடங்கினால் போதுமா? எனக்கும் பிள்ளைக்கும் பசி வயிற்றை அறுக்கிறதே! அவள் கைக்குழந்தையுடன் படியிறங்கிவிட்டாள். அப்பன் வீட்டில் ஆண்டிபட்டியில் களைவெட்டி, கழனி பார்த்து வயிற்றை நிரப்பிக்கொண்டிருப்பதாகத் தகவல். நீண்ட நாட்களுக்குப் பிறகு ஒரு நாள், ஆவல் தாங்காது தான் தேவரிடம்

கேட்டான்: ‘அவளைப் போய் கூட்டியாந்திரட்டுங்களாய்யா?’ அவருக்கு முன்நெற்றிப் புருவம் இணைந்து மூக்கு சிவந்துவிட்டது, “அவதான் ஓடுகாலி, ஓடிட்டாளே! போன முண்டையை எதுக்குக் கூப்பிடனுங்கிறே! உனக்கு நான் சோறு போடலையா?” அந்தக் குரலில் ஆவல் அத்தனையும் அடங்கிப் போயிற்று! அதற்குப் பிற்பாடு அந்தப் பேச்சே எழவில்லை. அவளும் வரவில்லை. அவளுடைய நினைப்பும் கரைந்து போயி தேவர்தான் தெரிகிறார்-தெய்வமாய்த் தெரிகிறார்.

“மாயாண்டி வண்டியை நிறுத்து!”

வண்டி நின்றது.

“என்னை விட்டுடு.”

“என்னம்மா சொல்றீங்க!”

“உறவுன்னு ஒன்னு வேணும் மாயாண்டி. அது உயிருள்ள உறவா இருக்கணும். அப்பத்தான் வீடு களை கட்டும். வீடுன்னா என்னன்னு புரியும்! நாள், கிழமை, பண்டிகை அர்த்தமாகும், காலை, மாலை, இரவுங்கிறது, சாப்பிடுறதுக்கு மட்டும்தான்னு இல்ல. நீயும் நானும் அப்படித்தான் இருக்கோம்.”

“கடவுளே!”

“இந்தா மாயாண்டி, என் நகை நட்டு எல்லாம் இந்தப் பையிலே இருக்கு. நாற்பது பவுன்கிட்ட இருக்கும். எல்லாம் வாரிச்சுருட்டி எடுத்து வெச்சிருக்கேன். கொண்டு போ. குடும்பம் குட்டின்னு இரு. என்னை இந்த ஆற்றில் இறக்கிவிட்டிரு.”

அவள் கையில் நகைப் பை. மாயாண்டிக்கு வாயடைத்துப் போனது. ஆடி மாத வைகை கரை புரண்டுகொண்டிருந்தது. உடலெல்லாம் வெடவெடவென்று ஆடியது. அவளையே பார்த்துக்கொண்டு நின்றான். அவள் கண்ணீர் மாலைமாலையாய் உதிர்ந்துகொண்டிருந்தது. அவன் மனமும் அன்றிரவில்தான் விழித்திருக்கிறது.

திடுமென வண்டி குலுங்கிற்று!. வேதவல்லி கீழே இறங்கிவிட்டாள். மாயாண்டியின் கண்கள் ஆச்சரியத்தில் விரிந்தது. பதட்டத்தில் “அம்மா... அம்மா... அம்மா...” என்று கூவினான்.

“மாயாண்டி!”

“என்னம்மா இது!”

“இந்தப் பையிலெ இருக்கிற நகை நட்டுகளை எடுத்துட்டுக் கிளம்பு. எங்காவது போயிடு. இன்னும் எத்தனை நாளைக்கு

இப்படியே இருக்கப்போறே! ஒருவழியில் நீயும் நானும் ஒண்ணுதான். யோசனை பண்ணிப்பார், புரியும். நான் இதுநாள் வரை உன்னோடு இவ்வளவு பேசினது இல்லை. ஏன், உன்னைப்பற்றிக்கூட எனக்குத் தெரியாது. நாம் இருவரும் ஒருவரைப்பத்தி ஒருவர் தெரிஞ்சுக்க அவசியமில்லை. என்ன யோசனை? ஊர் என்னைப்பற்றி எவ்வளவு கேலி பேசியிருக்கும் தெரியுமா? மத்தவங்களுக்கு என்னைப் புரிஞ்சுக்க முடியலே! கேலி, கிண்டல்தான் மிச்சம். கேலி பண்ணுகிறார்களே தவிர, அதைத்தாண்டி என்னைப்பற்றி யோசிப்பதில்லை. நான் குணம் கெட்டு, வழிதப்பினவ இல்லை. இது யாருக்குப் புரியப்போவுது? மாயாண்டி, மலைச்சாமித் தேவர் இருக்கிற இந்த உலகத்துலெ இனி என்னால் இருக்க முடியாது. என் வழியில் என்னை விட்டுடு...”

சரக்கென்று சாலையைத் தாண்டி இடதுபக்க வயல் காட்டு வரப்பில் நடந்து ஆற்றுக்கு ஓடினாள். பின்னாடியே மாயாண்டி பதைபதைப்பாய் ஓடினான். தாழம் புதருக்குள் நுழைந்து ஆற்றில் இறங்கிவிட்டாள். ஆற்றில் தண்ணீர் திமிறிக்கொண்டு ஓடிற்று. கால் வைத்தவளை ‘பளார்’ என்று உள்ளே இழுத்துக்கொண்டது. ‘டப் டப்’ என்று, கை உதறிய சப்தம் மட்டும் கேட்டது. மாயாண்டி அடித்தொண்டையிலிருந்து ஒரு அலறல் மட்டும் வெளிப்பட்டது. வெளிச்சம் இல்லை, அவனால் ஒன்றும் பண்ண முடியவில்லை. சிறிதுதூரம் வரப்புவழியே ஆற்றைப் பார்த்துக்கொண்டு ஓடினான். பின்பு திரும்பிவிட்டான்.

இனி தேவர் கேட்டால் என்ன சொல்வது? தேவர் உலுக்கி எடுத்துவிடுவார். மாயாண்டிக்கு மனசு பிடுங்கி எடுத்தது. இனி, என் திசை எது? பேசாமல் நாமும் ஆற்றில் இறங்கிவிடலாமா? எனக்கு எதுவுமே தெரியாது என்று கண்ணை மூடிக்கொண்டு ஆற்றில் இறங்கிவிடலாமா? ‘கங்காதேவியே என்னை ஏற்றுக்கொள்’ என்று பணிந்துவிடலாமா? இல்லை, வண்டியைத் திசைதிருப்பி ஓட்டிச் செல்லலாமா? எங்காவது, தூரதேசமாய்ப் போய்விடலாமா? தேவருக்குத் துப்பு கிடைத்துவிடும். எப்படியாவது தேடிப் பிடித்து விடுவார். அது மிகவும் அசிங்கமாகிவிடும். ஊர் கூடி, உறவுச்சனங்கள் தலைகுனிய சந்தி சிரிச்சுப் போயிடும். வேண்டாம்! அப்படிப் போக வேண்டாம். கடவுள்மீது பாரத்தைப் போட்டு வண்டியை மதுரைக்கே ஓட்டிச் செல்லலாம். தேவரின் முறுக்குமீசையும், புலிக் கண்ணும் படபடக்கிற பாய்ச்சல் உடம்பும் பயம்காட்டிற்று. தேவருக்கு என்ன பதில் சொல்லப்போகிறோம். இப்பவே உதடு ஈரம் உலர்ந்து ஒட்டிக்கொண்டது. நகை இவ்வளவுதான் கொடுத்தாளா? மீதி எங்கே? அவள் ஆற்றில் இறங்குறது வரை

என்னடா பண்ணின? வேடிக்கையா பார்த்துக்கொண்டிருந்தே! இல்லை, நகைக்கு ஆசைப்பட்டு, நீயே கழுத்தை முறித்து சுழலில் தள்ளிவிட்டுட்டியா? எத்தனை சாட்டையடி விழப்போகிறதோ! உயிரை கையில் பிடித்துக்கொண்டு மாயாண்டி வண்டியைக் கிளப்பினான்.

மதுரைக்குள் நுழைவதற்கும் பளபளவென்று விடிந்து, வெள்ளை நரையாய் வெயில் விழுவதற்கும் சரியாக இருந்தது. முதல் தெருவிற்குள் நுழைந்து, பிள்ளையார் கோவில் வளைவில் திரும்பி, தேவர் வீடு உள்ள தெருவில் திரும்ப ஒரே கூட்டம். வண்டி உள்ளே நுழைய முடியவில்லை. இந்தக் கோடிக்கும் அந்தக் கோடிக்குமாய் கூட்டம் ஓடிக்கொண்டிருந்தது. மாயாண்டி வண்டியை ஒரு ஓரமாய் நிறுத்தினான். கீழே இறங்க முடியவில்லை. உடல் உதறலெடுத்திற்று. இடக் காளையை விலக்கி, மாட்டின் முதுகில் கையூன்றி மெல்ல கீழே குதித்தான். தேவர் வீட்டில்தான் கூட்டம். அழுகையும் அரட்டலுமாய் ஜனங்கள் ஓடிக்கொண்டிருந்தன.

“என்னஙகையா கூட்டம்?”

“மலைச்சாமித் தேவர் போயிட்டார். திடீர்னு ராத்திரியிலே நெஞ் சுவலின்னாராம். மாரடைப்புதான். டாக்டரை கூட்டியாரதுக்குள்ள உசிரு பிரிஞ்சிடுச்சாம்...”

*கல்கி - 03.03.1998*

# சந்திப்பிழைகள்

'தண்டபாணி சார்... போன்' என்று குரல் வந்தது. தண்டபாணி புரூப் படிப்பதில் மூழ்கிக் கிடந்தார். கண்ணும் மனசும் அதில்தான் இருந்தது. கேட்டவுடன் தொலைபேசி இணைப்பு. 'தொலைத்தொடர்பு துறையில் இந்தியா சாதனை' நாலு காலச் செய்தி. தலையைக் குனிந்து ஃப்புரூப் திருத்திக் கொண்டிருந்தார். 'தண்டபாணி சார்... போன்' மீண்டும் அந்தக் குரல். அது சப்-எடிட்டரின் குரல். ரிசீவரை மூடிக்கொண்டு, தலையை உயர்த்தி உடலை லேசாகத் தூக்கி 'உங்களுக்குத்தான் வாங்க...' என்றார், தண்டபாணி திடுக்கிட்டார். 'எனக்கா?' என்பதுபோல ஒரு பார்வை.

"அவுட் கமிங் கால்"

"எனக்கா ?"

"ஆமா வாங்க..."

வேகமாக வந்து, ரிசீவரை வாங்கினார். இடது கையை டேபிளில் ஊன்றிக்கொண்டார். உடலை லேசாக வளைத்து 'ஹலோ...' என்றார். நடுங்கும் குரல். அவருக்கு வெளியில் இருந்து போன் வருவது அபூர்வம். இண்டர்காமில் யாராவது கூப்பிட்டால்தான் உண்டு. திடீரென்று அவுட்கமிங் கால் என்றவுடன் நிலை புரியவில்லை.

"ஹலோ..."

"அப்பா நான்தான்!"

"யாரு"

"அப்பா நான்தான். திருவான்மூர்லெ இருந்து பேசுறேன்"

"என்ன பாப்பா?"

"நம்ம வூட்டுக்கு டெலிபோன் டிபார்ட்மெண்ட்காரங்க வந்திட்டுப் போனாங்க."

"என்னவாம்? "

"போன் கொண்டாந்தாங்க..."

"மாட்டிட்டாங்களா?"

"இல்லை. நீங்க வரணுமாம். அம்மா வரச்சொல்லுது."

"நான் எதுக்கடியம்மா...?"

"எங்க மாட்டச் சொல்ல..."

"உள்ரய மாட்டட்டும்"

"ஒரு நிமிசம்பா" என்று, மறுமுனை மௌனமாயிற்று. குறுக்கே மற்றொரு குரல். தண்டபாணியின் மனைவி.

"அப்பா, அம்மா உங்களை வரச்சொல்லுது."

"எதுக்குமா நான்?"

"அவங்களுக்கு எதுனா கொடுக்கணுமாம்."

"டீ, காபி தரட்டுமே..."

"இல்லை. பணம்."

"ஐம்பது கொடுங்களேன்."

சட்டென்று மகளிடமிருந்து ரிசீவர் பிடுங்கப்பட்டது. தண்டபாணியின் மனைவியே பேசினாள்.

"இதா பாருங்க. அரை நாள் லீவு போட்டுட்டு வாங்களேன். நாலைஞ்சு ஆம்பளைங்க வந்திட்டுப் போறாங்க. பக்கத்துலெ போயிட்டு வர்றேனுட்டுப் போறாங்க. ஐம்பதெல்லாம் வாங்க மாட்டான்."

"பின்ன எவ்வளவு கொடுக்கணும்கிறே..."

"வாங்க சொல்றேன்."

"வேலை சாஸ்திடீ. திடீர்னு வான்னா எப்படி?"

"இப்ப விட்டா அவங்களை பிடிக்கவா முடியும்?"

"என்ன மாடல் போன் கொண்டாந்தான்? நம்ம சுந்தர்ராமன் வீட்டுலெ இருக்கே அதுமாதிரியா?"

"வாங்க சொல்றேன்."

தண்டபாணி சைக்கிளை மிதித்தார். அது பழைய சைக்கிள். மிதிக்கமிதிக்க இரைச்சல் கூடிற்று. மௌண்ட் ரோடு நெரிசலில்தான் அந்த இரைச்சல். பீச் ரோட்டிற்கு வந்ததும் சிரமமில்லை. புழுக்கம் தணிந்திற்று. காற்று வந்து மோதிற்று. செல்லமாய் காதைத் திருகுவது மாதிரி காற்று. மோதிமோதித் தள்ளிற்று. எழும்பி எழும்பி மிதித்தார். சைக்கிள் வேகம் பிடித்துக்கொண்டது. மனசுக்குச் சந்தோஷமாக இருந்தது. வீட்டிற்கு டெலிபோன் வரப்போகிறது. ஒரு நாள், தன் வீட்டிலும் டெலிபோன் ஒலிக்கும் என்றெல்லாம் அவர் நினைக்கவில்லை. இது சாதாரண விசயம்தான். ஆனால் அவருக்கு அப்படியல்ல. நமக்கு சம்பந்தமே இல்லாத விசயம் என்று தூரத்தில் நிறுத்திப் பார்த்த விசயம். முப்பத்தி மூன்று வருடமாகப் பத்திரிகையில் இருக்கிறார். திசைக்கொன்றாய் டெலிபோன்கள். நிமிசத்திற்கு நிமிஷம் கூவிக்கொண்டுதான் இருக்கும். அப்படி ஒன்றை வாங்கி, தன் வீட்டிலும் வைத்துக்கொள்ள வேண்டும் என்று அவர் நினைக்கவே இல்லை. அது எல்லாம் நமக்கு சம்பந்தமே இல்லாத ஜோலி, டெலிபோன் வைத்துக் கொள்ளக்கூடிய அளவுக்கு பணத்தையும், போனில் பேசும்படியான நண்பர்களையும் அவர் சம்பாதிக்கவில்லை. அவர் வாழ்க்கை அப்படி. விழுவதும் எழுவதும், பொழுது மடிவதும், படுக்கையில் ஒடிந்து விழுவதும் இப்படித்தான் வாழ்க்கை. இடைப்பட்ட நேரம் இரை தேடுவதற்கான உழைப்பு. மாதச்சம்பளத்தில் மண்டி போட்டு உட்கார்ந்திருக்கும் வாழ்க்கை. போன டிசம்பரில் இரண்டு பதிப்பகம் சினேகம் ஆனது. ஃப்ரூப் படிக்க பாரம் கொடுத்தார்கள். பதினெட்டுப் பாரம். விடிய விடிய படித்துத் திருத்திக்கொடுத்தார். காலையில் அவர்களே வந்து வாங்கிக்கொண்டார்கள். கண்ணில் கொஞ்சம் காசும் காட்டினார்கள். அது அவருக்குச் சௌகர்யமாக இருந்தது.

"அண்ணாச்சி ஒரு போன் வாங்கப்படாதா?"

"அதெல்லாம் எதுக்கு?"

"ஒரு போன் மட்டும் இருந்தா போதாதா?"

"இருந்தா?"

"எவ்வளவோ பண்ணலாம்."

"இந்தச் சம்பளத்துலெ மூச்சுவிடவே சிரமமா இருக்கு!"

"அதான் ஒரு போன் வாங்குங்க..."

"வாங்கி?"

"எவ்வளவோ பண்ணலாம். நாலஞ்சு பதிப்பகங்களைப் பிடிக்கலாம். அவங்ககிட்ட ஒர்க் வாங்கலாம். இன்னும் பல காரியம் பண்ணலாம். வாங்குங்களேன் சொல்றேன்."

"நமக்கு அந்த சாமர்த்தியமில்லை."

"உனக்கு ஃபோன் இல்லாதது ஒரு குறை. டக்குனு காண்டாக்ட் பண்ணனும்னா முடியலை. ஆபீசுலெ சில விசியம் பேசமுடியாது. நம்ம பிரண்டு 'ஆலயதீபம்'னு ஒரு பத்திரிகை நடத்துகிறார். அவரிட்டவும் ஓர்க் வாங்கலாம். நம்மளமாதிரி ஒரு நாலு பதிப்பகம் மட்டும் ரெகுலரா இருந்தாபோதும். காலையிலே கொஞ்சநேரம். ராத்திரி கொஞ்சநேரம். மற்றபடி, முழுசா ஞாயிற்றுக்கிழமை இருக்கே. நீங்க அலையவே வேண்டாம். ஃபோனிலே எல்லாம் முடிச்சுடலாம்."

"பார்க்கலாம்!"

"என்னத்தே பார்க்கப் போறீங்க. எங்களுக்கு சௌகர்யமா இருக்கும்."

"அண்ணாச்சி இருக்கிறாரா, இல்லையான்னு தெரிஞ்சுக்கலாம். இவ்வளவு தூரம் வந்து ஏமாற வேண்டாம்."

"நான் எங்க போயிடப் போறேன்?"

"அட, வேலை முடிஞ்சுட்டதா இல்லையானாவது கேட்டுட்டு வரலாமே?"

"அதச் சொல்லு."

"ஒரு ஆயிரம் கட்டமுடியாதா?"

"பார்க்கலாம்."

மனசில் அந்த எண்ணம் திரண்டு வந்தாலும், அதில் போய் ஆயிரத்தைப் போடவேண்டுமா? என்று ஒரு மறுஎண்ணம் உண்டாகி, அதைக் கரைத்துவிட்டுப் போய்விடும். ஒருமுறை முயற்சி செய்தார். எதைஎதையோ குறைத்து, துடைத்து எண்ணூறு சேர்த்து வைத்திருந்தார். ஊரில் இருந்து ஒரு கல்யாணப் பத்திரிகை வந்தது. அடுத்து ஒரு காதுகுத்துப் பத்திரிகை வந்தது. எல்லாம் போயிற்று. மீண்டும் கையைச் சுருக்கி, வாயைச் சுருக்கி உண்டியலை நிறைத்தபோது டெலிபோன் டெபாசிட் தொகையை மூவாயிரமாக உயர்த்திவிட்டார்கள். சட்டென்று மனசு சுருங்கிற்று. விலகிவிட்டார். அவருக்கு இது ஒரு பரமபத விளையாட்டுதான். ஒவ்வொரு ஏணியாக ஏறி, இறுதியில் பெரிய பாம்பிடம் கொத்துப்பட்டு விழவேண்டியதுதான்.

மூவாயிரம் கட்டினால் உடனே டெலிபோன் இணைப்பு. காத்திருக்கவேண்டியது இல்லை. எல்லோருக்கும் இந்த ஆசை. விளிம்பில் இருப்பவர்கள்கூட பணத்தை திரட்டிக் கட்டினார்கள்.

தண்டபாணியின் மனசிலும் அந்த ஆசை திரண்டது. மூச்சைப் பிடித்துக்கொண்டு ஒரு மூவாயிரம் திரட்டிவிட வேண்டும். மற்றதை பிற்பாடு பார்த்துக் கொள்ளலாம். இன்னும் இரண்டு பதிப்பகங்களைப் பிடித்தால்போதும். இரவு இரண்டு மணி நேரம்கூட உழைக்கமுடியும். இப்போதெல்லாம் யார் விலாசம் கேட்கிறார்கள்? தேடிவந்து பேச எந்த நட்புக்கு நேரம் கிடைக்கிறது. "நம்பர் என்ன? சொல்லுங்கள்." இல்லை என்று சொன்னால் பார்வை ஏறி இறங்குகிறது. பக்கத்து வீட்டுக்காரன் நம்பரையாவது கொடுக்க வேண்டும். மற்றவர்களை தொந்தரவு பண்ணவா முடியும்?

"ஃபோன் இருந்திட்டா தேவலைதான். கேஸ்காரனைத் தேடிப் போக வேண்டாம். போன்லே சொல்லிட்டாபோதும். சிலிண்டர் வந்திடும்."

"ம்..."

"பார்க்கலாம். நம்ம நிலைமையும் பார்க்கணும்."

"கடன் வாங்கட்டுமா பர்வதம்?"

"அந்த ஜோலியே வேண்டாம்."

"முவ்வாயிரம் கட்டணும்."

"ரெண்டு இருக்குமில்லெ..."

"மீதம்?"

"அடுத்த மாசம் சுருக்கிக்கலாம்."

"போன் வேணுமா?"

"தோதாத்தான் இருக்கும். டாக்டர்கிட்ட போய் நிக்க வேண்டாம். போன்லெ பிக்ஸ் பண்ணிட்டுப் போகலாம். பிள்ளைங்க வர லேட்டாயிட்டா வாதிக்குதே. போன் இருந்தா ஸ்கூலுக்குப் பேசிக் கேட்கலாம். இல்லெ அவுங்க பிரண்ட்ஸுக வீட்டுலே கேட்கலாம். நீங்களும் சிலசமயம் நேரங்கெட்டு நேரம் வர்றீங்க. காலம் கெட்டுத்தான் கெடக்கு. டி.வி.யை திறந்தாலே வெடிச்சத்தமும் ரத்த வாசனையும்தான்..."

"எப்படினா, ஒரு போன் வாங்கிடுங்கப்பா. என் பிரண்டு பிரவீணா வீட்டுலையும் இருக்குப்பா. குமார்னு ஒருத்தன், நிதீஷ்குமார் அவுங்க எல்லோர் வூட்டுலயும் இருக்குப்பா. எதுன்னா டவுட்டுனா ஃபோன்லே கேட்டுப்பேன்..."

மகள் தண்டபாணியின் தாடையைப் பிடித்துக் கெஞ்சினாள்.

"மாசம் மாசம் பணம் கட்டணுமே?"

"மினிமம் கால் அளவுக்குப் பேசினாப் போதும்..."

"பார்க்கலாம்."

"நான் என் பிரெண்ட்ஸுங்ககூட எல்லாம் போன்லே பேசிப்பேன்" என்றாள் சின்னமகள்.

"தோ ஆளாளுக்கு போன்லே கைவச்சா ஆகுமா?"

"நாம் பேச வேண்டாம். எல்லோருக்கும் நம்பர் தந்திடலாம். அவங்க பேசும்படியாத்தான் வெச்சுக்கணும், முக்கியம்னாத்தான் நாம் பேசனும்..."

தண்டபாணிக்குச் சிரிப்பு வந்துவிட்டது!

"ஏன் சிரிக்கிறீங்க?"

"அப்படியெல்லாம் முடியாது பர்வதம்."

"அப்பா போன் வாங்கினா ஹால்லே வெக்கக்கூடாது. எல்லாம் வந்து ஓ.சி.யிலே பேசிட்டுப் போயிடும்..."

"அதுக்கும் ஒரு ஐடியாப்பா" என்றாள் சின்ன மகள்.

"என்ன?"

"நம்ம பிரவீன் வீட்டுலெ, போன் பக்கத்துலெ ஒரு உண்டியல் வெச்சுருக்காங்கப்பா."

"பேசிட்டு ரெண்டு ரூபா போடணும்..."

"அது நல்லா இருக்காதுடா."

"பின்னே?"

"பெட்ரூம்லெ வெச்சிடலாம்."

"அதான் சரிப்பா. யாருக்கும் தெரியாது."

"வீட்டுக்கு வர்றவங்களுக்கு போனை பார்த்திட்டா போதும். கை அரிக்க ஆரம்பிச்சிடும். ஒரு போன் பண்ணிக்கிறேன்னுதேன் கைவைக்கும். பரபரன்னு அடிச்சுக்கிட்டே இருக்கும். அடுத்த வீடேன்னுகூட பார்க்காமல் சத்தமா பேசும்."

"இதெல்லாம் எங்க பார்த்தே?" என்று தண்டபாணி, தன் மனைவியின் பக்கம் திரும்பினார். அவள், "அதான் பார்க்கிறோமே?" என்று கூறினாள்.

"இதோ, இவ அப்படித்தான் வளவளன்னு பேசுவா?"

"போம்மா. நான் எப்ப அப்படிப் பேசினேன்?"

“போன்ல விசயத்தை மட்டும் பேசணும். வளவளன்னு இழுத்தா அப்புறம் பேசுடீன்னு வெச்சிடணும்.”

“அன்னிக்கி சுதாகூட பேசினேன். அதச் சொல்லுதுப்பா...” தண்டபாணிக்கு இதே சிந்தனை, காலை எழும்போது, தூங்கும்போது, சாப்பிடும்போது, சைக்கிள் மிதிக்கும்போது, எப்போதும் அதே சிந்தனைதான். மூச்சைப்பிடித்து அமுக்கினாற்போல் அது அழுத்திக்கொண்டு இருந்தது. எல்லோரிடமும் விசாரித்தார். எங்க போய் அப்ளிகேஷன் வாங்க வேண்டும்? எப்போது போனால் கூட்டம் இல்லாமல் இருக்கும்? வேறு என்ன என்ன கேட்பார்கள்? என்று, அடுக்கடுக்காய் கேள்விகள். பார்க்கிறவர்களிடமெல்லாம் இதே கேள்விதான். ஒருநாள், பர்மிஷன் போட்டுவிட்டுப் போய் அப்ளிகேஷன் வாங்கிவந்தார். எளிமையான ஆங்கிலம்தான். ஆனாலும் இரண்டு, மூன்றுபேர்களிடம் காட்டி விபரங்கள் கேட்டார். காலண்டரில் அமிர்தம், யோகம், சுபம் தேடி அப்ளிகேஷனை பூர்த்திசெய்தார். மூவ்வாயிரம் பணத்தை சாமி படத்தின்முன் வைத்து எடுத்துச் சென்றார்.

பணம் கட்ட நீண்ட வரிசை. கால் கடுக்க நின்றார். சலிப்பாகக்கூட இருந்தது. கௌண்டர் பக்கம் போக இரண்டு மணி நேரம் ஆனது. ரேசன் கார்டு கேட்டான். இன்கம்டாக்ஸ் பேன் நம்பர் கேட்டான். அவருக்கு அது புரியவில்லை. மறுநாள் ரேசன் கார்டு மட்டும் எடுத்துக்கொண்டு போனார். அதேபோல் அனுமார் வால் வரிசை. இரண்டு மணி நேரம் காத்திருப்பு.

“இன்கம்டாக்ஸ் பேன் நம்பர் எழுதலை?”

“இல்லை சார்.”

“என்ன இல்லை.”

“நம்பர்.”

“அப்படின்னா, அப்பால இருக்க பில்டிங்லெ போய் ஒரு படிவம் வாங்கி பூர்த்தி செய்திட்டு வா...”

அதை விசாரித்து, படிவம் வாங்கி வந்து நிற்க கௌண்டரை மூடிவிட்டான். மறுநாள் வரும்படியாகிவிட்டது. மொத்தம் மூன்று நாள் கணக்காகிவிட்டது. எப்படியோ ஒருவழியாக ஒழிந்தது.

ஒரு மாதம் கழித்து, ஒரு கடிதம் வந்தது. கம்பியூட்டரில் டைப் செய்யப்பட்ட கடிதம். அதை பக்கத்து வீட்டுக்காரரிடம் காட்டினார். சப்-எடிட்டரிடம் காட்டினார். கம்யூட்டர் ஆபரேட்டரிடம் காட்டினார். எல்லோரிடமும் காட்டினார். எதிராளி கடிதத்தைப் படிக்கும்போது அவருக்கு மகிழ்ச்சி. உதட்டோரம் ஒரு புன்னகை

பிரியும். யாரைப் பார்த்தாலும் பக்கவாட்டு ஜோபியில் இருந்து கடிதத்தை எடுத்து நீட்டிவிடுவார். எப்படியும் ஒரு வாரத்தில் போன் வந்துவிடும் என்றார்கள். வீடே காலண்டரை பார்த்துக் கொண்டிருந்தது. மகிழ்ச்சிக்கு எல்லையே இல்லை. வீட்டில் தினமும் போன் பற்றிய பேச்சாகவே ஓடிற்று.

போன் வந்தால் எங்கே வைப்பது? யோசனைகள் கிளைவிட்டுக் கொண்டேதான் இருந்தன. சின்ன மகளுக்கு ஒரு குழப்பம். போன் வந்ததும் முதலில் யாருடன் பேசுவது? தங்கள் பிரியத்திற்கேற்ப குடும்பம் மொத்தமும் ஒவ்வொரு பெயராகச் சொன்னது. கடைசியில், பெரிய மகள்தான் ஒரு யோசனை சொன்னாள். ‘அப்பா நானே உங்களோட ஆபீசுக்குப் பேசுறேன். நீங்கள் வீட்டுக்குப் பேசுங்கள் சரியாகிவிடும்’ என்றாள். எல்லோருக்கும் இந்த யோசனை பிடித்திருந்தது. அடுத்து யார் யாருடன் போனில் பேசலாம் என்று ஒவ்வொரு மனசும் பட்டியல் போடத் துவங்கிற்று.

தண்டபாணி நல்லதாக ஒரு பாக்கெட் டெலிபோன் டைரி வாங்க வேண்டும் என்று நினைத்துக்கொண்டார். மாதா மாதம் இருநூறை ஒதுக்கிவைக்க வேண்டும். நிறைய பதிப்பகங்களோடு தொடர்புகொள்ள வேண்டும். போன் வரட்டும். டெலிபோன் டிபார்ட்மெண்டில் இருந்து எந்த நேரமும் ஆள் வரலாம். வீடு திறந்திருக்க வேண்டும். இல்லையென்றால் போய்விடுவார்கள். பின்பு நாம்தான் காவடி எடுக்க வேண்டும். தண்டபாணி எல்லாம் விசாரித்து வைத்திருந்தார். ரொம்ப ஜாக்கிரதையாகவே இருந்தார். தினமும் வீட்டில் யாராவது இருக்கும்படி பார்த்துக்கொண்டார். அவர் மனைவி வீட்டைவிட்டு நகர்வதில்லை. அடிக்கடி பார்வை வாசலுக்கு ஓடும். ஒருக்களித்த கதவு இடுக்கில் நிழலாடிவிட்டால் சட்டென்று விழிப்படைந்துவிடுவாள். பிள்ளைகள் பள்ளிக்கூடம் விட்டு வந்ததும் ‘யாரும் வந்தாங்களாம்மா?’ என்று ஒரு கேள்வி கேட்கும். இது வாடிக்கை ஆயிற்று. பின் சிறிதுநேரம் மௌனம். ஒரு மாசத்துக்கு மேலே ஆச்சே என்று ஒரு பெருமூச்சு.

“நம்ம பாட்டுக்கு பேசாமல் இருந்தா வரமாட்டாங்களாம்.”

“என்ன செய்யணுமாம்“

“போயி ஏ.ஈ.யைப் பார்க்கணுமாம்?”

“எதுக்காம்?”

“பார்க்கணுமாம்.”

“எங்க போய்ப் பார்க்கணும்?”

“டெலிபோன் எக்ஸ்சேஞ்ல...”

“யார் சொன்னா?”

“விசாரிச்சோம். எல்லோரும் சொல்றாங்க...”

தண்டபாணி, மகள்களின் முகத்தைப் பார்த்தார். நிழல் படிந்திருந்தது. ஏமாற்றத்தில் வாடிப் போயிருந்தார்கள். அவருக்குச் சிரிப்பு வந்துவிட்டது. ஒருநாள் மதியம் பர்மிஷன் போட்டுவிட்டு டெலிபோன் எக்ஸ்சேஞ்சுக்கு சென்றார். ‘ஏ.ஈ. மதியம் இருக்க மாட்டார். காலையில் வாங்க’ என்று அனுப்பிவிட்டார்கள். மறுநாள் காலையில் போனார். பத்து மணி இருக்கும். ஏ.ஈ.யை பார்த்துவிட்டு ஆபீஸ் போய்விடலாம் என்று நினைத்தார். காத்திருந்தார். ஏ. ஈ. பதினோரு மணிக்குத்தான் வந்தார். அவரிடம் கடிதத்தை நீட்டினார். அவர் அதை வாங்கவில்லை. எதையோ நோண்டிக்கொண்டே பேசினார்.

“எந்த ஏரியா...?”

“அடையாறு எக்சேஞ்.”

“அதுசரி. வீடு எங்கே...”

“திருவான்மியூர்”

“அதுக்கு எதுக்கு இங்க வந்தீங்க...”

“அடையார் எக்ஸ்சேஞ்சுனுதான் சொன்னாங்க...”

“திருவான்மியூர் போங்க, மிஸ்டர் அபுதாகீர்னு இருப்பார்!”

கையோடு அபுதாகீரையும் பார்த்துவிடலாம் என்று பஸ் பிடித்தார். இரண்டு மணி நேரம் மர நாற்காலியில் உட்கார வைத்தார்கள். அபுதாகீர் நாற்காலி காலியாக இருந்தது. ‘தோ, இப்ப வந்திடுவார்...’ என்றார்கள். இரண்டு மூன்று ஆட்கள் வந்து விசாரித்தார்கள். அபுதாகீர் பேர் சொன்னதும், ‘வருவார்’ என்று நகர்ந்துவிட்டார்கள். இரண்டரை மணி நேரம் ஓடிற்று. வயிறு பசித்தது. அப்போது ஒருவன் வந்தான்.

“யாரைப் பார்க்கணும்?”

“மிஸ்டர் அபுதாகீர் சார்.”

“அவர் இன்னைக்கு வரமாட்டார்.”

“இப்ப வந்திடுவார்னாங்க.”

“யார் சொன்னது?” என்று முறைத்தான். தண்டபாணிக்கு அவர்கள் பெயர் தெரியவில்லை. விழித்தார். அவன் நகர்ந்துவிட்டான். இவருக்குச் சங்கடமாயிற்று. மெல்ல நகர்ந்து அவனை அணுகினார். உதடு உலர்ந்திற்று.

"நாளைக்கு வருவாரா?"

"யாரு?"

"மிஸ்டர் அபுதாகீர்."

"வருவார்."

"எத்தனை மணிக்கு வரட்டும்..."

"பதினோரு மணி வாக்குலெ வாங்க..."

வீட்டில் வந்து சொன்னார். எல்லோர் முகமும் வதங்கிப் போயிற்று. எதையோ இழந்துவிட்டாற்போல் இருந்தது. நமக்கு மட்டும் ஏன் இப்படி? எதைத் தொட்டாலும் துலங்குவதில்லை? கால் வைக்கின்ற இடமெல்லாம் முள்ளாகவா இருக்க வேண்டும்? வடமலை வீட்டிற்கு உடனே வந்துவிட்டதாம். சீதாராமன் அலையவே இல்லையாம். நமக்குத்தான் சாமார்த்தியம் போதாதோ? தண்டபாணி பசியோடு படுத்துவிட்டார். மறுநாள் காலையில் பத்தரைக்கெல்லாம் ஆபீசுக்கு சென்றார். அபுதாகீர் சீட்டில் இருந்தார். அவரிடம் போய் அந்தக் கடிதத்தை நீட்டினார். பணிவாகத்தான் நீட்டினார். பணிவாக நடக்க வேண்டும். என்ன செய்வது! காரியம் ஆக வேண்டுமே?

அவர் அதை வாங்கவில்லை. எங்கோ பார்த்துக்கொண்டு பேசினார்.

"எந்த ஏரியா?"

"திருவான்மியூர்..."

"அது சரி. எந்த ஏரியான்னேன்?"

"லட்சுமிபுரம்!"

"லட்சுமிபுரமா? இப்ப வந்தா எப்படி? லைன்மேன் எல்லாம் காலையிலே வந்துட்டுப் போயிட்டாங்களே..."

தண்டபாணிக்கு என்ன பதில் சொல்லுவது என்று தெரியவில்லை. தயங்கினார். பின்னர் அந்தக் கடிதத்தை நீட்டினார்.

"அது இருக்கட்டும். காலையிலே வாங்க..."

"ரொம்ப அலைஞ்சிட்டேன்."

அவர் அதை காதில் வாங்கவில்லை.

"காலையில் எப்ப வரட்டும்?"

"ஒன்பதுக்கெல்லாம் வந்திடுங்க..."

திரும்பினார். சலிப்பாகவும் சோர்வாகவும் இருந்தது. அவருக்கு இது புதுஅனுபவம். அரசாங்க அலுவலகப் பரிச்சயமின்றி வளர்ந்துவிட்டார். அந்தப்பக்கம் அவருக்கென்ன ஜோலி? ஆபீசுக்குப் போக எரிச்சலாக இருந்தது. ஏதோ வாழ்வே முடங்கிவிட்டாற்போல ஓர் எண்ணம். எரிச்சலாக இருந்தது. கோபம் பொங்கிற்று. வெளியே காட்டமுடியாத கோபம். தணலாய் உள்ளே புகைந்தது. இத்தனை நாள் தொடர்ந்து லீவு எடுத்ததில்லை. அங்கு என்ன நிலையோ! வரும்போது வரட்டும் என்று, சட்டென சனியனை உதறிவிட்டுப் போகமுடியவில்லை. மறுநாள் எட்டரை மணிக்கெல்லாம் போய் நின்றுவிட்டார். அபுதாகீர் ஒன்பதரைக்குத்தான் வந்தார். விசயத்தைச் சொன்னார்.

"போங்க ரெண்டு நாள்லெ வரும்."

"லைன்மேன்கூடப் பேசனும்னீங்க..."

"பேசிக்கிறேன் போங்க..."

"லட்சுமிபுரம் சார்."

"ம்..."

"வீட்டிலே இருக்கோம்."

"இருங்க..."

இருந்தார். அதற்குப் பிற்பாடு பத்து நாட்கள் காத்திருந்தார்கள். அதன்பின்பு இன்றுதான் வந்திருக்கிறார்கள்.

தண்டபாணி வீட்டிற்கு வந்தார். சைக்கிள் மிதித்த களைப்பு, வீட்டில் எல்லோரும் காத்திருந்தனர். தண்டபாணியின் முகம் பார்த்ததும் எல்லோருக்கும் நிம்மதி. உள்அறை சுத்தமாக இருந்தது. டெலிபோன் வைப்பதற்காக ஒரு ஸ்டூல் போடப்பட்டு இருந்தது.

"வரலை?"

"த வர்றேன்னுட்டுப் போனாங்க..."

"எங்கே?"

"தெரியலை."

"அப்பா நான் போய்ப் பாத்துட்டு வரட்டுமா?" என்றாள் மகள்.

"எங்க போயி பார்ப்பே?"

"மெயின் ரோட்டுலெ..."

"நீ பேசாம இருடீ. நீங்க ஒரு எட்டு பாக்குறீங்களா?"

"வரட்டும்" என்றார். மூச்சு வாங்கியது. சைக்கிள் மிதித்துவந்த படபடப்பு அடங்கவில்லை. ஒரு நடை போய் வரலாம் என்றுதான் மனசு சொல்கிறது. நடைக்கும் வாசலுக்கும் நடந்தார். வாசலைப் பார்த்தார். ஜன்னலைப் பார்த்தார். மனசுக்குள்ளே தூரத்தை அளந்தார். எப்படி லைன் எடுப்பான் என்று யோசனை தாவியது. அப்படி சில கணம் ஓடிற்று.

"என்ன சொல்லிவிட்டுப் போனான்?" என்று, மனைவி முன் வந்து நின்றார்.

"வர்றேன்னுட்டுத்தான் போனான்!"

"அப்பா, நான் ஒரே ஓட்டமா ஓடிட்டு வர்றேன்" என்று மகள் குழைந்தாள். அவள் கண்ணில் ஆவல் அதிகரித்தது.

"எங்க போயி பார்ப்பே?"

"இந்தத் தெரு எண்டுலெ ஒரு டெலிபோன் பாக்ஸ் இருக்குப்பா. அங்கதான் எப்பவும் இருப்பாங்க..."

"வேண்டாம். வரட்டும்." என்றார். அப்படிச் சொன்னாலும் மனசு கேட்கவில்லை. லீவு போட்டு வந்தது வேஸ்டாகப் போய்விடுமோ? மனக்குடைச்சல். செருப்பை மாட்டினார். சரசரவென்று வீதிக்கு நடந்தார். பின்னாடியே மகளும் ஓடினாள். தெரு முனைக்குச் சென்று திரும்பினார். அரைமணி நேரம் கழித்து நான்குபேருடன் திரும்பி வந்தார். வந்தவர்கள் இருபது நிமிடத்தில் வேலையை முடித்துவிட்டார்கள். போன் வைத்துவிட்டார்கள். கருப்பு வெள்ளை கலர். எல்லோரும் அதை எடுத்து எடுத்து காதில் வைத்தார்கள். கண்களைச் சுருக்கி உதட்டைப் பிதுக்கினர்.

"எப்ப லைன் கொடுப்பீங்க..."

"நாளைக்கு சனி... ம்... ஞாயிறு... அடுத்து திங்கள்..."

"திங்கள்கிழமை லைன் வந்திடுமா?"

"திங்கள்கிழமை எக்ஸ்சேஞ்சுலே இருந்து பேசுவாங்க. பேர் அட்ரஸ் கேட்பாங்க. சொல்லுங்க. புதன்கிழமை லைன் த்ரூ பண்ணுவாங்க..."

'நம்பர்?"

"திங்கள்கிழமையே சொல்லிடுவாங்க..."

"தாங்ஸ்..."

தண்டபாணியின் மனைவி எல்லோருக்கும் காபி கொடுத்தாள். சாப்பிட்டார்கள். அந்தத் தருணத்தை தண்டபாணி பயன்படுத்திக் கொண்டார். 'எப்படினா திங்கள்கிழமை லைன் கொடுத்திருங்க சார்' என்று கனிந்தார். காபியை உறிஞ்சிக்கொண்டே தலையசைத்தான். 'வரட்டுமா சார்' என்று எழுந்தார்கள். தண்டபாணி 'ம்' என்று குரல் கொடுத்தார். அவர்கள் சட்டென்று நகரவில்லை. பார்வை இங்குமங்குமாய் ஓடிற்று. ஒருவன் 'வரட்டுமா?' என்று ஒரு அழுத்தம் கொடுத்தான். நடையில் தயக்கம். தண்டபாணிக்கு புரிந்துபோயிற்று. வார்த்தை இல்லாமல் சைகை இல்லாமல் என்ன பாஷை இது? பதுங்கிப் பதுங்கிச் சொல்லவேண்டியதைச் சொல்லிவிட்டார்கள்! தண்டபாணி வீட்டிற்குள் போனார். மனைவியிடம் பேசினார். ரகசியக் குரல். திரும்பினார். 'இந்தாங்க சார்' என்று நீட்டினார். அவன் பார்வை தடுமாறியது. ஏதோ சொல்கின்ற பார்வை. முகம் சுண்டிப்போயிற்று. 'வர்றோம்' என்று ஊர்ந்தார்கள். தண்டபாணிக்கு அந்த முகக்குறிப்பைப் படிக்க முடியவில்லை. சிறிதுதூரம் பின்னாடியே நடந்தார். 'நாங்க நான்கு பேர் இருக்கோம்'

தண்டபாணிக்குப் புரிந்தது. ஜோபிக்குள் கைவிட்டார்.

"இருநூறு இருக்கு" என்றார். ஒருவர் முகத்தை ஒருவர் பார்த்துக் கொண்டனர்.

"விசாரிச்சுட்டுகூட தாங்க..."

"இத என்ன விசாரிக்க. வாங்கிக்கோங்க..."

"காணாது" என்றான் ஒருவன்.

"எவ்வளவு?"

"மத்த எடத்துலெ கேட்கிறாப்லெ கேக்கவா முடியும்? எழுநூறு கொடுங்க போதும்..."

"எழு நூறா?"

தண்டபாணி உதடு உலர்ந்திற்று. அவரிடம் அவ்வளவு பணம் இல்லை. முகம் வெளிறிப்போயிற்று. அதை மறைக்க லேசாகச் சிரித்தார். வறட்டுப் புன்னகை. பணம் இல்லை என்று சொல்லமுடியாது. பணம் கொடுக்காவிட்டால் கண்வழியாக ரத்தம் வரவைத்து விடுவார்கள். லைன் கொடுக்க ஒரு மாசமோ, ஒரு வருசமோகூட ஆகலாம்! வரும்போது வரட்டும் என்று இருக்க மனசைப் பழக்கவில்லை. திரும்பவும் வீட்டிற்குள் ஓடினார். சின்னதாக ஒரு விவரம். மனைவி மயில்சாமியின் மனைவியிடம்

போய் ஏதோ பேசினாள். இந்தா, அந்தா என்று ஆயிற்று. அறுநூற்றி ஐம்பது ரூபாய் கொடுத்தார்.

திங்கள்கிழமை குடும்பம் மொத்தமும் காதை தீட்டி வைத்திருந்தது. அடிக்கொருதரம் ரிசீவரை காதில் வைத்துப் பார்த்தது. திடீர் என்று உயிர் வந்துவிடாதா என்று ஆசை. பக்கத்து வீட்டு டெலிபோன் ஒலியும் டி.வி.யில் ஒலித்த டெலிபோன் மணியும் அவர்களை உலுக்கிவிட்டது. அன்று பகல் முழுவதும் திடீர் திடீர் என்று விழிப்பதும், ரிசீவரை விழி தடவுவதுமாகத்தான் இருந்தது. பொழுது இறங்க இறங்க ஏமாற்றமும் ஏக்கமும் கூடிற்று.

சாமத்தில் விழிப்புத் தட்டியபோதெல்லாம் தண்டபாணி ரிசீவரை எடுத்து காதில் வைத்துப் பார்த்துக் கொண்டார். ஜூரம் கண்டு படுத்துக் கிடக்கும் பச்சைக் குழந்தையை விழித்து விழித்து நெஞ்சில் கை வைத்துப் பார்ப்பதுமாதிரிதான் பார்த்தார். உயிர் இல்லை. ஒருசமயம், சிரிப்பாக இருக்கும். ஒருசமயம், எரிச்சலாக இருக்கும். ஒருசமயம், கோபம். ஆனால் ஒரு சமயம்கூட இயல்பாக இருக்க முடியவில்லை. அலுவலகத்திலும் அப்படித்தான். ஒவ்வொரு முறையும் டெலிபோன் ஒலிக்கும்போதும் தண்டபாணி திடுக்கிட்டு விழிப்பார். வீட்டில் இருந்துதான் போன் வருகிறதோ என்று கவனத்தைக் குவிப்பார். கடைசியில் அது கலையும்.

எந்த நினைப்பும் இல்லாமல் ஒருநாள் வீட்டில் இருந்தார். திடீர் என்று டெலிபோன் ஒலித்தது. எறும்பு கடித்த பச்சைக் குழந்தை மாதிரி விடாது அலறிற்று. குடும்பம் மொத்தமும் போனைச் சுற்றி வந்து நின்றுகொண்டது. சட்டென்று அதை எடுத்துக் காதில் வைக்க வேண்டும் என்றுகூடத் தோன்றவில்லை. ஒரு கணம் திகைப்பிற்குப் பிறகுதான் எடுத்தார். ஏதேதோ கேள்விகள், என்ன கேள்வி என்ன பதில் சொன்னோம் என்று நினைவில்லை. அவர்கள் ஒரு நம்பர் சொன்னார்கள். டெலிபோனுக்கு உயிர் வந்துவிட்டது. தெரிந்த ஒன்றிரண்டுக்கும் போன் பண்ணி நம்பர் சொன்னார். மறுநாள் தண்டபாணி ஆபிசிலிருந்து வீட்டிற்குப் பேசினார். இரண்டாவது நாள் ரத்னா பதிப்பகம் அருணாசலம் பேசினார். குரல் கரகரவென்று இருந்தது. அடுத்து யாருக்கோ பேசினார். குரல் உடைந்து சிதறினாற்போல் இருந்தது. அடுத்து சற்றுநேரத்தில் மூர்த்தி பேசினார். கிணற்றுக் குரல். அவர் மனசு சங்கடமாயிற்று. என்னவென்று விசாரிக்கலாம் என்று கிருபா பதிப்பகத்திற்குப் போன் போட்டார். உயிர் இல்லை. படபடவென்று எதையோ தொட்டு, தட்டி, அணைத்து, பதறி ஒரு பலனும் இல்லை. பக்கத்து வீட்டிற்குப் போய் விசாரித்தார். எக்ஸ்சேஞ்சுக்கு கம்ப்ளெய்ண்ட் பண்ணச் சொன்னார்கள். அன்று இறந்த மூஞ்சியோடுதான்

ஆபிசுக்குப் போனார். ஆபிசில் இருந்து எக்ஸ்சேஞ்சுக்குப் பேசினார். ஒரு நம்பர் கொடுத்திருந்தார்கள்.

"ஹலோ..."

"பீப் சவுண்டிற்குப்பின் உங்கள் எண்ணை டயல் செய்யவும்." என்றது ஒரு டேப் குரல்.

ஒரு கணத்திலே பீப் குரல் வந்தது.

அவருடைய டெலிபோன் எண்களை அழுத்தினார்.

மீண்டும் ஒரு கணம் கழிந்தது.

"நீங்கள் டயல் செய்த தொலைபேசி எண் 4456999."

"சரி" என்று கூச்சலிட்டார். அதற்குப் பதில் இல்லை.

"உங்கள் லாக்கெட் எண் 78" என்றது. அவ்வளவுதான் உயிர் போயிற்று.

"லாக்கெட் நம்பர்னா?" என்றார், சப் எடிட்டரிடம்.

"கம்ப்ளைண்ட் நம்பர் 78."

"எப்போ வந்து பார்ப்பாங்க?"

சப்-எடிட்டர் ரங்கசாமி அவர் முகத்தை ஒரு பார்வை பார்த்தார். ஒன்றும் பேசவில்லை. உதட்டைச் சுழித்து முறுவல் காட்டினார். அதற்கு என்ன அர்த்தம் என்று தெரியவில்லை. அவர் முகத்தையே பார்த்தார். "அவ்வளவு சுலபமாக வந்திடுவாங்களா?" என்றார். தண்டபாணிக்கு முகம் சுண்டிப்போயிற்று. தன் மகளின் முகம் மனசில் வந்து மோதிற்று. அவளுக்குத்தான் அத்தனை ஆர்வம். மனைவியின் முகம் நிழலாடியது. அவர் மனசு இயல்பாக இல்லை. ஒடிந்துவிழுவதுபோல் நாற்காலியில் வந்து விழுந்தார். கண்ணை கட்டிக்கொண்டு வந்தது. மன உளைச்சலில் உதடும் மூக்கு நுனியும் படபடவென்று துடித்திற்று. கையைப் பிசைந்தார். காலை தரையில் தேய்த்தார். அதற்கெல்லாம் அடங்குவதாகத் தெரியவில்லை. டெலிபோன் எக்ஸ்சேஞ் அலுவலக வராண்டா நெஞ்சை உறுத்திற்று. நடந்து போகவேண்டும். வெயில் நெஞ்சைச் சுட்டது. மீண்டும் காவடி எடுக்க வேண்டுமா? அடக் கடவுளே! மனசைத் திருப்ப வேலையில் இறங்கினார். டைப்செட் செய்துவந்த செய்திச்சுருள்களை எடுத்துப் பிரித்தார். பிழைகளை திருத்தத் துவங்கினார். பாவம். அவரால் எழுத்துப்பிழைகளைத்தான் திருத்த முடியும்!

கணையாழி - நவம்பர் 2000

## காலநதி

நதிதான் அது. எங்களுக்கு ஆறுதான் நதி. பொங்கிப் பிரவாகம் எடுக்காமல், மோதி முனங்காமல், ஓடிக்கொண்டிருக்கும் நதி. இது ஓட்டமா? நடையா? ஆர்ப்பாட்டம் இல்லாமல் அசைவு தெரியாது, ஆழம் காட்டாது ஆடிக்கொண்டிருக்கிறது. மௌனத்துறவியைப் போல் ஓடிக் கொண்டிருக்கிறது. எல்லாவற்றையும் வாரி அணைத்துக் கொண்டு ஓடுகின்ற ஓட்டம். அது ஓடிக்கொண்டேதான் இருக்கிறது. ஒரு சுழி தெரியாமல் ஒரு நுரை தள்ளாமல் குழந்தை தவழ்கிறாற் போல்தான் ஓடிக்கொண்டிருக்கிறது. கரையில் கூழாங்கல்லும் குறுமணலும் தகதகவென்று மின்னிக் கொண்டிருக்கின்றன. நதியின் இடப்பக்கமும், வலப்பக்கமும் மரங்கள். கரையில் உட்கார்ந்துகொண்டு கூந்தலை அள்ளி நதியில் விட்டு அலசும் கிழவிகள்போல மரக்கிளைகளும் இலைகளும் நதியில் நனைகின்றன. எங்கே ஒடிந்து சாயப்போகிறதோ என்று மனசு படபடக்கின்றது. இப்படி எத்தனை வருஷம்! எத்தனை மழை! எத்தனை புயல்! எல்லாம் பார்த்தாகிவிட்டது. கிழக்குப் பார்த்து முங்கி எழுந்தேன். உடல் உதறலெடுத்திற்று. ஆனாலும் முதல் முங்கிலே எழ மனசில்லை. மூச்சுத் திணற, உடல் படபடக்க விழுந்து புரள வேண்டும் என்ற ஆவல். அடங்காத ஆவல். படபடவென்று கையால் அடித்து, காலால் உதறி, முகம் போகின்ற போக்கைப் பார்க்கவேண்டுமே! முங்கி முங்கி எழ எல்லை விரிந்திற்று!

வண்ணான்பாறையில் குசச் செட்டியார் மீன் பிடித்துக் கொண்டிருக்கிறார். இந்த வயதில் இதெல்லாம் அவருக்கு எதற்கு? வேஷ்டியை வரிந்து கோவணமாகக் கட்டியிருக்கிறார். இன்னொரு வேஷ்டியை தலையில் சுற்றியிருக்கிறார். காலை மடக்கிக் குத்தவைத்துப் பாறையில் அமர்ந்து இருக்கிறார். முகமெல்லாம் சுருக்கம் கண்டுவிட்டது. தொடை சூம்பிப்போய்க் கிடக்கிறது.

சொறிந்து சொறிந்து புண்ணான தோல். பக்கத்தில் சிரட்டை. அதில் புழுத்துண்டங்கள். அவர் பேரன் பக்கத்திலே இருக்கிறான். தூண்டிலில் புழுவை வைத்துக் கொடுக்கிறான். அதை வாங்கிப் பிடித்துக்கொண்டே உட்கார்ந்து இருக்கிறார். நீரில் நெருடல் தெரிந்ததும் அவர் கைக்குமேல் கை போட்டு விருட்டென்று தூக்குகிறார். மீன் பாறையில் விழுந்து துள்ளுகிறது. அப்போது மட்டும் குசச் செட்டியார் உதடு லேசாகப் பிரிந்து மூடுகிறது. மீண்டும் புழுவை முள்ளில் சொருகித் தருகிறான். பிடித்துக் கொண்டே உட்காருகின்றார். அவர் பார்வை பளபளவென்று தண்ணீரையே கொத்திக்கொண்டு இருக்கிறது. எப்படியும் அவருக்குத் தொண்ணூற்றுக்குமேல் இருக்கும். விருமாண்டித் தேவர் சோட்டாக இருக்கும்.

"குளிக்கிறது யாரு?"

"நான்தான் செட்டியாரே..."

"நான்தான்னா?"

"கோபால் புள்ள மவன்..."

செட்டியாரின் பார்வை கூர்மையாயிற்று. தூண்டில் கை ஆடிற்று. பேரனைப் பார்த்தார். அவன் தூண்டிலை வாங்கிக் கொண்டான். என்னை கண்ணாலே பக்கத்தில் கூப்பிட்டார். போனேன். வாயில் ஊறிய எச்சிலைத் துப்பினார்.

"ஐயா மவனா?"

ஒரு நிமிசம் மௌனம்.

"உங்கையா எல்லாம் எனக்கு எளசுதான், உங்க பாட்டன் சிவஞானம் புள்ளதேன் என் ஜோட்டு. அவருகூடவே சீமாச்சு ஐயர் இருப்பார். அவரும் என் ஜோட்டுதேன். எல்லாத்தையும் இந்த ஆத்துலதேன் கரைச்சாச்சு. இப்ப நானும் விருமாண்டித் தேவரும்தேன் மிச்சம். அவனும் இப்ப முடங்கிட்டான்னாங்க. நான் தான் ஊர்ந்துக்கிட்டிருக்கேன்." சிறிதுநேரம் ஓடுகின்ற நீரையே பார்த்துக் கொண்டிருந்தார்.

"ஐயா எப்படி இருக்கார்?"

"நல்லா இருக்கார்..."

"உசந்த மனுஷர்யா அவரு. நல்லா இருக்கனும்." என்று கையை மேலே தூக்கினார். "உங்க வூட்டு மெச்சுலெ ஜோடி யானை இருக்கே" என்றவர் ஒரு கணம் நிறுத்தி "இப்ப அது இருக்கா?" என்று என் முகத்தைப் பார்த்தார்.

“ம்... இருக்கு...” என்றேன். அவர் முகம் மலர்ந்திற்று.

“அது நான் பண்ணினது. உங்கய்யா கல்யாணத்துக்கு நான் பண்ணிக் கொடுத்தது. யானைச் சீர். இப்பவெல்லாம் அந்தப் பழக்கமில்லை.”

“...”

“முன்ன, எங்கயாவது வெச்சு, உங்கய்யா தலையைப் பாத்திடுவேன். ப்ச்! இப்ப முடியலெ.”

“சொல்றேன்யா, செட்டியார் விசாரிச்சார்னு சொல்றேன்...”

“ரொம்ப சந்தோசப்படுவார்.”

“தொழில் பண்றீங்களாக்கும்!”

“இல்லை. பக்கத்தூர்லெ வாத்தியாரா இருந்தேன்.”

“அப்படியா... நல்லா இருய்யா ...”

“வர்றேன் செட்டியாரய்யா...”

“ஒரு வா நீச்சத்தண்ணி குடிச்சிட்டுப் போப்பா...”

“இருக்கட்டும்.”

“வெயிலுக்கு நல்லது.”

“நான் வீட்டுக்குப்போறேனே. உங்களுக்கு இருக்கட்டும்...”

பழைய சருவச்சட்டி நிறைய நீச்சத்தண்ணியும், மூடியில் ஊறுகாயும் வைத்திருந்தார். நான் கிளம்பினேன். சின்ன நாயக்கர் தோட்டத்திற்குள் நுழைந்து வண்டிப்பாதைக்குத் திரும்பினேன். களத்துமேட்டில் ஏறி நடந்தேன். இந்தக் களத்துமேட்டில்தான் கதிர் அறுத்துப் போடுவார்கள். தலையடி, சூட்டடி என்று முடித்து வண்டி கிளம்பும். முதல் வண்டியில் விருமாண்டித் தேவர் வருவார். அதோ அந்தப் புல்மேட்டில்தான் அப்பா உட்கார்ந்து இருப்பார். எப்போதும் அப்பாவுக்குப் பக்கத்திலே தேவரும் நின்றிருப்பார்.

தேவருக்கு நல்ல உடல்கட்டு, அகண்ட முறம்மாதிரி நெஞ்சு உருண்டு திரண்ட சதை. பாளம்பாளமாய் சதைக்கட்டு எழும்பி நிற்கும். திரண்ட புஜங்கள். மூன்று விரல்கட்டை அளவுக்குப் பட்டை மீசை. மேல்நோக்கி முறுக்கிக் கொண்டிருக்கும் மீசை. நல்ல கறுப்பு. கறுப்பு என்றால், இது ஒரு மாதிரியான கறுப்பு. எண்ணெய் தேய்த்துவிட்ட கறுப்பு. அப்படியே அச்சில் செய்தார்போல்தான் இருப்பார். அந்த உருவத்தையும் மிடுக்கையும் எத்தனைபேருக்கு பார்க்கத் தெரிந்தது? சிறுபிள்ளைகளை பயம் காட்டவும், அழுகும் சிறுசுகளை அடக்கவும்தான் பயன்பட்டிருக்கிறது. ‘இதோ தேவர்

வருகிறார்' 'இந்தா வந்திட்டார்' என்று எழும்புகிற குரல்களே சிறுசுகளை குலைநடுங்கப் பண்ணிவிடும். நானும் சிறுவயசில் அவரைப் பார்த்து பயந்திருக்கிறேன். அந்தப் பயம் எனக்கு அதிக நாள் இல்லை. தேவருக்கு உடலும் குரலும்தான் தாட்டியமே தவிர மனசு தாட்டியமில்லை. அழுத்தித் தொட்டால் ஒடிந்துவிடும் மனசு. இதை யாரும் அருகில் வந்து பார்க்கவில்லை. அப்பாவுக்கு மட்டும் அது தெரியும்.

தேவர் எப்போதும் எங்கள் வீட்டிலேதான் இருப்பார். விறகு கொண்டாந்து போடுவார். புடலங்காய், சுரக்காய், பூசணி, அவரை என்று கொண்டுவருவார். வேலியில் கிடந்து, வரப்பில் கிடந்து என்று எதையாவது கொண்டுவந்து போட்டுக்கொண்டேயிருப்பார். இப்படி எல்லோருக்குமா தோன்றும்? இதெல்லாம் யாரும் சொல்லிச் செய்கின்ற காரியமாகவும் இல்லை. அந்த மனசின் வாகு அப்படி! அவருக்கு இதெல்லாம் எங்கிருந்து, எப்படித்தான் கிடைக்குமோ சும்மா இப்படியே வந்தேன்' என்றுதான் வந்து உட்காருவார். அப்பாவிடம் எதாவது ஒரு பெரிய சங்கதியைச் சொல்லிவிட்டுப் போவார். அப்பாவுக்கும் தேவரைப் பார்த்துவிட்டால்போதும். உள்ளத்தின் வெளிச்சம் முகத்தில் பாய்ந்துவிடும். திடீரென்று ஒன்றிரண்டு நாள் தேவரைப் பார்க்க முடியாது. அப்போது அப்பா இயல்பாக இருக்கமாட்டார்.

நேரங்கெட்ட நேரத்தில் ஒரு பெரிய பலாப்பழத்தைச் சுமந்து கொண்டு வருவார். பால் ஒழுகப் பலா அவர் தோளில் கிடக்கும். வைக்கோலைச் சுருட்டி தோளில் போட்டுக்கொண்டு சுமந்து வருவார். பழத்தை அவரே அறுப்பார். அதற்கென்று ஒரு கத்தி அவரிடம் உண்டு. பளபளவென்று தீட்டிவைத்திருப்பார். இடுப்பிலே அது இருக்கும். உறைபோட்டு வைத்திருப்பார். விருட்டென்று உருவி எடுப்பார். எங்கள் வீட்டின்முன் ஒரு புளியமரம். அதுவும் அவர் வைத்து உண்டாக்கினது. அதனடியில் காலை அகட்டி உட்கார்ந்து விடுவார். தரையில் ஒரு பழைய சாக்கை விரிப்பார். கால் இடுக்கில் பலாப்பழத்தைத் தூக்கி நிறுத்துவார். பச்சைக்குழந்தையை காலில் போட்டுக் குளிப்பாட்டுவதுமாதிரி போட்டுக்கொண்டு அறுப்பார். நெடுநெடுவாய் வகுந்து, சுளையை எடுப்பார். அவர் சுளை எடுக்கின்ற அழகே தனி. ஒரு சுளைகூட சேதாரப்படாது. ஒவ்வொன்றாய் எடுத்துத் தாம்பாளத்தட்டில் குவிப்பார். பலா வாசனை தெருவையே தூக்கும்.

"தேவரே, வீட்டிற்கு கொஞ்சம் எடுத்திட்டுப் போங்க..." என்பார் அப்பா.

*"வீட்டுக்கா! ச்ச்சீ கூத்துய்யா!"*

*"ஏன்?"*

“அவதேன் என் சீலையெல்லாம் சீரகம் மணக்குதுன்னுட்டுப் போயிட்டாளே, அவ அப்பன்காரன் ஒரு களவாணிப்பயல். பொறவாக்குலெ ரெண்டு போடு போட்டு அனுப்ப வேண்டாம்...”

அம்மா நடைவாசலில் உட்கார்ந்து குருணையை புடைத்துக் கொண்டிருந்தாள். அம்மாவுக்கு அது தோதான இடம். காலை நீட்டி தெருவைப் பார்த்து உட்கார்ந்து இருந்தாள். வீட்டு வேலை முடிந்துவிட்டால் இப்படி வந்து உட்கார்ந்துவிடுவாள். அவளுக்குச் சும்மா உட்காரத் தெரியாது. எதையாவது புடைத்துச் சுத்தம் செய்யவேண்டும். இல்லாவிட்டால் பித்தளைப் பாத்திரங்களை புளிப்போட்டு தேய்த்து பளபளப்பாக்க வேண்டும். அதுவும் இல்லாவிட்டால் காகிதத்தை இடித்து காகிதக் கூடை செய்ய வேண்டும். அன்று குருணை புடைத்துக்கொண்டிருந்தாள் சட்டென்று திரும்பி தேவரைப் பார்த்தாள். “அட! இப்பவும் கோவிச்சுக்கிட்டுப் போயிட்டாளாக்கும்“ என்றாள்.

“ஆமாச்சி...” “ஏதோ காட்டுவேலைக்குப் போறேன்னு சொன்னாப்புலெ இருந்தது...”

“நாலு காசு சேர்ந்திட்டா தாங்காதுல்லெ...”

“வூட்டுலெ சடவா...”

“என்ன சடவு ஆச்சி? அவுங்க ஊர்லெ சொக்கலால் பீடிக்காரன் சினிமாக் காட்டுறான்னு ஓடிட்டா...”

“புள்ளைங்க...”

“அதுகளையும்தான் இழுத்திட்டுப் போறா...”

அம்மா ஒரு கணம் தேவரைப் பார்த்தாள். ஒன்றும் பேசவில்லை. சட்டென்று முகத்தைத் திருப்பிக்கொண்டாள். இது என்ன பழக்கமாம்? என்று அவள் உதடு முணுமுணுத்தது. மீண்டும் புடைக்கத் தொடங்கினாள். தேவரும் ஒன்றும் பேசவில்லை. புளியமரத்தைப் பார்த்தார். அப்பாவைப் பார்த்தார். பின் அம்மா புடைப்பதையே பார்த்தார்.

“அவ அப்பங்காரன் ஒரு களவாணிப் பயங்க. ஆச்சி. போன அம்மாவாசயப்ப கோகிலாபுரத்துலெ கூரையைப் பிரிச்சுக்கிட்டு ஒரு வூட்டுலெ தாவியிருக்கான். புடுச்சிட்டாங்க. டேசன்லெ போய் நான்தான் மீட்டியாந்தேன்...”

“என்ன தேவரே இது...?”

“ஆமாம் ஆச்சி, முன்னகாலம் வேற. இப்பக் காலம் வேற. எல்லாம் எங்க தாத்தா காலத்தோட மூஞ்சிடுச்சு. இப்பவெல்லாம் பேருதான் கள்ளப்பயல்கன்னு, காலம் மாறிடுச்சுங்க ஆச்சி...”

“ப்ச்...”

“ஐயாவோட ஒட்டாம இருந்திருந்தா நானும் அந்த வாக்குலெ தேன் போயிருப்பேன்...” என்று முகத்தைத் துடைத்துக் கொண்டார். அவர் கண் சிவந்துகிடந்தது. அம்மா, அவர் மனசைப் படித்தது போல் “உங்களுக்கு என்ன தேவரே குறை’ என்றாள்.

தேவர், “அந்த ஓடுகாலி ஒண்ணு போதாதா?” என்றார்.

“புள்ளைங்களைப் படிக்கவெச்சு ஆளாக்குங்க தேவரே...”

“ஆமாங்கையா, பெரியவனை போலீசுலெ சேர்த்துப் போடலாம்னு ஆசையா இருக்கேன். எங்கைய்யா, சின்னைய்யா எல்லாம் போலீசுக்காரனை கண்டாப்போதும். ஓடைப்பக்கம் விழுந்தடிச்சு ஓடுவாங்க... எங்க வம்சமே காக்கிச்சட்டையைப் பார்த்து குலைநடுங்கினதுதான்...”

“படிக்கவைங்க தேவரே...”

“கடவுள் சித்தம்” என்றார் தேவர்.

அப்பா புளியமரத்தைப் பார்த்தார். குட்டைப் புளியமரம். தேவர் உண்டாக்கினது. எங்கிருந்தோ கொண்டுவந்து வைத்தார். விளையாட்டாய் நீர்விட்டது. இப்போது நெடுநெடுவென்று உசந்துவிட்டது.

“ஐயா இந்தவாட்டி நல்லா காய்ப்பு பிடிக்கும்...”

“போன வருசம்தான் ஏமாத்திடுச்சு.” என்றாள் அம்மா.

“அது அப்படித்தான் ஆச்சி. ஒரு வருசம் விட்டுத்தான் மறுவருசம் காய்ப்பு பிடிக்கும்.”

தேவரும் எங்கள் வீட்டில் ஒருவர்தான். எங்கள் வீடுதான் அவருக்குக் குளம். அதில்தான் எப்போதும் மிதந்துகொண்டிருப்பார். தவளையாக மிதந்துகொண்டிருப்பார். அப்பாதான் அவருக்கு எஜமான். எஜமான் என்றால் தேவர், இடுப்பில் துண்டைக்கட்டி நிற்கமாட்டார். அப்பா திண்ணையில் உட்கார்ந்து இருக்கும்போது, அப்படித் தள்ளினாற்போல் நிற்கமாட்டார். அப்பாவும் அவரை அப்படி நடத்தவில்லை. சிறுவயதில் என்னை தூக்கிக்கொண்டு வெளியில் போவார். வெளியில் என்றால் கடைவீதிப் பக்கமில்லை. ஊருக்கு கிழக்கே போய்விடுவார். அங்கு ஒரு கோவில் உண்டு. கடா மீசையும் பிடரி சிலிர்க்கின்ற குதிரையுமாய் நிற்கும் ஐயனார் கோவில். கோழி இறகும் ரத்தக் கறையுமாய் கிடக்கும். கிர் கிர்ரென்று அடித்து மோதுகின்ற காற்றில் வேலிக்கீற்று முனங்கும். அந்தக் கோவிலுக்குச் சுப்பு பண்டாரம்தான் பூசாரி. பட்டை பட்டையாய் விபூதிக் கீற்று பளபளக்கும். வாய் ஏதாவது மந்திரத்தை முணுமுணுக்கும். அந்த வேகத்தில் வார்த்தைக்கு அர்த்தம் இருக்காது. அவர் மனமும் அதில் இருக்காது. எனக்கு எல்லாம்

திகைப்பாகத்தான் இருக்கும். உழவுமாடுகளைக் கைகாட்டுவார். விருமத் தேவர் உழவில் இருப்பார். உடம்பெல்லாம் சேறாக இருக்கும். மனுச உருவமே தெரியாது. சரசரவென்று ஒற்றை மடையில் வழுக்கிக்கொண்டு ஓடும் வாத்துக் கூட்டத்தைக் காட்டுவார். தூக்கணாங்குருவிக் கூடுகளைக் காட்டுவார். எங்கிருந்தோ ஒரு குரல் வரும். குழந்தையின் வீறல்போல குரல் வரும். அந்த திசையைக் காட்டுவார். இப்படி இதையெல்லாம் வேடிக்கை காட்ட அவருக்கு எப்படித் தோன்றியதோ! அதற்கெல்லாம் ஒரு மனசு வேண்டும். அந்த மனசு விருமாண்டித் தேவரிடம் நிறைய இருந்தது.

என் அழுகையைச் சமாதானம் செய்கின்ற பொறுப்பு அவருக்குத்தான். கதை சொல்ல மரத்தடியில் உட்காருவார். எனக்கு கதை கேட்கிறார்போலவே இருக்காது. என் அழுகை ஓய்ந்துவிட்டாலும் சற்றைக்கொரு தடவை கேவல் வந்துகொண்டே இருக்கும். தேவர் சொல்கின்ற கதைகளில் மனம் ஒதுங்காது.

ஆனாலும் தேவரையே பார்த்துக் கொண்டிருப்பேன். முறுக்கிய மீசை நுனி காற்றில் ஆடும். காதில் தொங்கும் கடுக்கன் வெயில்பட்டு மிளிரும். மரத்தை அணைத்து உட்கார்ந்து இருப்பார். மார்பில், புஜத்தில், கணுக்காலில் கண்டுகண்டாகச் சதை. கையை அசைத்தாலோ, காலை நகட்டினாலோ சதை உருளும். இதெல்லாம் தான் எனக்கு வேடிக்கை.

“எங்கள் ஊருக்கு அடிக்கடி யானை வரும். யானை வந்தால் தெருவே விழித்துக்கொள்ளும். சிறுசுகள் வாண்டுகள்தான் என்றில்லை. பெரியவர்களுக்கும் உற்சாகம் தொற்றிக்கொள்ளும் சிறுசுகளை அடித்து விரட்டி, விழிக்கப் பண்ணி தெருவுக்குக் கொண்டுவந்து நிறுத்துகின்ற உற்சாகம். யானை வருவது தேவருக்கு எப்படித்தான் தெரியுமோ? விழுந்தடித்துக் கொண்டு வீட்டிற்கு ஓடிவருவார்! ‘ஆச்சி யானை வந்திருக்கு, சின்னய்யாவை இப்படிக் கொண்டாங்க...’ என்பார். என்னை யானையில் உட்காரவைத்து தெருக்கோடி வரை போவார். திரும்பவும் பின்னாடியே வரும். கடைசியில், ஒரு செம்பு தண்ணீரைத் துதிக்கையில் ஊற்றி என் மீது பீச்சி அடிக்கச் சொல்வார். தண்ணீர் சீறிச் சிதறுகின்றபோது சிலிர்ப்பாக இருக்கும்.

சித்ரா பௌர்ணமிக்கு ஊருக்குள் சாமி வரும். ஊர்வலமாய் வரும். வரிசையாக தீப்பந்தங்களும் பெட்ரோமாக்ஸ் விளக்கும் ஊர்ந்து ஊர்ந்து செல்லும். தேவர் என்னைத் தூக்கித் தோளில் வைத்துக்கொள்வார். என் கால்கள் இரண்டும் மாலைமாதிரி அவர் கழுத்தில் தொங்கும். நான் அவர் தலைமுடியை கொத்தாய் பிடித்துக்கொள்வேன். தேவருக்கு என்மீது பிரியம். அந்தப் பிரியம் எப்படி வந்தது? அதையெல்லாம் ஆராய்ச்சிமூலம் அறியமுடியாது. எனக்கு நீந்தக் கற்றுக்கொடுத்ததும் அவர்தான். திகைப்பும்

திகிலுமாய் எத்தனை அனுபவங்கள். எல்லாம் தேவர்மூலம்தான் எனக்கு வாய்த்தது.

அப்பா மாலைக்காற்றுக்காக நடப்பார். நதிவரை நடப்பார். பெரும்பாலும் தனியாக, தானாகவே நடப்பார். வாய்க்கால், வரப்பு என்று தாண்டிப் போவார். நதியின் கரை முழுவதும் மரங்கள்தான் மண்டிக்கிடக்கும். மாலையின் நிசப்தத்தினை கொப்பும் இலைகளும் குலைத்துக் கொண்டிருக்கும். குருவிகளைக்கூட காணமுடியாது. மீன்கொத்திகள்தான் ஒன்றிரண்டு இருக்கும். சிலசமயம், வண்ணான் பாறையில் குசச் செட்டியார் இருப்பார். தூண்டிலும் கையுமாக நீரை பார்த்துக் கொண்டிருப்பார். அப்பா அவரைப் பார்த்து முறுவல் மட்டும் காட்டுவார். பேச ஒன்றுமில்லாததுபோல் மணலில் உட்கார்ந்துவிடுவார். சிலசமயம், விருமாண்டித் தேவரும் கூட வருவார். அவரிடம்கூட அப்பா பேசமாட்டார். அந்த நிசப்தத்தின் ஆழத்தில் மூழ்கிவிடுவார். பேச வேண்டியதெல்லாம் பேசித் தீர்த்தாகிவிட்டது என்பதுபோல் முகத்தில் திருப்தி தட்டுப்படும். அப்பா ஒன்றும் படித்தவரல்ல. யாரிடமோ எப்போதோ திருப்புகழ், இராமலிங்கரின் அருட்பா என்று தெரிந்துவைத்திருந்தார். கண்ணை மூடிக்கொண்டு அதில் கரைந்துவிடுவார்.

அன்றும் அப்படித்தான், அப்பா கண்மூடி இருந்தார். சாய்ந்து உட்கார்ந்து இருந்தார். கைகளிரண்டையும் பின்புறமாக மணலில் ஊன்றியிருந்தார். உடம்பு தளர்ந்து இருந்தது. தலைசாய்ந்து கண் சொருகிக்கிடந்தது. மனசு எதையோ அசைபோட்டுக் கொண்டிருந்தது. சின்னக்குட்டி அப்பாவின்முன் வந்து நின்றார். ஒரு கணம், கண்களை உருட்டி அப்பாவைப் பார்த்தார். அவரால் அவர் முகத்தை நேராகப் பார்க்க முடியவில்லை. எங்கோ பார்த்துக் கொண்டு பேசினார். “இனி, உனக்கு விருமாண்டித் தேவர் குத்தகை அளிக்கமாட்டார். குறுக்கே வந்தா நடப்பதே வேற...” அவன் வாய் குளறிட்டது. அப்பா உடல் பதறிற்று. சின்னக்குட்டியை பார்த்தார். பத்தடி தூரத்தில் விலகி தேவரும் நின்றிருந்தார். தேவரைப் பார்த்த மாத்திரத்தில் அப்பா தலையைக் கீழே போட்டுவிட்டார். அவர் உதடு உலர்ந்திற்று. ஒரு கணம்தான். பிற்பாடு எல்லாம் மூளையில் ஏறிவிட்டது.

சின்னக்குட்டி, தாதுவிருத்தி லேகியம் பண்ணி விற்பனை செய்து கொண்டிருந்தார். பம்பல் சமயம் பார்த்து ஊர்ஊராகப் போய் கடை போட்டார். நல்ல வியாபாரம். காசை அள்ளிவிட்டார். அவருக்கு அள்ளிய காசை மண்ணில் போடவேண்டும் என்ற ஆசை. அவருக்கும் எங்கள் புஞ்சைக்குப் பக்கம்தான் காடு. எங்களுக்கு

மேட்டுப் பாசனத்தில் ஒரு ஏக்கர் நஞ்சையும், கரட்டுப்பக்கம் இரண்டு ஏக்கர் புஞ்சையும் இருந்தது. திருடு சாஸ்தி. முழு வெள்ளாமையும் களவுக்கும் காவலுக்குமே போய்விடுகிறது என்று அப்பா அதை விருமாண்டித் தேவருக்கு குத்தகைக்கு விட்டிருந்தார். சின்னக்குட்டி, அப்பாவிடம் வந்து புஞ்சையை விலை பேசினார். அப்பாவிற்கு பூர்வீகச் சொத்தை விற்க மனமில்லை. அதுவும் தேவர் உழுது கொண்டிருக்கிறார். அதை ஏன் கொடுப்பானேன்? என்ற எண்ணம். சின்னக்குட்டிக்கு அதை எப்படியாவது பிடித்துவிட வேண்டும் என்று ஆசை. நாளாகநாளாக அந்த ஆசை வெறியாகிவிட்டது. தேவரின் பலவீனத்தை எப்படியோ படித்துவிட்டார். தேவரும் அதற்கு இரையாகிவிட்டார்.

அப்பாவிற்கு இரவு தூக்கமில்லை. கொட்டுகொட்டென்று இரவு விளக்கில் விழித்துக்கொண்டிருந்தார். ஒரே நிசப்தம். அம்மாவுக்கும் தூக்கமில்லை. விழித்துக்கொண்டேதான் கிடந்தாள். கோழி மட்டும் எங்கோ குரல் எழுப்பிக்கொண்டிருந்தது. இந்தச் சாமத்தில் அதற்கென்ன பிரச்சனையோ? எல்லா துக்கங்களும் இரவில்தான் விழித்துக்கொள்கின்றன. அதற்குப் பிற்பாடு தேவர் எங்கள் வீட்டிற்கு வருவதேயில்லை. குத்தகையும் வரவில்லை. தேவரால் எங்கள் வீட்டிற்கு வராமல்கூட இருக்க முடியுமா? எங்களுக்கு அது தான் ஆச்சரியம். அந்த ஆச்சரியத்திலே விழுந்து புரண்டோம். நிலம் சின்னக்குட்டிக்குப் போயிற்று. எல்லோரும் அப்பாவை கோர்ட்டுக்குப் போகச் சொன்னார்கள். அவர்களுக்கெல்லாம் அப்பா ஒரு சிரிப்பைத்தான் பதிலாகத் தந்தார். அப்போதுதான் என்றில்லை, தேவரைப் பற்றி யார், எது கூறினாலும் ஒரு சிரிப்புதான் பதில். அந்தச் சிரிப்புக்கு என்ன அர்த்தம்? அர்த்தமில்லாமல் இல்லை. அதைப் புரிந்துகொள்ளத்தான் எங்களுக்கு முடியவில்லை. அந்தச் சம்பவம் அப்பாவை முறித்துப் போட்டுவிட்டது.

அப்பா, இப்போதெல்லாம் விடிவதற்குள் ஆற்றுக்குப்போய்க் குளித்துவிட்டு வந்துவிடுவார். முன்புபோல் தெருவில் நடமாடுவதில்லை. தெருவில் நடப்பதற்கே கூசினார். இத்தனை வருட நட்பிற்கும் உறவிற்கும் என்ன அர்த்தம்? அப்பாவுக்கு நிலம்போனது வருத்தமே இல்லை. தேவரின் மனசு முடமானதுதான் வருத்தம். இப்போது அப்பா மாலைவேலைகளில் நடை போவதில்லை. அப்பாவின் சினேகிதர்கள்தான் வீட்டிற்கு வந்துபோகிறார்கள்.

தேவர் முடியாமல் படுத்துவிட்டார். படுத்துவிட்டார் என்றால் மீண்டும் எழுகின்ற படுக்கையில்லை. உடம்பின் ஒரு பாதி ஓடிந்துவிட்டது. ஓடித்திரிந்த உடம்புதான். இரவு, பகல் என்று பாரா உடம்புதான் இப்போது முறிந்துவிட்டது. பக்கவாதம். வலது காலும் கையும் உடம்பும் உசிரோடு இல்லை. ஆட்டவோ,

அசைக்கவோ முடியாது. எந்தப் பச்சிலைக்கும், வைத்தியத்திற்கும் கட்டுப்படாமல் போயிற்று. இப்போது எல்லாம் இந்தக் கட்டிலில் தான். மொத்த வாழ்க்கையும் இந்த கயிற்றுக்கட்டிலில் தான். படுப்பதும் சாப்பிடுவதும், சாப்பிட்டதைக் கழிப்பதும் கட்டிலில்தான். காட்டு வெளியும் ஆற்று மணலும் கண்ணில் மிதக்கின்றபோது கண்ணீர்தான். அதை துடைத்துக்கொள்ளக்கூட முடியாது. விலகி ஒதுங்கும் வேஷ்டியையோ, பிரிந்து ஒழுகும் சிறு நீரையோ கட்டுப்படுத்த முடியாது.

வீட்டில் எல்லோருக்கும் சங்கடம்தான். ஒரே சாவாகப் போனால் கூடத் தேவலை. தேவரும் இதை ஒரு பாட்டாகத்தான் பாடிக் கொண்டிருக்கிறார். தினமும் தேவரைப்பற்றி ஏதாவது ஒரு செய்தி என் காதை நெருடிக்கொண்டேதான் இருக்கும். இப்படி விழுந்து விழுந்து மனசு நிறைந்துகிடந்தது. மனசில் நிறைந்ததை அள்ளி எறிய முடியாமல் ஆவலாகிவிட்டது. தேவரை போய்ப் பார்க்க வேண்டும் என்ற ஆவல். அந்த ஆவல் நாளுக்குநாள் நெஞ்சை நோண்டிக்கொண்டே இருந்தது. மனசும் விழித்துக்கொண்டது. அவரைப் பார்த்துத்தான் எத்தனை நாள் ஆகிவிட்டது. நாள் கணக்கா? வருசக் கணக்கு! தேவரைப் பார்க்கவேண்டும். இனியும் தள்ளிப்போட முடியாது. என்னை மார்பில் தூக்கிப் போட்டுக் கொண்டு யானை காட்ட ஓடிய தேவர் முகம்தான் என்னிடம் இருக்கிறது. வேறு எந்த முகமும் மனசில் இல்லை. தேவரை போய்ப் பார்க்கவேண்டும் என்ற மன ஓட்டம் கூடிற்று. அப்பா வருத்தப்படுவாரோ! நம்மை முறித்துப் போட்டுவிட்டுப் போனவன் முகத்தில் ஏண்டா போய் முழிச்சே... முகத்தை முறித்துப் பேசுவாரோ! அப்பா அப்படியில்லை.

காலை நேரம்

அந்தத் தெருவிற்குள் போகும்போதே தயக்கமாகவும், ஆவலாகவும் இருந்தது. தேவர் வீட்டின்முன், முன்பு ஒரு பூவரச மரம் இருந்தது. ரத்தச் சிவப்பில் பூத்துப்பூத்துச் சிரிக்கும். கருங் காக்கைக் கூட்டமொன்று அதனை மொய்த்துக் கொண்டிருக்கும். காகம் கொத்தி, விளையாடும் விளையாட்டில் தேவர் வீட்டு வாசல் எல்லாம் பூவிதழாய் சிதறிக் கிடக்கும். தேவர் வீடு என்றாலே அவர் வீட்டுக்கதவுதான் மனசைத் திறக்கும், ஒற்றைக் கதவு. உசரமாய் பார்க்கவே பிரமிப்பாய் இருக்கும். மண்சுவர்தான். அதற்கு இத்தனை பெரிய கதவு தேவைதானா என்று கேள்விவரும். தேவர் வீட்டின் கம்பீரமே அந்தக் கதவும், பூவரசம் பூ மரமும்தான். இப்போது அந்த இரண்டுமே இல்லை. பூவரச மரமும் இல்லை ஒற்றைக் கதவும் இல்லை. மண்சுவராய் நின்ற இடம் சிமெண்ட் பூச்சாகிவிட்டது. தளர்ந்துபோன இரட்டை மடக்குக் கதவு. அது தேவர் வீடு

மாதிரியே இல்லை. ஒரு கணம் தயங்கினேன். வேறு ஒருவர் வீட்டிற்குள் நுழைவதுமாதிரிதான் இருந்தது. அந்தக் கம்பீரமும் களையும் எங்கே போயிற்று! வீட்டிற்குள்ளும் அப்படித்தான்.

இடது ஓரமாய் தேவர் படுத்துக்கிடந்தார். கயிற்றுக்கட்டில். கயிறு தளர்ந்து தொட்டில்மாதிரி தொங்கிக் கிடந்தது. அவரைச் சுற்றிலும் அழுக்குத் துணிகள். நம்ம தேவரா இவர்? கண்ணும் மனசும் நம்ப மறுத்தன. நம்ம தேவர்தானா? மனசு அரட்டிற்று! அவர் உடைந்து நொறுங்கிப்போய் கிடந்தார். முகம் வத்தி எலும்பு மட்டும் துருத்திக்கொண்டு இருந்தது. கண்கள் குழிவிழுந்து கிடந்தன. மீசை மட்டும் இன்னும் உதிராமல் தூக்கிக்கொண்டு நின்றது. ஆனால் அதில் ஜீவனில்லை. ஒருவிதமான வாசனை. மூத்திரம், மலம் என்று எல்லாம் கலந்த நோய்வாசனை. அந்த வாசனையே ஆளை ஆட்டிற்று. எனக்கு ஒன்றும் பேசத் தோன்றவில்லை. எப்படி இருக்கீங்க என்றுகூட கேட்கத் தோன்றவில்லை. பிரமித்துப்போய் நின்றேன். அவரும் கண்ணைத் திறந்துகொண்டே தூங்கிக் கொண்டிருந்தார்.

“ஐயா...”

“யாரது...” ஒரு கணம் தடுமாறினார். கண்ணைச் சுருக்கி என்னைப் பார்த்தார்.

“யாரதுன்னேன்.”

“ஐயா மகன் வந்திருக்கேன்.”

தேவரின் உடல் லேசாக உதறிற்று. இரண்டு கைகளையும் கட்டில் மரத்தில் அழுத்திக்கொண்டு, உடலை சிரமப்பட்டு உயர்த்தினார். அந்தப் பளுவில் கட்டில் ஆடிற்று. நான் கட்டிலுக்குப் பக்கமாய் போய் நின்றுகொண்டேன். ‘சிரமப்பட வேண்டாம்’ என்றேன். தேவர் உடலை எழுப்பி நிறுத்தினார். தலையும் உடலும் ஆடிற்று. இடது கை கயிற்றைப் பிடித்துக்கொண்டது.

“ஐயா மவனா..?” ஆச்சரியத்தில் அவர் விழிகள் தடுமாறின. என்னைப் பார்த்துக்கொண்டே இருந்தார். ஒருகணம் விழி அங்குமிங்குமாய் ஓடிற்று. ஒரு துளி ஒழுகி கன்னத்தில் விழுந்து சிதறிற்று. அவர் மூக்குநுனி மலர்ந்து சிவந்திற்று. அவரால் அதற்கு மேல் முடியவில்லை. சட்டென்று என் கையைப் பிடித்து நெஞ்சில் வைத்துக்கொண்டார்.

“சிறிசா இருந்தப்ப பார்த்தது...”

“தேவரய்யா...”

“எப்படியா இருக்கீங்க...” என்று, என் முகத்தைப் பார்த்தார்.

அப்படியே பருகுகின்ற பார்வை. அது அவருக்குப் போதவில்லை. என் கையைப் பிடித்தார். நான் கட்டில் ஓரமாக உட்கார்ந்தேன். என் முதுகில் கைவைத்துத் தடவினார். பரவசத்தையும் படபடப்பையும் வெளிப்படுத்த முடியாது, அவர் உடல் தடுமாறிற்று. திரும்பத் திரும்ப என் முகத்தையே பார்த்துக் கொண்டிருந்தார். அதற்குமேல் அவரால் முடியவில்லை. என் உடலும் நடுங்கிற்று. நம்ம தேவரா இவர்? அந்தக் கம்பீரமா இப்படிக் கரைந்திற்று! அந்தத் திகைப்பிலிருந்து என்னால் திரும்பவே முடியவில்லை.

“சின்னதுலெ பார்த்தது. இப்ப பெரிய ஆளாயாச்சு.” என்று சிரித்தார்.

நான் அவர் முகத்தைப் பார்த்தேன்.

“ஐயா எப்படி இருக்கார்?”

“நல்லா இருக்கார்.”

“நான்தான் ஐயாவுக்கு கெடுதல் பண்ணிட்டேன்.”

“ப்ச்... விடுங்க...”

“அதான் ஆண்டவன் என்னை போட்டுப்பாத்திட்டான்.”

“அப்படியெல்லாம் பேசவேண்டாம்” என்று, அவர் கையை இறுகப் பிடித்துக்கொண்டேன்.

“ஐயாவுக்குத் தெரியுமா? நீங்க இங்கே வந்தது!”

“தெரியாது.”

“ஒண்ணும் சொல்லமாட்டார். அவருக்கு உசந்த மனசு... நான்தான் புத்தி மோசம் போயிட்டேன்...”

அவர் கண்கள் பொங்கிப் பிரவாகமெடுத்திற்று. உதடும் மூக்கும் படபடவென்று துடித்திற்று. எனக்கு ஒன்றும் பேசமுடியவில்லை. புயலில் சிக்கிக்கொண்டாற்போல் ஆயிற்று. தேவர் என் கையை இறுகப் பிடித்துக்கொண்டார். அதிகநேரம் அங்கு இருக்க முடியவில்லை. சிறுவயதில் பார்த்த தேவரின் நினைவுகளும் கண்ணெதிரே சிறுத்துப்போய் கிடக்கின்ற நிஜமும் என்னை சிதறடித்துக்கொண்டிருந்தன. சிரமப்பட்டுத்தான் எழுந்து கொண்டேன்.

தேவரைப் பார்த்துவிட்டு வீட்டிற்கு வந்தேன். அப்பா நடைவாசலில் நாற்காலி போட்டு அமர்ந்திருந்தார். அப்பாவிடம் தேவர் வீட்டிற்குப் போய்வந்ததைச் சொல்லலாமா, வேண்டாமா?

ஒருவேளை, அப்பாவிற்கு வருத்தம் இருக்குமோ! 'நம்மை முறித்துவிட்டுப் போன பிற்பாடு நீ ஏம்ப்பா அங்க போனே?' என்று, கேள்வி எழுப்புவாரோ! அப்பா அப்படி இல்லை. அவர் மனசு எனக்குத் தெரியும். இருந்தாலும் இப்போது சொல்லவேண்டாம் என்று தள்ளிப் போட்டேன். அப்பாவின் பார்வை வீதியில் கிடந்தது. அவர் எப்போதும் அப்படித்தான். தெருவைப் பார்த்து உட்கார்ந்துவிடுவார். என்னை ஜாடையிலே கூப்பிட்டார்.

"நாளைக்கு வேலைக்கு ஆள் வருதா?" என்றார்.

"ஆமாம்." என்றேன். என்னை ஒரு பார்வை பார்த்தார். கனிவான பார்வை. எங்கள் வீட்டின் முன்பகுதி காலி இடமாகக் கிடந்தது. இடப்பக்கம் புளியமரம். வலப்பக்கம் தட்டுமுட்டுச் சாமான்கள். எங்கள் வீடு புழக்கத்திற்குத் தோதாக இல்லை. மரத்தை வெட்டிவிட்டு அந்த இடத்தில் இடமும் வலமுமாய் இரண்டு அறைகள் கட்டலாம் என்று யோசனை. கொத்தனாரிடம் சொல்லி ஏற்பாடாகிவிட்டது. அதற்காகவே நான் விடுமுறை எடுத்துள்ளேன்.

'எதுக்குப்பா கேக்குறீங்க..."

"இப்ப கட்டடம் கட்டணுமா?"

"நமக்கு சௌகர்யமா இருக்குமே..."

"மரத்தை வெட்டாம முடியாதா..."

"முடியாதுப்பா. பாதி இடத்தை மரம்தானே பிடிச்சிக்கிட்டது."

"முயற்சி பண்ணிப் பாரேன்பா..."

"புளியமரம் தானப்பா..."

அவர் ஒரு நிமிசம் அந்த மரத்தையே பார்த்தார். மாறாத பார்வை, அவர் மனம் எதையோ அசைபோட்டு நிமிர்ந்தது. பின்பு மெல்ல பார்வையை விலக்கினார்.

"இது, தேவர் வெச்சு உண்டாக்கினது. அதான் பார்த்தேன்." என்றார். அவர் கண்களில் ஈரப் பிசுபிசுப்பு.

எனக்கு என்னவோபோல் ஆயிற்று. எங்கள் வீட்டு புளியமரத்தைப் பார்த்தேன். நெஞ்சை நிமிர்த்தி, கிளை பரப்பி, காற்றில் அலைந்து கொண்டிருந்தது. என்னால் அதைத்தான் பார்க்க முடிந்தது. அதன் அடியாழத்து வேர்களை என்னால் பார்க்க முடியவில்லை. அது எங்கள் வீடு முழுவதும் பாய்ந்து கிடக்கிறது. மீண்டும் அப்பாவைப் பார்த்தேன். அவர் மரத்தையே பார்த்துக் கொண்டிருந்தார்.

இந்தியா டுடே - மார்ச், 2000

# நான் + நீ

*நாட்டு சுப்பராயன் தெரு இதுதானா? சற்றுத் தள்ளி நின்று பார்த்தார். ஓரடி நகர்ந்து எட்டிப் பார்த்தார். தெளிவில்லை. பெயர்ப்பலகை மூளியாக இருந்தது. உற்றுப் பார்த்தார். இதுதான்! சற்று உள்ளே நகர்ந்தார். மூத்திரவாடை. கால்கள் தளர்வு கண்டன. தெரு மிகவும் சுகவீனமாகக் கிடந்தது. குறுகல்வேறு. கார்ப்பரேஷன் குப்பைத்தொட்டி ஒருபக்கம், ஈ மொய்க்கும் குப்பைகள் மறுபக்கம். நம்ம ஊர் பரவாயில்லை. பத்துக்கு ரெண்டு பாதகமில்லாமல் கிடக்கும். இங்கு பாதிக்குப்பாதி பழுதுதான். ஆனால் எல்லாம் பகட்டில் மறைந்துவிடுகிறது. வீட்டு நம்பரை பார்த்துக்கொண்டே நகர்ந்தார்.*

*அந்தத் தெருமுனைக்கு முன்னால் ஒரு சந்து ஒதுங்கிக்கிடந்தது. அதுவும் தெருவோடு சேர்த்தியா? சற்று உள்ளே சென்றார். ஆம்! அதுவும் அந்தத் தெருவின் கிளைதான். ஒதுங்கினாற்போல் அது ஒரு உலகம். அந்தத் தெருவோடு ஒட்டாத உலகம். 38. ஏ அங்குதான் இருந்தது. பெரிய இரும்புக் கதவு. கொக்கியை விலக்கி உள்ளே சென்றார். காலிங்பெல்லை அழுத்தினார். ஒரு பெண் எட்டிப் பார்த்தாள்.*

*“யாரது?”*

*“வாசுகி”*

*“நீங்க யாரு?”*

*“சின்னய்யா?”*

*“யாரு?”*

“நா. அவுங்க சின்னய்யா. பூமலைக்குண்டுலெ இருந்து வாரேன்”

ஒருகணம் தயங்கி, பின் ‘வாங்க’ என்று கதவை விலக்கினாள். உள்ளே சென்றதும் ஃபேன் காற்று. மார்பிள் தரையின் குளிர்ச்சி. குந்தாணிகுந்தாணியாக நான்கு ஸோபாக்கள். அந்தப் பெண் ஒரு ஸோபாவை கை காட்டிவிட்டுச் சென்றாள். உட்கார்ந்தார். கொண்டுவந்த பையை காலடியிலே வைத்துக் கொண்டார். இயல்பாக உட்கார முடியவில்லை. அவர் பார்வை இங்குமங்குமாய் அலைந்திற்று. பார்வை ஒவ்வொன்றாய் தொட்டுத் தொட்டுத் திரும்பிற்று. நடைவாசல், சுவர், திரைச்சீலை. அந்நிய வீட்டிற்குள் நடக்கிறமாதிரி பார்வை தத்திற்று. சுவரில் ஒரு படம் கறுப்பு-வெள்ளைப் படம். குறுந்தாடியும். சுருங்கிய கண்ணும் அகண்ட கன்னத்துச் சதையுமாய் ஒருவர். அது யார்? தெரியவில்லை. கவிஞனா? அறிஞனா? தெரியவில்லை. கற்பனை செய்கிறவனாகத்தான் இருக்கமுடியும். அவன் கண்வாகு அப்படி. நம்ம பக்கமெனில் ஜாதிக்குத் தக்கபடிதான். காமராஜரோ, முத்துராமலிங்கத் தேவரோ, வ.உ.சி.யோ, அம்பேத்கரோ, இவர் மேற்கத்திய ஆளாக இருக்கலாம். வீடு சுத்தமாக இருந்தது. எங்கு தொட்டாலும் ‘பளிச்’சென்று இருக்கிறது. அவள் மனதில் மட்டும் எப்படி, இப்படி ஒரு குப்பை சேர்ந்தது? அவர் மேலும்கீழுமாய் கண்ணை விரட்டிக் கொண்டிருந்தார்.

“யாருன்னு சொன்னீங்க” அவள் மீண்டும் வந்தாள்.

“வாசுகியோட சின்னய்யாமா! பூமலைக்குண்டுலெ இருந்து வர்றேன்.” அவள் தலையை ஆட்டிவிட்டு திரும்பவும் உள்ளே சென்றாள்.

சற்று நேரத்தில் வாசுகி வந்தாள். சரசரவென்று வரவில்லை. அவள் நடையில் ஆவல் வழுக்கவில்லை. ‘சின்னய்யா... சின்னய்யா...’ என்று குரல் குதிபோடவில்லை. குனிந்துகொண்டே நடந்துவந்து, ‘ஐய்! சின்னய்யா’ என்று மலர்வாளே, அப்படியும் இல்லை. புருவம் உயர்த்திப் புன்னகை காட்டிக்கொண்டே பக்கத்தில் வந்து நிற்பாளே, அப்படியும் இல்லை. முகம் பார்த்ததும் நாலுகால் பாய்ச்சலில் வருவாளே அப்படிக்கூட இல்லை. அந்த உற்சாகத்தையும் வேகத்தையும் காலம் தின்றுவிட்டதோ என்னவோ தெரியவில்லை! முதலில் சோப்பு வாசனை. அடுத்து ஷாம்பு வாசனை. அடுத்து ‘கிரீச் கிரீச்’சென்று ஈரக்காலில் ஹவாய் சப்பல் நசுங்க நடந்துவரும் ஓசை. நடை லேசாய் தடுமாறிற்று. கால் இடுக்கிற்கு ஓடுகின்ற நைட்டியை இடது கையால் இழுத்துவிட்டுக் கொண்டே நடந்து வந்தாள். பரவசமும் லேசான படபடப்பும்! அவள் பார்வையின் வெளிச்சம். முகமெல்லாம் தெறித்துச் சிதறிற்று. கன்னத்துச் சதை அந்த ஒளியில் பிரகாசித்தது. அவருக்கும் பரவசம். நெஞ்

சில் இளம்சூடு பரவிற்று. உதடும் மூக்குநுனியும் துடிதுடித்திற்று. அவள் எதிரே சோபாவில் அமர்ந்தாள். தலையை 'பாப்' வெட்டியிருந்தாள். நீளமான நெளிகூந்தல் இல்லை. ஈரம் கழுத்தில் சொட்டிக் கொண்டிருந்தது. அவர் ஒன்றும் பேசவில்லை. பேசத் தோன்றவில்லை. அவளுக்கும் அப்படித்தான். அவள் விழி நம்ப முடியாமல் நழுவிக்கொண்டிருந்தது. அவள், தன் சங்கடத்தைச் சமாளிக்க 'பிலோ காபி கொண்டா...' என்றாள். உடன் இருந்த பெண் விலகிச் சென்றாள்.

"எப்ப வந்தீங்க சித்தப்பா?"

"விடியக் காலையிலெ."

"எப்படி இருக்கீங்க?"

"ம்... இருக்கேம்மா"

"அப்பா"

"இருக்கார்" அவள் கண் தளும்பிற்று!

"அண்ணனுக்கு கல்யாணம் மூச்சாச்சு."

"சொன்னாங்க" என்று எங்கோ பார்த்தாள். உடைந்து விடக்கூடாது என்று முகத்தை இறுக்கினாள். முகம் கனிந்து சிவப்பாயிற்று. அந்த இறுக்கத்திலும் ஒரு துளி கன்னத்தில் உருண்டுவிட்டது.

"வடக்காமெ ரோதை வெச்சிருக்காரே தூசியாபிள்ளை அவர் மகதேன்."

அவள் நகக்கணுவை கீறிக்கொண்டிருந்தாள். அவள் சித்தப்பாவை எதிர்பார்க்கவில்லை. சட்டென்று இப்படி வந்து நிற்பார் என்று எதிர்பார்க்கவில்லை. மனசில் எல்லாம் மங்கிக்கொண்டிருந்த நேரம் மீண்டும் புழுதியாய் எல்லா நினைவுகளும் சுழன்றன.

"ஒரு ஜோலியா வந்தேம்மா. பார்க்கணும்போல இருந்துச்சு" அவர் முகத்தை ஊடுருவினாள்.

"நான் வந்தது. அப்பாவுக்குத் தெரியாது."

"..."

"அவர் அப்படியேதாம்மா இருக்கார்."

வாசுகியின் மனம் சுளுக்கிற்று. திரண்டெழுந்த சிறு உற்சாகமும் உடைந்திற்று. சமாதானத்தில் சலனத்தை மறைத்தாள். அப்பாவைப் பற்றி தெரியும். அவரின் சுபாவம் புரியும். அமைதியானவர். ஆழ்ந்த அமைதி. ஆனால் இதுபோன்ற அமைதியின் சுபாவத்தைத்தான் அறிய முடியவில்லை. ஒரு நேரம்போல ஒரு நேரம் இருப்பதில்லை.

ஓடுகின்ற நீரைப்போலத்தான் இந்த அமைதியும். சப்தமும், சலசலப்புமாய் ஓடுகின்ற நீரின் குணத்தைப் படித்துவிடலாம். கால் வைத்ததுமே புரிந்துவிடும். அமைதியின் நகர்வில் எதை அறிய முடிகிறது? அப்பாவும் அப்படித்தான். அவரின் ஆழத்தையும் அழுத்தத்தையும் யாராலும் அறியமுடியாது போயிற்று.

ஜெயாக்கா வீட்டு முருங்கை முறிந்துவிட்டது. சடசடவென்று மொத்த மரமும் முதுகைக்காட்டி கவிழ்ந்துவிட்டது. காலை அகட்டி, கையைப் பரப்பி, தலைவிரிகோலமாய் ஒரு உருவம். தெருவே அடைத்துப்போயிற்று. வீட்டு காம்பௌண்ட் சுவரும் விழுந்துவிட்டது. தெருவே கூடிவிட்டது. ஆட்டுக் குட்டிகளும் ஆட்களுமாய் மரத்தை மொய்த்துக் கொண்டிருந்தனர். அன்று பஞ்சவர்ணத்தின் பணியார வியாபாரம் படுத்துவிட்டது. குட்டி குளுவான்கள் எல்லாம் இங்கு வந்து கூடிவிட்டன. ஜெயாக்கா ஒரு கணம் மட்டும் மரத்தைப் பார்த்தாள். மனசு கேவிற்று. அதைவிட ஒரு விசயம் மனதை அழுத்திற்று. விடாமல் இழுத்திற்று. மரம் விழுந்ததைவிட மனசில் ஒரு இடி விழுந்தது. ஜெயாக்கா புருஷனையும் கூட்டிக்கொண்டு வடக்கு களத்துமேட்டுக்கு ஓடினாள். பாவம் அவள் புருஷன். காலையில்தான் மெட்ராஸில் இருந்துவந்தான். முகம் களைத்துக் கிடந்தது. அதைவிட ஒரு அழுத்தம். ஆளை அச அரடித்துக் கொண்டிருந்தது.

“நிஜந்தானாங்க.” என்றாள் புருஷன் முகம் பார்த்து.

“இதுலையா விளையாடுவேன்.”

“நம்ம வாசுகியா?”

“வாய மூடு ஜெயா. தொணத்தொணங்காம.”

“அவுக அப்பாவுக்குத் தெரியுமா?”

“தெரியாது.”

“களத்துமேட்டுலெ வெச்சு ஒண்ணும் சொல்லவேண்டாம். வூட்டுக்குக் கூட்டியாந்து சொல்லுவோம்...”

“வா பார்க்கலாம்.”

“உங்களுக்கு யார் சொன்னதாம்?”

“நம்ம மூங்கில் கடை மூக்கையா மவன். அவனும் மைலாப்பூர் பக்கம்தேன் இருக்கான்.”

“நம்ம பாட்டுக்கு ஒண்ணுகெடக்க ஒண்ணு சொல்லிடப்படாது. பிறகு மானங்கன்னியாப் போயிடும்...”

“அவுங்க வூட்டுப்பக்கம்தேன் வாசுகி இருக்காம்.”

"அந்த அண்ணனுக்கு கெரகத்தைப் பாரு..."

"ப்ச்..."

"அந்த மதினியும் தங்கம்! கவுருமெண்டு வேலைனாலே குதிக்குதுங்க. பூச்சி மருந்து அடிக்கிறவன் பொண்டாட்டிங்ககூட மெட்டுப் பண்ணிக்கிட்டுத் திரியுதுங்க. அவுக தாசில்தார் பொண்டாட்டி. இருக்க எடம் தெரியுதா? அவுங்களுக்குப் போயி இப்படியா."

"தாசில்தார் மாமா களத்துலெதேன் இருக்காங்களா?"

"ம்... புளியம்பழம் உலுக்குறாங்க"

"இந்தவாட்டி நல்ல காப்புலெ."

"ம்... வாசுகிக்கும் ஓதப்பழம்னா ஆசை. சிறுசுலெ பாவாடை நெறைய அள்ளிப் போட்டுக்கிட்டே தின்பா."

"நம்பவே முடியலெ ஜெயா!"

"நிஜம்தானா? நல்லா தெரியுமா?"

"ம்..."

"விசாரிச்சீங்களா?"

"நானே நேர்லெ பாத்தேன்"

"வாசுகியவா?"

"உள்ளதுதானா?"

"உள்ளதுதான்"

ஜெயாக்கா வாயை பொத்திக்கொண்டாள்.

சடசடவென்று ஆலங்கட்டி மழைமாதிரி புளியம்பழம் உதிர்ந்து கொண்டிருந்தது. சவளம் சவளமாய் நல்ல காய்ப்பு. பெண்கள் கூட்டி அள்ளிக் குவித்துக்கொண்டிருந்தனர். தாசில்தார் சதாசிவம்பிள்ளை குழவிமாதிரி மரத்தை சுற்றிச்சுற்றி வந்துகொண்டிருந்தார். அவர் பார்வை ஒவ்வொரு கிளையாக தாவிக்கொண்டிருந்தது. புளியம்பழம் உலுக்குபவனுக்கு உத்தரவு ஓடிக்கொண்டிருந்தது. "ஏலே... அந்தக் கொப்பைப் பார்றா... அங்குட்டுடா.... எங்க பாக்குறான் பார்றா. ஒந்தலைக்கு மேலாக்குலெ பார்றா. சரி அதான். அத மூச்சுட்டு கிழக்காமேல வாடா." ஒரு கிளை தப்பாது. மரம் துப்புரவாகிவிடும். எல்லாம் அவர் அப்பாவின் சொத்து. தோப்பாக இருந்தது. இன்று

இங்கொன்றும் அங்கொன்றுமாய் இருக்கிறது. சதாசிவம்பிள்ளையின் அப்பா புளியம்பழம் உலுக்குகிறார் என்றால் திருவிழா மாதிரிதான். சிறிசு பெரிசு எல்லாம் கூடிவிடும். புளியம்பழக்கூட்டை உடைத்து விரலில் மாட்டிக்கொள்ளும். திடும் திடும் என்று மேளம் அடிக்கும். அது பாவனைதான். ஆனாலும் பந்தாவாக இருக்கும். சிறுசுகள் நீள நீளமான புளியம்பழக் கூடுகளை விரல்களில் மாட்டிக்கொண்டு புலிப்பாய்ச்சல் காட்டும். எதிராளி முதுகில் பிறாண்டுவதுபோல் பாவனை காட்டும். பழம் உலுக்குகிறார்கள் என்றாலே குதூகலமும் கொண்டாட்டமும்தான். சவரம் செய்கிற காளியப்பன், சலவை செய்கிற சன்னாசி, காவல்கார மாயாண்டி, கொத்துக்கார சோமு, தண்ணிகட்டுக்காரன் இப்படி ஒரு கூட்டம். ஆளுக்குத் தக்கபடி அரைப் பஞ்சாரம், கால் பஞ்சாரம் என்று பழத்தை அள்ளிப் போடுவார். பக்கத்து காடு கழனிகளில் இருப்பவர்களும் முந்தியை விரிப்பார்கள். ஒரு கையோ, ரெண்டு கையோ விழும். இப்போது அப்படியா இருக்கிறது? அப்படித்தான் முடிகிறதா?

"வா ஜெயா..."

"வாரேன்னே."

"அட! என்னப்பா அது? பொண்டாட்டி பின்னாடி ஒளிச்சுக்கிட்டு வர்றே..."

தாசில்தார் ஒரு சிரிப்பு சிரித்தார். அவன் சிரிக்கவில்லை.

"ஆச்சா மாமா."

"எங்கப்பா. மளமளன்னு ஜோலி ஆவமாட்டேங்குதே. அதோ அந்த ஒத்தப் புள்ளையும் வடக்கு மரமும்தான் பாக்கி. இன்னைக்கு முடியாதுபோல..."

"மெட்ராஸ் போயிருக்காப்புலென்னாங்க."

"காலையிலேதேன் வந்தேன்."

"பயணமெல்லாம்..."

"ம். இருந்துச்சு..."

"பாப்பாவை பாத்தாப்புலையா?"

அவன் பேசவில்லை. மரநிழலைப் பார்த்தான். ஒரு புள்ளி வெளிச்சம் அவன் மூக்கில் விழுந்திற்று. கிளையசைவில் அது நெஞ்சுக்கு நகர்ந்திற்று. விர்ரென்று அடித்த சிறுகாற்றில் அது காலடிக்குத் தாவி தரையில் உருண்டிற்று.

"எப்படி இருக்கான்னா?"

"பேசலாம் மாமா!"

"என்னப்பா."

"வாங்க" என்று அவரை நகர்த்திக்கொண்டு நடந்தான். ஓடைச் சரிவுக்குப் போனான். அவன் உடலில் லேசாக சூடு ஏறியது. உடலும் உதறல் கண்டது. ஓடைச்சரிவில் நீளமாக நிழல் படுத்துக்கிடந்தது. கூடவே அமைதியும் சுருண்டுகிடந்தது. அடிக்கின்ற காற்றுக்கு சரளைமணல் தெறிப்புதான். வேறு ஒன்றுமில்லை. அந்த அமைதியும் ஆட்களில்லாத வெட்டவெளியும்தான் அவன் பேசுவதற்கு ஆதரவாக இருந்தது. இதுபோன்ற தருணங்களுக்கென்றே வாய்க்கிற அமைதி.

"நம்ம மூங்கில் கடை மூக்கையா மவன் ஒரு சங்கதி சொன்னான்?"

"என்ன?"

"நம்ம வாசுகியைப் பத்தி..."

"என்னவாம்?" குரலில் பரபரப்பு.

"ஒருத்தரோட 'இஷ்டமா' இருக்காம்?"

"என்னப்பா சொல்றே?" அவர் குரல் அதிர்ந்திற்று. அந்த அதிர்வில் கன்னத்துச் சதை நடுங்கிற்று. நெற்றி சுருக்கம் கண்டது. நாக்கு உலர்ந்து படபடப்பாயிற்று. அவர் குரலை உயர்த்தவில்லை. கூச்சல் போடவில்லை. அவனை உலுக்கவில்லை. அவனை ஒரு பார்வை பார்த்தார். அதைப் படித்தவன்போல் எங்கோ திரும்பிக் கொண்டான். இதுபோன்ற சமயங்களில் பதில் மொழி பலமிழந்து விடுகிறது. பாவனைகளுக்குப் பலம் கூடிவிடுகிறது. அந்தக் கணம் எத்தனை முகபாவங்கள்!

"நானே நேர்லெ பார்த்தேன்."

"நிஜமாவா?"

"ஆமா."

"என்னா ஆளுங்க?"

"நம்ம ஆளுங்க இல்லை."

"லவ்வா?"

"இல்லை."

"பின்னே?"

"ஒண்ணுமொண்ணாத்தான் இருக்காங்கபோல. மைலாப்பூர்லெ

நாட்டு சுப்பராயன் தெருவுலெ வீடு. நான் வீட்டுக்குப் போனேன்.”

“பாத்தாப்புலையா?”

“ம்...”

அவர் கண்ணைச் சுருக்கினார். ஆள்காட்டி விரல்களை கண்ணில் வைத்து அழுத்தினார். கட்டை விரல்தான் கன்னத்தில் இருந்தது. ஒரு பெருமூச்சுவுட்டு முகத்தைத் துடைத்தார்.

“கல்யாணம் ஆனாப்புலெதேன் இருக்காங்க. ஆனால் தாலி கீலி எதுவும் கிடையாது. ரிஜிஸ்தர் ஆபீஸ்லெ பதியவும் இல்லையாம்.”

“என்னடா எழவு சொல்றே?” என்று, தன் நெத்தியில் ஓங்கி அடித்துக்கொண்டார். திடீரென்று அவர் உடல் பரபரப்பாயிற்று. கடைச்சரக்கை கை நழுவவிட்டுத் தெருவில் விழித்துக்கொண்டு நிற்கும் சிறுவனைப்போல் விழித்துக் கொண்டிருந்தார். அவருக்கு குழப்பம். நிம்மதியற்று நெஞ்சு இரைந்துகொண்டிருந்தது. அவர் வாழ்க்கைமுறை வேறு. மனம் கூசிக்கூசி குறுகியது. கோபமும் ஆத்திரமும் பொங்கிப்பொங்கி ஆளை அசதியாக்கியது. அவர் கற்பனையில் கல்லெறிந்துவிட்டாற்போல் ஒரு கலக்கம். கண்ணும் மனசும் கசிந்துகொண்டிருந்தது. அவர் சொத்து சேர்க்கவில்லை. அவர் நினைத்திருந்தால் செய்திருக்கலாம். அவர் உத்தியோகம் அப்படி! தாசில்தார். புறம்போக்கு நிலம் எக்கச்சக்கம். வருஷத்துக்கு ரெண்டாக வாரிப் போட்டாலும் ஏகப்பட்ட மண் சேர்ந்திருக்கும். அவர் அப்படிச் செய்யவில்லை. அந்த மண் சோற்றில் விழுந்துவிடும் என்று ஒதுங்கிநின்றார். அவருக்கு பிள்ளைகளை ஆளாக்கிவிட வேண்டும். அதுதான் அவரின் கனவு. எப்போதும் அதே தவமாகிக் கிடந்தார். அவர் உழைப்பு வீண்போகவில்லை. மகள் சாஃப்ட்வேர் இஞ்சினியர் ஆனாள். மகன் மெரைன் இஞ்சினியர். மகள் வாசுகிக்கு மல்டி நேஷனல் கம்பெனியில் உத்தியோகம். வெளிநாட்டுப்பணம். இவ்வளவு பணத்தை அள்ளிக் கொடுப்பவன் பணத்தை மட்டுமா அள்ளிக் கொடுப்பான்? ஏழு எட்டுப் போக விளைச்சலை ஒரு மாதச் சம்பளமாக வாங்கிக் கொண்டிருந்தாள். இப்படி ஒன்று நடக்கும் என்று ஒருவரும் நினைக்கவில்லை.

“இங்கேதான் அவர் இருக்காறாமா?”

“அவர்’னு இங்க யாருமில்லை சித்தப்பா. மிஸ்டர் அஜயன் இருக்கார்.”

“கல்யாணம்?”

“இல்லை...”

"அப்படினா?"

"லிவிங் டு கெதர்"

"என்னது?"

"கல்யாணங்கிற சடங்கு கிடையாது. தாலிங்கிற விலங்கு இல்லை. உன்னை நான் கட்டுப்படுத்தமாட்டேன். என்னை நீ கட்டுப் படுத்தாதே. ஃபிரண்ட்ஸா இருப்போம்..."

"இதெல்லாம் ஒத்து வருமா?"

"எல்லாம் ஒத்து வரும்வரைதான்."

"அப்புறம்?"

"இந்த உலகம் உருண்டைதானே சித்தப்பா."

அவர் பதில் பேசவில்லை. மௌனமாக இருந்தார். ஜன்னலுக்கு வெளியே முருங்கைப்பூ. கொத்துக்கொத்தாய் முருங்கைப்பூ. கண்ணாடிக்கதவை தொட்டுத்தொட்டு விலகிப் போய்க் கொண்டிருந்தது. பசேலென்ற முருங்கை. உடம்பில் கம்பளிப் பூச்சிகள் நகர்ந்துகொண்டிருந்தன. வாசுகியா இவ்வளவு பேசுவது? அவளுக்கு இப்படியெல்லாம்கூட பேச வருமா? நான்கு வார்த்தை சேர்ந்து பேச நடுங்கும் பெண்! அப்படியே இருந்துவிட வேண்டும் என்று என்ன விதியா? படித்த பெண். படிப்பு என்றால் புத்தகப் படிப்பு மட்டும்தானா? புத்தகம் என்றாலும் அது பரீச்சைக்கும் தகவலுக்கும் படிப்பது மட்டும்தானா? எல்லாம் போன தலைமுறையோடு போயேபோச்சு! போன தலைமுறை கண்றாவி என்று தலையில் அடித்துக்கொண்டதை எல்லாம் இந்தத் தலைமுறை 'கன்வீனியன்ட்' என்று தடவிக் கொடுக்கிறது. அவர் யோசனையில் இறங்கினார்.

"என்ன சித்தப்பா?"

"ம்... காலம் மாறிட்டு வருதும்மா ?"

"காலம் எப்படி மாறும்? அதே காலை. அதே மாலை. அதே இரவுதான். ஆனா ஒரு காலத்தில் இருந்த மதிப்பீடுதான் மாறிட்டு வருது. அதத்தானே சித்தப்பா, நாம் காலம் மாறிட்டுதுன்னு சொல்றோம்."

"இல்லம்மா."

"பின்னே?"

"காலை, மாலை, இரவுன்னு விடாம காலம் சுழல்வது மாதிரிதான் மதிப்பீடும். சுத்திச்சுத்தி வருது. புதுசா வர்றதுக்கு என்ன இருக்கு?

நம்ம ஆடை அணிகலன்கள். உணவுப் பழக்கங்கள். நம்ம உடுப்பு. உணவு எல்லாம் அப்படித்தானே!"

"புரியலை சித்தப்பா" "புதுசுன்னு. புதுமைன்னு. புரட்சின்னுகூட சொல்றாங்க பாரு. அதெல்லாமே ஒரு காலத்துலெ. ஒரு விதத்துலெ பண்ணிப் பாத்ததுதாம்மா. இப்பச் சொன்னீயேம்மா கல்யாணச் சடங்கு எதுவுமில்லாம சேர்ந்து வாழ்றது அதுக்கு என்ன பேர்?"

"லிவிங் டுகெதர்"

"ம். ரெண்டாயிரம் வருஷத்துக்கு முன்னாடிய சங்கதிம்மா அது. ஆகப் பழசுதான். 'பொய்யும் வழுவும் தோன்றியபின்னர் ஐயர் யாத்தனர் கரணம் என்பது' தொல்காப்பியரே சொல்லியிருக்கிறார்.

"ஒருவன் ஏமாத்திடப்படாதுன்னு சடங்கு சம்பிரதாயிரம் கொண்டாந்திருக்கான்னீங்க. இந்த சடங்கு சம்பிரதாயமே பெரிய ஏமாத்து வேலைதானே? ஓ.கே. ஒருத்தன் ஏமாத்திவிட்டுப் போயிட்டானா போயிட்டுப் போறான். அதோட அவ லைப் முடிஞ்சுடனுமா என்ன? இப்ப காலம் மாறிவிட்டது சித்தப்பா."

"பழசுங்கிறதுக்காக எல்லாத்தையும் தூக்கி எறிஞ்சுட முடியாது."

"ஓ.கே. இப்ப எனக்கு என்ன குறை?"

"உன்னை மட்டும் வெச்சுப் பேசாதம்மா!"

"பின்னே?"

"நீ படிச்ச பொண்ணு. நான் சொல்லவேண்டியதில்லை."

"உங்களுக்கு என்னைவிட உங்க ஊர் பத்தின கவலைதான் ஜாஸ்தி."

"நாலையும் பாக்கத்தான் வேணும்."

"அப்படி வாழமுடியாது."

"இங்க எப்பவும் வீட்டுக்கதவை சாத்தியே வெச்சிருக்கீங்க. அதனால ஒண்ணும் தெரியாது. நம்மாலெ அப்படிச் சாத்தி வெச்சிருக்கவா முடியும்?"

"நம்ம. வசுமதியக்கா கதை தெரியும்தானே?"

"ஓட்டையானதை எதுக்குமா உதாரணமா தூக்கிக் காட்டணும்?"

"அது ஏன் ஓட்டையாச்சு? அதான் கேள்வி. எப்படி ஓட்டையாச்சு? என்ன காரணம்? ஒண்ணும் தெரியலை. அதான் வியப்பு. வசுமதியக்காவைப் பத்தி நல்லா தெரியும். சம்பிரதாயம் பிசகாமதானே எல்லாம் நடந்துச்சு. அவ கண்ணீரையும்

ரத்தத்தையும் தொடச்சுக்கிட்டேதானே குடும்பம் நடத்தினா. அப்படி இருந்தும் ஏன் இப்படி ஆச்சு? அவ புருஷன் இன்னைக்கு வேற இடத்துலெ நல்லாத்தானே இருக்கான். அவ மட்டும் ஏன் முக்காடு போட்டுக்கிட்டு இருட்டுலெ நடமாடணும்? சொல்லுங்க சித்தப்பா?”

அவர் கைக்குட்டையால் முகத்தைத் துடைத்துக் கொண்டார். நாக்கு வறண்டுபோயிற்று. தண்ணீர் டம்ளரை எடுத்தார். கை நடுங்கிற்று. சிந்திச்சிதறி இரண்டு மூன்று மிடறு விழுங்கினார். மேற்கொண்டு பேசமுடியவில்லை. நேரம் மௌனமாகவே ஊர்ந்திற்று. சில விநாடி மனம் வெறுமை கண்டது. திறந்தவெளியில் நீந்திக்கொண்டிருந்தது. சில கணம் ஊர் புழுதியெல்லாம் மனசில் விசிறிவிசிறி அடித்திற்று. அவர் மனம் அதில் இருந்து விலகி திறந்த வெளியில் இறங்கியது. சட்டென்று விழிப்புவந்தாற்போல் எழுந்தார். வாசுகியிடம் விடைபெற்றார். வாசுகி கதவைத் திறந்துவிட்டாள். காற்று திபுதிபுவென்று நுழைந்திற்று. வாசலுக்கு நகர்ந்து வந்தபின் அவர் அவளை திரும்பிப் பார்த்தார். அவர் முகம் கனிந்து இருந்தது. கண்கள் குளம் கட்டிக்கொண்டிருந்தது. அவர், அவள் முகத்தைப் பார்க்கவில்லை. சுவரைப் பார்த்தார். தலையசைத்தார். அவர் கன்னத்திலும் இரண்டு துளிகள் விழுந்தன. வாசுகி அங்கேயே நின்றிருந்தாள். இவர் நகர்ந்தார். யாராவது பார்க்கிறார்களா? என்று பார்த்தார். எல்லா வீட்டுக் கதவுகளும் சாத்தியிருந்தன. நடக்கத் தொடங்கினார்.

*குமுதம் - 12.04.2001*

## அண்ணாச்சி

நல்ல கூட்டம். பட்டியக்கல்லை பிடித்துக்கொண்டும், படுதா சாக்கை அசைத்துக்கொண்டும் கூட்டம். இடக்கோடியில் இருந்து வடக்கோடி வரை கூட்டம். மஞ்சணத்தி மரத்தைப் பிடித்துக்கொண்டும், ஓலைப்படுதாவை தொற்றிக்கொண்டும் கூட்டம். வட்டவட்டமாக உருட்டி நிறுத்தப்பட்ட தானியக் கோணிகள். அதையும்தாண்டி, பைகளும் கைகளும் பாய்ந்து கொண்டிருந்தன. குத்தாலிங்கம் அண்ணாச்சி ஜோலி மும்முரத்தில் இருந்தார். நேர்மைக்கு இன்னும் உயிர் இருக்கத்தான் செய்கிறது! சுப்பையாவின் நடை தளர்ந்திற்று. தயங்கி நின்றார். பித்தளைப் பாத்திரக் கடைகளை பராக்குப் பார்த்தார். எத்தனை வாட்டி பார்த்தாலும் அலுப்பூட்டாது. அதன் பொன்நிறப் பளபளப்பும் பாரம்பரிய பந்தமும், அதன்மீது அலாதிப் பிரியத்தை ஊட்டுகிறது. குத்தாலிங்கம் அண்ணாச்சி விழி சட்டென்று இடறி, சுப்பையா மீது விழுந்திற்று. மின்னலென முகத்தில் சிரிப்பு! அது வியாபாரச் சிரிப்பல்ல.

"அண்ணாச்சி வாங்க... வாங்க..."

"நீங்க ஜோலியப் பாருங்க."

"ஊர்லெ இருந்து எப்ப வந்தீய...?"

"காலம்பெற..."

ஒரு கோணிச்சாக்கை ஒதுக்கி இரண்டு தந்திப் பேப்பரை தூக்கிப் போட்டார். இருக்கை ரெடி! சுப்பையா கையை ஊன்றி உடலை உயர்த்தி அமர்ந்தார்.

"ஜோலி தொந்தரவல்லாம் எப்படி?"

"தொந்தரவுதான் ஜாஸ்தி' என்று சிரித்தார்.

"நீங்க பாக்காத தொந்தரவா?"

"ஆமாம். அங்க வேறமாதிரி தொந்தரவு."

"உங்களமாதிரி ஆளுங்கதேன் ஒசக்க உக்காரணும்."

சுப்பையா சிரித்தார். வறட்டுச் சிரிப்பு.

"ஆமாம். நெசத்துக்குத்தேன் சொல்றேன், அண்ணாச்சி"

"அதிகாரியா இருந்தாலும் உங்களாலெ அண்ணாச்சியாத்தான் இருக்க முடியும்."

"அதான் தொந்தரவா இருக்கு!"

"பழகிடுச்சு அண்ணாச்சி. அடிமையா இருந்தே பழகிடுச்சு."

"வுட்டுட்டு இந்தப் பக்கம் வந்திடலாம்னு இருக்கு."

"ஐயய்யோ. அண்ணாச்சி என்ன இப்படிப் பேசுதிய! நீங்க ஒசக்க இருக்கிய, நாலுபேருக்கு கைகாட்டி விடுவியனுலெ இருக்கேன். அப்படிக் கிப்படிப் பண்ணிப் போடாதீய."

"இயல்பா இருக்கவே முடியலெ."

"பாரம் சொமக்கப் பொறந்த பக்கிக அப்படித்தான் இருக்கும். அதுக்காக நம்ம விடமுடியுமா? அண்ணாச்சிமாதிரி ஆளுங்கதே அடுத்து வர்றதுகளுக்கு நம்பிக்கை..."

"அதுக்குத்தேன் பாக்குறது."

"பின்னச் சொல்லுதிய... வுடப்படாதுண்ணாச்சி."

சுப்பையா தலையை அசைத்தார். ஆட்டம் மெதுவாக அழுத்ததமாகத் தெரிந்தது.

சுப்பையா பார்வை, எங்கோ ஓடிற்று.

தடதடவென்று இரைச்சல். பெட்டிகள் ஒன்றோடு ஒன்று இடித்து இடறி நிற்கும் ஓசை. சட்டென்று விழிப்புத் தட்டிற்று. போர்ட்டர்களின் கூவல். சூட்கேஸ்கள் இழுபடும் சப்தம். லக்கேசுகள் இடிபடும் சப்தம். எல்லாம் ஒன்றாகக் கலந்து காதில் உரசிற்று. சுப்பையா புரண்டு படுத்தார். மிடில் பெர்த்தில் இருந்து தலையை கவிழ்ந்து பார்த்தார். எழும்பூர் வந்துவிட்டது. ஸ்டேஷன் பரபரப்பு அவரையும் தொற்றிக்கொண்டது. பதறி எழுந்தார். குனிந்து சூட்கேஸ், தோல் பைகளை இழுத்தார். லுங்கியை மாற்றவில்லை. தாம்பரம் வந்த உடனே பேண்ட் மாற்றிவிட வேண்டும் என்று

நினைத்தார். அசதி. உருண்டோடிய தண்ணீர் பாட்டிலைத் தேடி எடுத்தார்.

அதற்குள் ஜன்னலுக்கு வெளியே இரண்டு, மூன்று உருவங்கள். மேலும்கீழும் உத்துப் பார்த்தன. முன்னும்பின்னும் ஓடிற்று. பரபரப்பாய் அலைந்திற்று. ஒவ்வொரு பெட்டியாய் துளாவிற்று. கோச் நம்பரைப் பார்த்தது. பெர்த் நம்பரைத் தேடியது. சட்டென்று சுப்பையா முகத்தைப் பார்த்தது. சந்தேகப் பார்வை. அதற்குக் காரணம் அவரது தோற்றம். ஐந்தடிதான். கடைந்தெடுத்த கறுப்பு! கதர்ச் சட்டை, வயிற்றுக்குமேலே கட்டப்பட்ட லுங்கி. அரைக்கை கதர்ச் சட்டை, டைரக்டருக்கான 'தோரணை' துளிகூட இல்லை. அதிகாரப்பார்வையும் இல்லை. பகட்டான லக்கேஜ்கள்கூட இல்லை. சராசரி பயணியைவிட சாதாரண தோற்றம்.

ஒரு உருவம் மட்டும் எதையோ புரிந்துகொண்டாற்போல் அந்தக் 'கோச்'க்குள் ஓடிவந்தது. குறுகலான பாதையில் அந்த உருவம் இடிபட்டு வந்தது.

"சார்தானே டைரக்டர், எஸ்.ஆர்.எப்.ஸி?" என்று பணிந்து நின்றது.

"யெஸ். ஐ'ம் சுப்பையா."

"வெல்கம் ஸார். ஐ'ம் ஏ.ஓ." என்று குனிந்து கும்பிட்டது. பதட்டத்தோடு அவர் லக்கேஜ்களை பிடுங்கிக்கொண்டது. பின்னாடியே ஓடிவந்த இரண்டு உருவங்களும் அவ்வண்ணமே வணங்கி நிமிர்ந்தன. சுப்பையா உடமைகளை ஆளுக்கொன்றாய்ப் பகிர்ந்து கொண்டன. ஐயா முன்னாடி அதிகப் பாரம் சுமக்கவே தலைக்குத் தலை விரும்பின. என்ன செய்வது, சுப்பையா மூன்று லக்கேஜ்தானே கொண்டுவந்திருக்கிறார்! சுப்பையாவிற்கு வெறும் கையோடு நடக்கச் சங்கடமாயிற்று. அப்படிப் பழக்கமில்லை. வேறுவழி? நடந்தார். தளர்வான நடை. பின்னாடியே அதிகாரத் தலைகள். ஆடி ஆடி நகர்ந்தன. ஐயாவின் எட்டில் பாதி மட்டும் இருக்கும்படி பார்த்துப் பார்த்து நடந்தன.

ஸ்டேசன் வாசலில் கார். அம்பாஸிடர் கார், பால் வெள்ளைப் பளபளப்பு. கறுப்பு எண் பலகையில் 'தமிழக அரசு' என்று மஞ்சள் எழுத்து. அந்த ஒரு எழுத்துக்காகத்தான் வண்டி நடுவாசலில் நிற்கிறது. இல்லாவிட்டால் அதன் தலை எழுத்து மாறியிருக்கும்.

தூரமாகத் துரத்தியிருப்பார்கள். சுப்பையா காரின் முன் கதவில் கை வைத்தார். டிரைவர் பதட்டமாக ஓடிவந்து பின் கதவைத் திறந்துவிட்டார். மற்றவர்கள் முன்பக்கம். ஒருவர்மீது ஒருவரை அடுக்கினாற்போல் அமர்ந்திருந்தார்கள். பின் ஸீட்டில் நான்கு

பேர் தாராளமாக அமரலாம். ஒரு ஓரத்தில் சுப்பையா மட்டுமே அமர்ந்திருந்தார்.

"பின்னாடி இடம் காலியா இருக்கே?"

"ஐயா அவுகளுக்குத் தொந்தரவு வேண்டாம்."

"எடம் இருக்கே. வாங்க."

"இருக்கட்டும்யா!"

டிரைவர் கண்ணாடியை உயர்த்தினார். சுப்பையா 'காத்து வரட்டுமே' என்றார். டிரைவர் ஒரு அடி குனிந்து 'ஏ.சி. வண்டிங்கையா' என்றார். அவர் முகத்தில் லேசாக அசடு தெரிந்திற்று, சமாளித்துக் கொண்டு 'ம்' என்று தலையை அசைத்தார். வண்டி கிளம்பிற்று. கண்ணுக்குத் தெரியாமல், காதில் விழாமல் அந்தக் குளுமையை உடல் உணர்ந்திற்று. இதமான அந்தக் குளுமை வண்டி முழுவதும் நிறைந்திற்று. களைப்பு மறைந்தது. மரத்தடி ஒன்றில் வண்டி ஒதுங்கி நின்றது. பின்கதவு 'டக்'கென்று திறக்க, முக்கால் உடல் ஒன்று நுழைந்தது.

"சாருக்கு காபியா, டீயா?"

"இது என்ன இடைகாட்டில்?"

பக்கத்தில் கடை ஒன்றும் இல்லை. பாதிக் குரலில் 'காஃபி' என்றார். அவன் தோளில் இரண்டு ஃபிளாஸ்க்குகள். காபியை ஊற்றிக் கொடுத்தான். இயல்பாகக் குடிக்க முடியவில்லை. ஒரு வழியாக குடித்து முடித்தார். காலி டம்ளரை வாங்கிக்கொண்டு, அன்றைய 'இந்து' பத்திரிகை ஒன்றினை அவர் மடியில் வைத்தான். ஜாக்கிரதையாக, பச்சைக்குழந்தையை வைப்பதுபோல நாசூக்காக வைத்தான். வண்டி கிளம்பிற்று.

"சார், நேரே சேப்பாக்கம் கெஸ்ட் ஹவுஸ் போறோம்."

"அங்க ஒரு ஏ.சி. ரூம் ஏற்பாடு ஆகியிருக்கு. டிபன் முடிச்சுட்டு பத்து மணிக்கு ஆபீஸ். டி.டி.கெஸ்ட் ஹவுசுக்கு வர்றேன்னார்."

"சரி."

"சார்... பேமிலி எப்ப வருது?"

"பார்க்கணும்."

"நந்தனம் நியூ டவர் பிளாக்லே ஒரு பிளாட் காலி ஆவுது. ஹவுசிங் போர்டுக்கு பைல் அனுப்பிட்டோம். இல்லாட்டி ஃபோர் ஷோர் எஸ்டேட்லே ஒரு வீடு ரெடி பண்ணிடலாம்."

"ம்..."

அலுவலகம் விஸ்தீரணமாக இருந்தது. இயக்குநர் அறை குளிர் சாதனம் பொருத்தப்பட்டிருந்தது. தரை முழுக்க சிகப்பு கார்ப்பெட். வெல்வெட் மெதுமெதுப்பு. சிம்மாசனம் மாதிரி பெரிய சுழல் நாற்காலி. அகலமான டேபிள். இடதுபக்கம் நான்கு போன்கள். ஒரு பேக்ஸ் மிஷின். இடதுபக்கம் ஒரு கணிப்பொறி. அரசாங்க அலுவலகம்தானா இது? இடதுபக்கம் பி.ஏ.வின் அறை. அதற்கு முன்னால் வரவேற்பறை. அங்கு சதுரமாய் இருபது நாற்காலிகள். வரவேற்பு அறையையோ, பி.ஏ.வின் அறையையோ தொடாமல் இயக்குநர் அறைக்குள் செல்லும்படி ஒரு வழி. முக்கியஸ்தர்கள் வழி. சுப்பையா அந்த வழியாகத்தான் அழைத்து வரப்பட்டார். வாசலில் பெயர்ப்பலகை 'பி.சுப்பையா, எம்.ஏ., இயக்குநர்' அதைப் பார்த்ததும் சுப்பையா முகம் கனிந்திற்று. உள்ளே உதறல். லேசான படபடப்பு. எதையும் காட்டிக்கொள்ளவில்லை. இன்னொருமுறை பார்த்தால் தேவலை என்றது மனசு. அதையும் அடக்கினார். நாற்காலியில் அமர்ந்தார். பி.ஏ,வே அவருடைய ஜாய்னிங் ரிப்போர்ட்டை ரெடி பண்ணி வைத்திருந்தார். ஒரு 'பார்வை' பார்த்துவிட்டு கையெழுத்திட்டார். இதுபோல் எத்தனையோ மற்றவர்கள் பார்வைக்கு வைத்திருக்கிறார். இன்று தன் பார்வைக்கு எல்லாம் வருகிறது. டி.டி., ஏ.டி., ஏ.ஓ., பி.ஏ. செக்ஷன் ஆபீஸர்ஸ், சூப்பரின்டெண்ட் சகலரும் வந்து மரியாதை செய்துவிட்டுப் போனார்கள். இந்தச் சடங்குகள் முடிய ஒரு மணி நேரம் பிடித்தது.

சுப்பையா சாய்வாக அமர்ந்தார். எதிரிலே ஏழு எட்டு ஃபைல்கள். நாற்காலி அமர்வதற்குச் சுகமாக இருந்தது. இந்தச் சுகத்திற்கு எத்தனை துக்கப்பட்டிருக்கிறோம் என்று நினைத்தார். இந்த நாற்காலி உயரத்தைத் தொட எத்தனை முறை விழுந்திருக்கிறோம்! தூரத்தில் இருந்து இந்த நாற்காலி பார்த்துப்பார்த்து பிரமித்திருக்கிறது! தான் மட்டுமல்ல; தன் தலைமுறையே பயந்து பயந்துதான் பார்த்திருக்கிறது.

இண்டர்காம் ஒலித்தது. "சார், டி.டி. பார்க்கனுமாம். அனுப்பலாமா?" பி.ஏ.வின் குரல். 'ம்' என்றார். இன்னும் சில நாட்களில் எல்லா குரலும் பழகிவிடும். டி.டி. எனப்படுகிற டெபுடி டைரக்டர் செல்வராஜ் வந்தார்.

"சார், செகரேட்டரியேட் போயிட்டு வந்திடலாமா?"

"எதுக்கு?" "நம்ம டிபார்ட்மெண்ட் செகரெட்டரி, அடிஷனல் செகரடெரி எல்லோரையும் நீங்க ஒரு பார்வை பார்த்திடுறது நல்லது. ஒரு கர்டஸிதான்."

"அவசியமா?"

134 உயிர்ச்சுழி

“ஐயாவுக்குத் தெரியாததா?”

சுப்பையா கண்ணாடியைக் கழட்டி வெல்வெட் துணியில் துடைத்தார். இத்தனை ஜாக்கிரதையாக நம்மால் பேசமுடியுமா என்று யோசித்தார். அவர் சர்வீஸ் வேறு. மனதில் இருப்பதை நேரடியாகவே சொல்லிவிடுவார். ஒளித்துப்பேசவோ, ஒதுங்கி நிற்கவோ தெரியாது. வார்த்தை சுத்தமாக இருக்கும். பொடியோ, பொறியோ இல்லாது இருக்கும். அதற்குக் கிடைத்த பரிசுதான் இந்த நாற்காலி. மதுரை, திருநெல்வேலி பகுதிகளிலே முப்பது வருட சர்வீஸ் முடிந்திற்று. திறந்த ஜன்னல்களுக்கு வெளியே புழுதிக் காட்டைப் பார்த்த கண்கள், மூடிய ஜன்னல்களுக்குள் குளிர்ச்சி காண்கிறது. அவர் யாருடைய காலையோ, கையையோ பிடித்து இங்கு வரவில்லை. அவருடைய கைச்சுத்தமும் வாய்ச்சுத்தமும்தான் பலருக்கும் பிடித்து, இது நடந்திருக்கிறது. மற்றபடி ஒன்றுமில்லை. சத்தியத்திற்கும் நேர்மைக்கும் இன்னும் உயிர் இருக்கிறது என்று சொல்வதற்காகச் செய்த காரியம்தான் இது.

“சாருக்கு இதெல்லாம் பிடிக்காமல் இருக்கலாம். நம்ம ஆபீஸ் நன்மைக்கா பார்க்கவேண்டியிருக்கு. சார் மேல கோபமாயிட்டா, இந்த ஸ்கீமையே ஒதுக்கிடுவாங்க. அதான் பார்க்கவேண்டியது.”

“சரி. அப்பாயின்மெண்ட் வாங்குங்க...”

“நாம அப்படி எல்லாம் கேட்கமுடியாது. செகரெட்டரி பி.ஏ.கிட்ட ஐயா இருக்காங்களான்னு கேட்டுட்டு நேர்லே போயிட வேண்டியதுதான்...”

“ம்...”

அரைமணி நேரத்தில் கிளம்பினார்கள். கூடவே பி.ஏ.வும் ஒரு குறிப்பேடு உடன் தொற்றிக்கொண்டார். அடிஷனல் செகரெட்டரி ஒருமணி நேரம் காக்க வைத்துவிட்டுப் பிற்பாடு கூப்பிட்டார். ஆள் வெளேரென்று இருந்தார்.

“யெஸ்.”

“ஐ’ம் சுப்பையா.”

“சொல்லுங்க?”

“எஸ்.ஆர்.எப்.சி.க்கு டைரக்டரா டெபுடேஷன்ல வந்திருக்கேன். இன்னைக்குத்தான் சார்ஜ் எடுத்திருக்கேன்.”

“நல்லா பண்ணுங்க. முன்னாடி இருந்தவர் நிறைய கன்ஃப்யூஸ் பண்ணிடுத்து. கரப்ஷன்.”

“முன்னாடி இருந்தது யாரு அது?” என்று டெபுடி டைரக்டர்

பக்கம் திரும்பினார்.

"மிஸ்டர் ஏ.பி.பெருமாள்சாமின்னு ரெவின்யூலெ இருந்து வந்தவர்.

"ம்... அப்படி எல்லாம் இருக்கப்படாது." சுப்பையா ஒன்றும் பேசவில்லை.

"யெஸ் சார்" என்று தலைகூட ஆட்டவில்லை. நிமிர்ந்தே அமர்ந்தார்.

"அப்புறம்" என்று, ஒரு ஃபைலை எடுத்துப் பிரித்தார். அந்த ஃபைலை பிரித்தவிதமும் அதற்குப்பின்பு அதைப் பார்த்த பார்வையும் பாவனை என்றுபட்டது. 'நீ கிளம்பலாம்...' என்பதனை இப்படிச் சொல்கிறார். இவர்களுக்குத்தான் எத்தனை பாஷை பயிற்சியில் சொல்லிக்கொடுத்த பாஷையோ! அதிகம் பேசக் கூடாது. அவசியமெனில்கூட அதிகம் வார்த்தைகள் கூடாது. இதுதான் கூடுதல் மதிப்புத்தரும். என்ன போலியான மதிப்பீடு! எதிராளியை மிரட்ட அவர்களுக்குத் தெரிந்த எளிய வித்தை. அதிலும் எதிராளி விசயஞானம் உள்ளவன் என்று தெரிந்தால் போதும்! தங்களின் அறியாமையை மறைக்க இவர்கள் செய்யும் பாவனை. சிரிப்பாகத்தான் வருகிறது. சிரித்துவிட்டுப் போக வேண்டியதுதான். ஆனாலும் சுப்பையாவிற்கு ஒரு சிரிப்போடு இதை விட்டுவிட முடியவில்லை. கிளம்பினார். பத்தடி தள்ளி செகரெட்டரி அறை. அங்கு நல்ல கூட்டம். அதிகாரிகள் கூட்டம். நாற்காலிகளும் நடைவாசலும் நிறைந்து கிடந்தன. செகரெட்ரி கட்சிக்காரர்களிடம் பேசிக்கொண்டிருப்பதாகச் சொன்னார்கள். சுப்பையா லிப்ட்டை நோக்கித் திரும்பினார். டெபுடி டைரக்டர் அவர் மனசைப் படித்ததுபோல் பேசாமல் நடந்தார்.

அலுவலகம் முழுவதும் சுப்பையா பற்றியே பேசிற்று! எளிமையான உடையும், சாதாரண தோல் செருப்பும் பார்வைக்கு விருந்தாயிற்று. பார்த்துப் பார்த்து உள்ளே சிரித்திற்று. பொங்கிப் பொங்கி சிரித்திற்று. காணாததைக் கண்ட மாதிரியான சிரிப்பு. ஆளைப் பார்த்தால் டைரக்டர்மாதிரியே தெரியலையே? என்று நக்கல். பழைய டைரக்டர் இப்படியல்ல. நல்ல பகட்டு, பளபளப்பான ஷூ, ஃபுல்செர்ட் என்று பந்தா காட்டுவார். டைரக்டர் அறையில் இருக்கிறார் என்றால் தனியாகத் தெரியும். சதா 'டொயிங்... டொயிங்' என்று அழைப்புமணி அலறும். சவலைக்குழந்தை மாதிரியான அலறல். வாசலில் எப்போதும் ஒரு கூட்டம். சிறு அதிகாரிகள் கூட்டம். எழவு வீட்டு வாசலில் நிற்பது மாதிரி நின்றுகொண்டே இருப்பார்கள். யாரையாவது கூப்பிட்டு எதற்காவது மிரட்டிக்கொண்டே இருப்பார். தன் டேபிள் நுனியில்

இருக்கும் ஃபைலைக்கூட எட்டி எடுக்கமாட்டார். காலிங்பெல் அடிப்பார். ஒரு ஆள் ஓட வேண்டும். 'அதை எடு' அதைக்கூட வாய் பேசாது. ஜாடைதான். எடுத்துக் கொடுத்ததும், ஒரு கணம் நிற்கவேண்டும். 'போ' என்று சமிக்ஞை காட்டுவார். பிற்பாடுதான் நகர வேண்டும்.

சுப்பையா அப்படியல்ல. அவருக்கு இந்த விளையாட்டெல்லாம் தெரியாது. அநாவசியமாக காலிங்பெல்லை அலறவிடமாட்டார். அவர் வேலையை அவரே பார்த்துக்கொள்வார். எழுந்து ஷெல்ப் பக்கம் போவார். தேவையான ஃபைல்களை சட்டென்று தேடி எடுத்துக்கொள்வார். கெசட் புத்தகத்தைக்கூட அவரேதான் பார்க்கிறார். அடுத்தவர்களை விரட்டுவதில்லை. கெசட்டை தூக்கிக் கொடுத்து, அதைத் தேடு, இதைத் தேடு என்று யாரையும் ஏவுவதில்லை. படபடவென்று பக்கங்களைப் புரட்டி தேவையானதைப் பிடித்துவிடுவார். எந்த பைலும் அவர் அறையில் தூங்காது. உள்ளே வந்த மாயம் தெரியாது, வெளியே செல்கிற மாயம் தெரியாது. உடனே தீர்மானமான முடிவுகளை எழுதித் திருப்பிவிடுகிறார். 'டி.டி.டூ ஸ்பீக்', 'ஏ.டி.டூ டிஸ்கஸ்', 'ரெஃபர் டூ கவர்மெண்ட்' என்று, இழுத்தடிக்கின்ற வித்தை தெரியாது. சந்தேகம் எனில் உரிய அதிகாரிகளை நேரில் கூப்பிட்டு விளக்கம் பெறுவார். நேற்று மதியம் அப்படித்தான் பி2 செக்க்ஷனுக்கு அவரே ஃபைலை தூக்கிக்கொண்டு வந்துவிட்டார். செக்க்ஷன் ஆபீஸர் வெலவெலத்துப் போனார். பத்தே பத்து நிமிடம்தான். அந்த இடத்திலே பைல் பைசல் ஆயிற்று. இல்லாவிட்டால் ஏழு மாதமோ, எட்டு மாதமோ டேபிள் டேபிளாய் நகர்ந்து நசுங்கிப்போகும்.

"ஸாருக்கு ஒரு விண்ணப்பம்" என்று டெபுடி டைரக்டர் குரல்.

"என்ன?"

"தப்பிதமாக எடுத்துக்கப்படாது"

சுப்பையா சிரித்தார். "சொல்லுங்க."

"சாருக்கு நான் ஆலோசனை சொல்றதா நினைச்சிடப்படாது. இந்த ஆபிஸ்லெ எட்டு வருஷமா இருக்கேன். மூணு டைரக்டர்ஸைப் பாத்திட்டேன்."

"ப்ளீஸ், டெல் மீ."

"டைரக்டரை டி.டி., ஏ.டி., ஏ.ஓ., செக்க்ஷன் ஆபீஸர் கேடர்லெ இருக்கிறவங்க மட்டும்தான் நேரடியாகப் பார்க்கலாம்னு இருக்கு. எல்லோரும் வந்து டைரக்டருக்குத் தொந்தரவு கொடுக்க வேண்டாமே!"

"எனக்கு ஒரு தொந்தரவும் இல்லை."

"ஸார் பெருந்தன்மை, அப்படி வுட்டா மருவாதை இல்லாத போயிடும். பயம் இருக்காது. மத்த ஆபீஸர்களை மதிக்கமாட்டாங்க. டைரக்டர்கிட்ட பேசிக்கலாம்னு ஆயிடும். நிர்வாகம் பண்ண முடியாது."

சுப்பையா சிரித்தார். "இப்ப டி.டி., ஏ.டி., ஏ.ஓ.,வுக்கெல்லாம் மரியாதை இல்லாம போச்சு சார்."

"நீங்க எதை மரியாதைன்னு நினைக்கிறீங்க?"

"..."

"கீழே இருக்கவங்க உங்க பின்னாடியே ஃபைலை தூக்கிக்கிட்டு அலையணும். அதான் மரியாதைன்னு நினைக்கிறீங்களா. சும்மா மிரட்டிக்கிட்டே இருந்தாத்தான் மதிப்பாங்கன்னு பார்க்குறீங்க?"

"அப்படி இல்லைங்க சார்."

"பின்ன எப்படி?"

"ஸார் ரொம்ப கீழே இறங்கி வர்றீங்க!"

"அதுனாலெ உங்களுக்கு என்ன பாதிப்பு!"

"எனக்குச் சொல்லலை சார். சிஸ்டம் கெட்டுடப்படாதுன்னுதான். அந்த போஸ்ட்டுக்கு ஒரு மரியாதை இருக்கு சார்."

"அதை நான்தான் கெடுத்திடப்படாது. தெரியுதா?"

"உங்களைச் சொல்லலை சார். மத்தவங்களைச் சொல்றேன்."

"ஈஸியா, அப்ரோச்சபிளா இருக்கிறது நல்லதில்லையா!"

"அட்வான்டேஜ் எடுத்துப்பாங்க..."

"எடுத்துக்கட்டுமே. என்ன தப்பு!"

"பயம் போயிடும் சார்."

"போகணும். அப்பத்தான் ஃபிரண்ட்லி அட்மாஸ்பியர் வரும். வொர்க் இம்ப்ரூமெண்ட் ஆகும்..."

"அரசாங்க ஆபீஸுக்கு சரிப்படாது சார்..."

சுப்பையா பலமாகச் சிரித்தார். வேறு என்ன செய்யமுடியும்? இந்த அமைப்பையே கெடுத்து வைத்திருக்கிறார்கள். தங்கள் வசதிக்காக வேலி போடுகிறார்கள். உயர் அதிகாரிகளைச்சுற்றி சிறுஅதிகாரிகள் வேலிபோட்டு வைத்திருக்கிறார்கள். மற்றவர்கள் எளிதில் நெருங்கிவிட முடியாதபடிக்கான வேலி.

எல்லா சூழ்நிலையிலும் உயர் அதிகாரிகளை சிங்கமாகவோ, கரடியாகவோ, காட்டெருமையாகவோதான் காட்டுகிறார்கள். ஒருபோதும் மனிதர்களாகக் காட்ட இவர்கள் விரும்புவதேயில்லை. இதேபோல், உயர் அதிகாரிகளுக்கு குறிப்புகள் வைத்து வைத்து குதிரைப் பட்டை போட்டுவிடுகிறார்கள். இதே பழக்கத்தில் அவர்கள் பார்வை காலப்போக்கில் குறுகிவிடுகிறது. அவர்களின் குறிப்புரைகளையே தன் குரலில் ஒலிக்கிறார்கள். தப்பித் தவறி எந்த உயர் அதிகாரியாவது எளிமையாக இருந்தால் அவர்களின் வலிமை போய்விடும். எனவேதான், அவர்களை எளிமையாக இருக்கவிடுவதில்லை. வைக்கோல் பொம்மைமாதிரி தூக்கி நிறுத்திவிடுகிறார்கள். பார்ப்பவர்கள் பயந்து ஒதுங்கும்படியான பொய்த்தோற்றம் ஏற்படுத்தி விடுகிறார்கள். தங்களை காத்துக்கொள்ள இந்த உருவங்கள் உதவும். சுப்பையாவையும் உயர்த்திக்காட்ட எத்தனையோ விந்தைகள் செய்தார்கள்.

அன்று காலை

'டொக்... டொக்' என்று கதவு தட்டப்படும் ஓசை. குருவி முகம் பார்க்கும் கண்ணாடியைக் கொத்துவதுமாதிரி ஓசை. சுப்பையா சட்டென்று கண்விழித்தார். தலையணையைத் தூக்கி கைக்கடியாரத்தை எடுத்தார். ஜன்னல் வெளிச்சம் எட்டு என்றது. இன்று சனிக்கிழமை. அலுவலகம் விடுமுறை. டிரைவரை பத்தரைக்குத்தான் வரச் சொன்னது. லுங்கியை இறுக்கிக்கொண்டே கதவைத் திறந்தார். டிரைவர், 'சார் வந்திருக்காங்க' என்று ஓர் அடி நகர்ந்தான். அட்மினிஸ்ட்ரேடிவ் ஆபீசர் நின்றிருந்தார். 'குட்மார்னிங் சார்' என்று பணிந்தார். 'வாங்க' என்று அறைக்குள் நகர்ந்தார். கூடவே கடற்காற்றும் வந்தது. 'ஸாரை டிஸ்டர்ப் பண்ணி இருந்தா மன்னிக்கணும். 'அதெல்லாம் இல்லை. சொல்லுங்க' என்று, படுக்கை நுனியில் அமர்ந்தார். ஏ.ஓ. என்கின்ற அட்மினிஸ்ட்ரேட்டிவ் ஆபிசர், இரண்டு ஆங்கில நாளிதழ்களையும், இரண்டு தமிழ் நாளிதழ்களையும் அவர்முன் விரித்துவைத்தார். சுப்பையா முகம் சற்று கலவரமானது. 'நம்ம ஆபீஸ் பத்தி எதுனாச்சும் செய்தி வந்திருக்கா?' என்றார். 'இல்லை சார், படிக்கத்தான் வாங்கியாந்தேன்' என்றார். சுப்பையா அவர் முகத்தைப் பார்த்துவிட்டு நாளிதழ்களை நகர்த்திவைத்தார்.

ஏ.ஓ. வாசலைப் பார்த்து தணிந்த குரலில் 'சிவப்பா' என்றார். ஒரு ஆள் உள்ளே வந்தான். சார் இவர் ஏ2 செக்ஷன்லே ஓ.ஏ.வா இருக்காப்புலெ. ஐயாவோட டிரெஸ் எல்லாம் துவச்சு அயர்ன் பண்ணி வெச்சிடலாம்னுதான், என்று கூறிவிட்டு அவன் பக்கம் திரும்பி,

"போப்பா போ, கடகடன்னு வேலையை முடி..." என்று

கட்டளையிட்டார்.

அவன் கையில் ஒரு ஸர்ப் பவுடர் பாக்கெட்டும், ஒரு வீல் சோப்பும் தேய்ப்பதற்கு ஒரு ப்ரஷும் இருந்தன. சுப்பையாவுக்கு ஒரு கணம் ஒன்றும் புரியவில்லை. பிரமைபிடித்தாற்போல் இருந்தார். அதற்குள் அவரின் அழுக்குத்துணிகளை எல்லாம் தூக்கி தண்ணீரில் போட்டுவிட்டான். தடுப்பதற்குள் அது நடந்துவிட்டது. ஸார் ஊருக்குப் போகலைன்னு தெரியும். அதான் காலையிலே வந்தேன்

"இவர் எங்கே இருக்கிறார்?"

"தண்டையார்பேட்டை, ஜீப்புல போய் இட்டுக்கினு வந்தேன். கெட்டிக்காரன். மளமளன்னு சுத்தமாக பண்ணிடுவான்."

நான்கு கதர் துணிகளைத் துவைக்க ஜீப், அடையாரில் இருந்து தண்டையார்பேட்டை போய் வந்திருக்கிறது. சுப்பையா வாய் உலர்ந்திற்று. குற்றஉணர்வு. எப்படி இப்படிச் செய்கிறார்கள். சுதாரித்து நிற்பதற்குள் மடார் என்று எதிராளியின் காலை இழுத்து விடுகிறார்கள்.

"ஸார் எயிட் தேர்ட்டி டு நைன், டபிள்யூ செக்ஷன் சூப்பரின்டெட்டும், ஏ.டி. ஸாரும் வர்றேன்னாங்க."

"எதுக்கு?" சுப்பையா குரல் மிரண்டது.

"சூப்பரின்டெண்ட் கே.கே.நகர்லெ இருந்து அவர் ஸ்கூட்டர்லெ வர்றார். டி.நகர்லெ வெங்கட்நாராயணா ரோட்டுலெ ஒரு செட்டிநாடு ஓட்டல் இருக்கு ஸார். அங்க குழிப்பணியாரம் நல்லா பண்ணுவான். வீட்ல இருந்து ஹாட்பேக் எடுத்திட்டுப் போறார். அதுலெ வாங்கிட்டு, தாடண்டர் நகர்லெ ஏ.டி.யை பிக்அப் பண்ணிட்டு வர்றார். அப்படியே திருவல்லிக்கேணியிலெ ஒரு மெஸ்லெ இடியாப்பம் ரொம்ப பிரமாதமாக இருக்கும். அதையும் வாங்கிட்டு வர்றதா சொன்னாங்க."

"இதெல்லாம் யாரைக்கேட்டு செய்றீங்க?' சுப்பையா எழுந்து விட்டார். குரல் சற்று அதட்டிற்று. அவர் முகம் கோணிச் சிவந்திற்று. எதிராளி ஒரு கணம் ஒன்றும் பேசவில்லை. தாடையை தடவிக் கொண்டிருந்தான். சிலகணங்கள் கழிந்தன.

"நம்ம என்ன குத்தமா சார் பண்றோம். ஒரு பிரியத்துலெ செய்யுறதுதானே?" என்றான் கசிந்த குரலில்.

சுப்பையா அந்த உணவை நிராகரித்துவிட்டார். எதையும் கையில்கூட தொடவில்லை. ஆனால் யார் மனமும் புண்பட்டுவிடக் கூடாது என்ற கவலை இருந்தது. கனிவோடு பேசினார். எல்லோரையும் ஹோட்டலுக்கு கூப்பிட்டுப்போய் டிபன் வாங்கிக் கொடுத்து அனுப்பினார். எத்தனையோ கைகள் பைக்குள் விரல்

விட்டன. விரட்டிவிட்டார். எல்லாம் அவர் செலவுதான். அந்தக் கூட்டம் இதை வேறுவிதமாகப் பார்த்தது. ஆபிசில் எல்லோருடைய காதிலும் விஷத்தை ஊற்றிற்று!

"எது பெரிசு, எது சிறிசுன்னு கண்மண் தெரியாத ஆளா இருக்கான். இவன் எல்லாம் எப்படித்தான் இந்த போஸ்ட்டுக்கு வந்தானோ? அந்த போஸ்ட்டுக்குனு ஒரு 'இது' இருக்கு. இந்த ஆளுக்கு விவஸ்தையே கிடையாது" ஒரு நாற்காலி உறுமிற்று.

"இந்த ஆள்கிட்ட விசயம் இல்லெபோல. அதான் எல்லார்கிட்டயும் பணிஞ்சு, குனிஞ்சு போவுது" என்று ஊதினான்.

"ஆளைப் பாத்தா கோட்டாவுலெ வந்திருப்பான்னு தெரியுது" என்று, ஒரு நாற்காலி பக்கத்து நாற்காலியின் காதில் உமிழ்ந்திற்று. அதற்கு அந்த நாற்காலி கெக்கேபிக்கே என்று ஒரு சிரிப்பு சிரித்திற்று. சிரிப்பிற்கு ஏதோ அர்த்தம் இருப்பதுபோல்பட்டது.

இந்தியா டுடே - மார்ச் 2000

## கானல்

மரநிழல் இதமாக இருந்தது. சிறிது உட்காரவேண்டும்போல் ஏக்கம். நிழலுக்கு வந்ததும் அந்த ஏக்கம் கூடிற்று. இது என்ன மரம் என்று தெரியவில்லை. இதமாக இருந்தது. இதுபோன்ற இடங்களில் மரம்தான் ஆறுதல். மனதை கவ்விப் பிடிக்கும்போது கனிவு காட்டும். அறியாத முகங்களுக்கு மத்தியில் தெரிந்த முகம் மாதிரி. உற்ற துணை நெருங்கி வந்து முதுகு தடவுவது மாதிரியான இதம். கண் கூசிற்று. இருட்டிற்குள்ளிருந்து வந்தாற்போல் ஒரு கலக்கம். நல்ல வெயில். பளபளவென்று நரை வெள்ளையில் வெயில் தெறித்திற்று. ஆஸ்பத்திரி வாசனை இன்றும் விடவில்லை. மூக்கை துரத்திக்கொண்டே வந்திற்று.

“சாப்புடுறியாமா? இளநீ, இல்லாட்டி கூல்ட்ரிங்...”

“வேண்டாம்பா.”

“காலையிலெயும் சாப்பிடலெ.”

“வீட்டுக்குப் போயிடலாம்.”

“ஒரு மணி நேரத்துக்குமேலே ஆகும்.”

“பாத்துக்கலாம்.”

“ஒரு இளநீ மட்டும் குடிம்மா.”

“வேண்டாம்.”

“வெயில் ஜாஸ்திமா. தாங்காது.”

“கொள்ளத் துட்டுடா சொல்வான்.”

“குடிக்கிறீயா!”

“முதலெ எம்புட்டுனு கேளு...”

“ப்ச்... வாம்மா.”

“தொட்டதுக்கெல்லாம் காசுடா இந்தப் பய ஊர்லெ. சன்னப்பய காசா செலவாவுது. என்ன பொழப்பு பொழச்சு என்ன செய்யப் போறீங்களோ?”

ஆஸ்பத்திரி வெளிச்சுவரோரம் இளநீர்க் குவியல். மலைமாதிரி குவிந்துகிடந்தது. பால்பாண்டி, அம்மாவின் முகத்தைப் பார்த்தான். அம்மாவிற்கு நடை தளர்ந்துவிட்டது. கால் வீக்கம். வெயில் வேறு. அம்மாவின் கையைப் பிடித்து சுவர் ஓரமாக நடந்தான்.

“ஒரு இளநீ வெட்டுப்பா...”

“எட்டா? இல்லெ ஒன்பதுலெ வெட்டவா?”

“வெட்டு!”

“எட்டு ரூபாயா எளநீ?” அம்மாவின் முகம் சுண்டிப் போயிற்று. விலகி ஒதுங்கினாள். சுவரைப் பிடித்துக்கொண்டு நின்றாள். பால்பாண்டி இளநீரை உள்ளங்கையில் சுமந்துகொண்டு நடந்தான். வேண்டாம்... வேண்டாம்... என்று கையை விசிறிமாதிரி உதறினாள். அவன் எவ்வளவோ சொல்லியும் மறுத்துவிட்டாள்.

“எட்டு ரூபானா மனசு கேக்குமா? நம்ம சுப்பையா நாடார் தோப்புலெ சீண்டுவாரில்லாம கிடக்கும். ரெண்டு ரூவா துட்ட நீட்டினா கும்பிட்டு வாங்கிட்டுப் போவான்.”

“அது அந்தக் காலம்மா.”

“இப்பவும் தாண்டாப்பா.”

வெயிலின் ஏற்றம் கூடிற்று. பஸ் நிறுத்தத்தில் நல்ல கூட்டம். நிற்கக்கூட இடமில்லை. மனுஷப் புழுக்கம் வேறு. கண்களில் பஞ் சலை எழும்பிற்று. அம்மா பஸ் நிறுத்த மேடையில் உட்கார்ந்து விட்டாள். பாண்டி, பஸ் வருகிறதா என்று பார்த்தான். கழுத்தை உயர்த்தி உயர்த்திப் பார்த்தான். முகமெல்லாம் வேர்வை. சைதாப்பேட்டை போகவேண்டும். அங்கிருந்து ஆதம்பாக்கம் பஸ் பிடிக்கவேண்டும். எப்படியும் ஒரு மணியோ, ரெண்டு மணியோ! பிற்பாடு ஆபீஸ் போகமுடியுமா? வெயில் தணலாய் கொட்டிக் கொண்டு இருந்தது. உடம்பெல்லாம் பிசுபிசுப்பு ஊறிற்று. வருகின்ற பஸ் எல்லாம் பிதுங்கிக்கொண்டுதான் வருகிறது. ஒருக்களித்துத்தான் நிற்கிறது. அம்மாவால் இதில் ஏறி ஒதுங்கமுடியுமா? தூரத்தில் சாலையில் கானல்நீர் தெரிந்தது. மினுமினுவென்று மின்னல் சிதறிக் கொண்டிருந்தது. நாக்கெல்லாம் வறட்சி. அம்மாவைப் பார்த்தான். வாடிப் போய்விட்டாள்.

'ஆட்டோ பிடிக்கட்டுமாம்மா?"

"வேண்டாம். வேண்டாம்" என்று சமிக்ஞை காட்டினாள்.

"சாப்பிடவும் இல்லை. போகலாம்."

"வேண்டாம்பா..."

"காசப் பார்க்க வேண்டாம்."

"குதுர வண்டினா காசு கம்மியா?"

"அதெல்லாம் கிடையாது."

"பஸ்..."

"கூட்டமா இருக்கே."

"போயிடலாம்பா."

பால்பாண்டி எட்டிப் பார்த்தான். ஒரு பஸ் தெரிந்தது. வருகிறதா, போகிறதா? குழப்பமாயிற்று.

"டாக்டர் என்ன சொன்னார்?"

"ஒரு மாசமாவது வைத்தியம் பார்க்கணுமாம்."

"ஊர்லெ போய்ப் பாக்கிறேன்."

"ஏம்மா?"

"அவளுக்கும் கஷ்டம்பா. எத்தனை பேருக்குத்தேன் பாப்பா. மானாங்கன்னியா செலவாகுதேடா..."

"ப்ச்... அத வுடுமா..."

"வாறதும் தெரியலெ. போறதும் தெரியலெ."

"ஒரு சிரமும் இல்லை."

"அவளும் பாவம்டா. நாலு மணிக்கு எந்திரிக்கிறா. அன்னியப் பண்ணி பொன்னியப் பண்ணி உச்சிப்பொழுது ஆயிடுதுடா, வேலை. ஓய்வு ஒழிசலுன்னு இல்லாம என்னப்பா வேலை. நீயும் வெந்ததையும் வேகாததையும் தின்னுட்டு ஓடுறே. இதுலெ எனக்கு வேற பண்டுதம் பார்க்கனும்."

"சித்திரை கழியவும் போகலாம்."

"வெசாளக் கெழமை வாக்குலெ பஸ் ஏத்தி விடு. அங்குனக்குள்ள போயி பாத்துக்கிடுறேன். ரெண்டு ஊசியை போட்டா கேக்கும்."

"இதுவேற. ஈ.ஸி.ஜி. எல்லாம் எடுத்திருக்கு."

"இங்க எல்லாம் பக்கமாவாடா இருக்கு. தூரம் தொலைவு

பயணமாவுள்ள இருக்கு...”

“உங்க ஒடம்புகளெ பார்த்துக்கங்கப்பா. ஓய்வு ஒழிசல் இல்லாம இது என்னடா பொழப்பு!”

பால்பாண்டி கானல் தெறிப்பையே பார்த்துக் கொண்டிருந்தான்.

பவானி வெளிஹாலில் படுத்துக் கிடந்தாள். தலைவாசல் பக்கம் இருந்து இதமான காற்று. தத்தித்தத்தி வரும் காற்று. திடுமென தடதடவென்று ஓடிவரும். அப்படிப் படுக்க அவளுக்குப் பிடிக்கும். அலையலையாய் வரும் காற்று சுகம். உடல் அசதி போய்விடும். பெரியவள் நாலு மணிக்கு வருவாள். சின்னவன் மூன்றுக்கு வருவான். சிறிதுநேரம் இப்படி படுத்துக் கிடப்பாள். தூங்கமாட்டாள். சும்மா படுத்திருப்பாள். விழி மூடியிருக்கும். உள்ளே விழிப்பாகத்தான் இருக்கும். மனசில் ஏதாவது ஓடிக் கொண்டிருக்கும். உடலைச் சாய்த்தாலேபோதும். ஏதேதோ வந்து மொய்க்கத் தொடங்கிவிடுகிறது. வாசலில் நிழலாடிற்று. பால்பாண்டி முகம் கறுத்து, வெயில் பிசுபிசுப்பாய் இருளில் மூழ்கி எழுந்து வருவதுபோல் இருந்தது.

“என்னது இது...”

“வெயில் கொளுத்துது.”

“ஆட்டோ பிடிச்சு வரவேண்டியதுதானே...”

“கொள்ளையிலெ போறவன், இங்குனக்குள்ளர வர முப்பது கேக்கான்.”

“அப்படித்தான் இங்க.”

“எதுக்கு! கூட முப்பது போட்டா ஊருக்கே போயிடலாம்” என்றாள் அம்மா.

“என்னங்க நீங்க அவங்கதான் புரியாம பேசினா...”

“கேட்டாத்தானே...”

“சரி, உட்காருங்க. சாப்பிடலாம்.”

“முதலெ தண்ணி கொண்டா...”

அவள் அடுப்பறைக்குள் ஓடினாள். அம்மா தரையில் காலை நீட்டி உட்கார்ந்தாள். தலைக்குமேலே சூடான ஃபேன் காற்று. அவளுக்கு அப்படியே கண்ணைக் கட்டிக்கொண்டு வந்திற்று. சேலை முந்தானையை தரையில் விரித்துவிட்டு அப்படியே சாய்ந்து விட்டாள்.

“இந்தாங்க தண்ணீ...”

இடக்கையை தரையில் ஊன்றி உடலை உயர்த்தினாள். சட்டென்று சேலைத்தலைப்பை இழுத்து தோளில் போட்டுக் கொண்டாள். மடக்மடக்கென்று குடித்துவிட்டு செம்பை தரையில் வைத்தாள்.

"இந்தத் தண்ணிக்கு தாகம் அடங்காது. கொஞ்சூண்டு நீச்சத் தண்ணி இருக்குதாம்மா?" என்றாள்.

"இல்லையே..."

"ஜூசு குடிக்கிறியாம்மா. ஏய், ஒரு எலுமிச்சம்பழத்தை பிழிஞ்சு கொடு..."

"தரட்டாங்கத்தே?..."

"வேண்டாம்மா..."

"சாப்பிடுறீங்களா?"

"முதெல்ல அவன் சாப்பிடட்டும்மா..."

"சாப்பிடுவார். நீங்களும் உட்காருங்க..."

"அம்மா காலையிலையும் சாப்பிடலெ..."

"எதுவும் வாங்கிக் கொடுக்கலை?"

"வேண்டாமுன்னுடுச்சு..."

"அடக் கொடுமையே! வாங்க..."

"இந்தப் பய ஊர்லெதான் தொட்டதுக்கெல்லாம் துட்டுங்கிறானே!" என்று அம்மா முகத்தைக் கோணலாக வைத்துக் கொண்டாள். மூக்கை மலர்த்தி உதட்டைச் சுழித்தாள். இது அம்மாவின் சுபாவம்.

சில நாட்களுக்குமுன்பு அம்மாவிடமிருந்து ஒரு கடிதம். அம்மா எழுதிய கடிதம் - அப்படியென்றால் வார்த்தை மட்டும் அம்மாவுடையது! ஒரு வரி வாசித்த உடனே புரிந்திற்று. இதை எழுத அவள்பட்ட கஷ்டம், எழுத ஆள் தேடி அலைந்திருப்பாள்.

இதற்கெல்லாம் தோதான ஆள் வேண்டும். இந்தக் கடிதத்தை எங்கு உட்கார்ந்து எழுதியிருப்பாள்?

வீட்டிற்குப் பக்கம் ஒரு மரம். வேலியை ஒட்டி நின்றிருக்கும். அதன் நிழல் வீடு முழுக்க நிறைந்து கிடக்கும். மதியநேரம் திண்ணை முழுக்க பொட்டுப்பொட்டாய் வெயில் உதிர்ந்துகிடக்கும். திண்ணைத் தூணில் சரிந்து உட்கார்ந்துகொள்வாள். டெய்லர் ஆறுமுகமோ, சுப்பு பண்டாரம் மவன் பவுன்ராசோதான் கடிதம் எழுதுவது. அம்மா சொல்லச்சொல்ல எழுத வேண்டும். அடிக்

கொருதரம், "என்ன எழுதியிருக்க ஒருக்கா படிச்சுக் காட்டு" என்று கேட்பாள்.

ஒரு கடிதம் முடிய எவ்வளவு நேரம் பிடிக்கும். சொல்லமுடியாது. மனவாகைப் பொறுத்துதான். பஞ்சாரத்தை முட்டித்தள்ளி விட்டு கோழிகள் உலாவும். 'கொக்... கொக்...'கென்று திக்கிக்கொண்டே அலைபடும். அதைத் துரத்துகின்ற வேலை வேறு. அவளுக்கு சந்தடி சப்தமில்லாது எழுத வேண்டும்.

அம்மாவின் மனசைப் படித்து எழுத வேண்டும். 'பட்பட்' டென்று வார்த்தைகள் வராது. அவளுக்கு எதையும் மிதி த்துவிடக் கூடாது. எதிலும் இடறிவிடக் கூடாது. இருள் நடையாகத்தான் வார்த்தைகள் வரும். "கால் வலி, நெஞ்சுவலி என்று உசிரை உலுக்குகிறது. முன்புமாதிரி வந்து பார்க்க உனக்குத் தோதுப்படுவதில்லை. உன்னையும் பிள்ளைகளையும் பார்க்க வேண்டும்போல் இருக்கிறது. அப்படியே அங்கு டாக்டரிடம் காட்ட தோதுப்படுமா? சின்னவனுக்கு வியாபாரம் சரியில்லை. நடுவுள்ளவனுக்கு பரவாயில்லை. கைக்கும் வாய்க்கும் சரியாக இருக்கிறது. நாம் நம்ம திண்ணையிலே பொங்கிச் சாப்பிடுகிறேன். நல்லது பொல்லது செய்தால் இருவருமே கொடுத்துவிடுவார்கள். சந்தோஷமாகத்தான் இருக்கிறேன்.

உனக்கு வசதிப்படும் என்றால் கிளம்புகிறேன். என்னால் தூரம் தொலைவு விபரமாக வரத் தெரியாது - மொக்கையா வாத்தியார் மவனுக்கு மெட்ராஸ்லெ ஒரு ஜோலி இருக்காம். அவனுக்குப் பஸ் சார்ஜ் போடணும் - திரும்பும்போது அவன் பார்த்துகிறானாம். விபரமாக எழுதினால் நலம்."

அம்மா சட்டென்று இப்படி கிளம்பியிருக்க மாட்டார். ஊரில் ஊதியிருப்பார்கள். பரமசிவம்பிள்ளையும் செல்லப்ப நாடாரும் செய்த வேலையாகத்தான் இருக்கும். இருவருக்கும் வாய் அகலம். எதையாவது ஊதிப் பெரிசாக்க வேண்டும்.

"ஏன் சின்னமா இப்படி இருக்கிய? பெரிய மவன்கிட்டப் போய் கொஞ்சநாள் இருந்துட்டு வரலாமில்லை..."

"ப்ச்... அதுக ஜோலி தொந்தரவு எப்படியோ..."

"சர்க்கார் உத்தியோகம். இப்பத்தான் மடமடன்னு சம்பளத்தைக் கூட்டிப் போட்டானே. நம்ம பெரிய கருப்பன் மவன், கிளார்க்குதான். ஒரு தோப்ப புடுச்சிட்டான். வட்டிக்கு வேற கொடுக்கான்..."

"உள்ளதுதான்."

"பின்ன சொல்றிய..."

"எதுக்கு தூரம் தொலைவு. இங்க என்ன கொறை?"

“கொறைனா சொல்லுது. ஆபிசரா இருக்காப்புல. நாலு மனுஷ மக்க பழக்கமிருக்கும். அங்க இல்லாத வசதியா. உடம்புக்கு நல்லா பாத்திட்டு, மாத்திரை மருந்துன்னு வாங்கிட்டு வரவேண்டியதுதானே சின்னம்மா...”

“செய்யலாம்.”

“கழுதய என்னத்தக் கண்டோம். சுத்திப்பாத்திட்டு வரவேண்டியதுதானே...”

“ஆமா. சுத்திப்பாக்கலைன்னுதேன் அழுகுது.”

“எங்களுக்குத்தேன் அந்தக் கொடுப்புன இல்லெ.”

“போங்களேன். வராதேன்னா சொல்லப்போறான்.”

“ஒரு பேச்சுக்குச் சொன்னேன்.”

அதோடு அவர்கள் வாய் ஓயாது. மதியச் சாப்பாட்டுக்குப் பிற்பாடு ஒரு நடை. செல்லாண்டியம்மன் கோவில் வாசலில் கூடுவார்கள். இல்லையென்றால், பஞ்சாயத்துப் போர்டு திண்ணை. பேருக்கு ஆடு-புலி ஆட்டக் கட்டம்முன்பு உட்காருவார்கள். வாய் ஊர்ப்பேச்சை உருட்டும்.

“ஏலே மயில் சாமி! வாடா இப்படி...”

“சொல்லுங்க...”

“அவசர ஜோலியாடா?”

“இல்லை. சொல்லுங்க...”

“உங்கம்மாவுக்கு அது என்னான்னு பாக்கப்படாதாடா?”

“என்னது?”

“கால் வீங்கிக்கிட்டே போகுதேடா...”

“நீராம்...”

“எவன் சொன்னான்?”

“நம்ம மூக்கையா டாக்டர்.”

“கொல்லைக்குத் தெரியுமாடா அவனுக்கு? நீர்நீர்னு நெனச்சுக்கிட்டு இருந்தா ஆச்சா? ஒண்ணுகிடக்க ஒண்ணு ஆயிடும்டா!”

“சரி. பாளையத்துக்கு வேணா கூட்டிட்டுப் போறேன்.”

“ஏலே கோட்டிப் பயலே, நா அதுக்கு சொல்லலைடா, உங்க அண்ணன்காரன் எதுக்குடா இருக்கான்?”

“பாவம். அவரும் அலைச்சலாத்தான் இருக்கார்.”

“பெரிய ஆளா சொல்றேன்டான்னா!”

“மெட்ராஸா?”

“ஆமாம்.”

“வேணும்னா பணம் அனுப்பிச்சுவிடுவாரு.”

“அம்மாவ அங்க அனுப்பலாமுலெ.”

“அவருக்கு தோது எப்படியோ.”

“ஆபீஸரா இருக்கவன்லாம், இங்க எப்படி இருக்கான் பாக்குறீலே!”

“அவரெல்லாம் அப்படி கிடையாது.”

“நீ கண்ட! போடா. போ.”

“சரி. பார்க்கலாம்.”

“உனக்கு அங்க போய்த்திரும்ப தோது இல்லாட்டி, நான் ஆள் ஏற்பாடு பண்ணட்டுமா? பஸ் சார்ஜ்கூட நீ தரவேண்டாம். அங்க வாங்கிக்கச் சொல்லிடலாம்.”

“அம்மாட்ட கேக்கணும்...”

“பேசிட்டண்டாப்பா. உங்கம்மாட்ட.”

**கா**லை நாலு மணிக்கெல்லாம் விளக்கு விழித்துக்கொள்ளும். பவானிதான் முதலில் படுக்கையைச் சுருட்டுவாள். அடுப்பறையில் புகுந்துகொண்டு எலிமாதிரி உருட்டிக் கொண்டிருப்பாள். குக்கர் திணறித்திணறி மூச்சுவிடும். ஐந்து மணிக்கு கிழிந்த லுங்கியை கட்டிக்கொண்டு பாண்டி படியிறங்கிவிடுவான். ரப்பர் செருப்புச் சப்தம் உரக்கக் கேட்கும். பால் பாக்கெட்டையும் பேப்பரையும் சுமந்துகொண்டு திரும்புவான். குழந்தைகளை ஒவ்வொன்றாய் எழுப்புவான். தாஜா பண்ணி, அரட்டி உருட்டி தோதுப்படி தூக்கி நிறுத்துவான். ஒவ்வொன்றாய் பாத்ரூமுக்குள் தள்ளுவான்.

பவானி அடுப்பறைக்கும், உள்அறைக்கும் ஹாலுக்கும் நடையெடுத்துக் கொண்டிருப்பாள். முள் எட்டைத் தொடுவதுதான் தாமதம். ஒவ்வொன்றாய்ப் படியிறங்கிவிடும். வெந்ததையும் வேகாததையும் தின்றுவிட்டுக் கிளம்பும். கிளிக்குச் சோறுவைப்பது மாதிரி ஒரு கிண்ணம். பிளாஸ்டிக் டப்பா. அதில் மதியத்திற்கு அடைத்துக்கொண்டுபோகும். அவர்களோட பாண்டியும் படி யிறங்கிவிடுவான். ஒரு டி.வி.எஸ்.50, அதில் ரயிலடி. அங்கிருந்து எலெக்ட்ரிக் ட்ரையினைப் பிடித்து கோடம்பாக்கம். அங்கிருந்து பஸ் பிடித்து ஸ்டெர்லிங் ரோடு. அங்கிருந்து ஒரு பஸ் பிடித்து

காலேஜ் ரோடு. இரவு திரும்ப எட்டோ ஒன்பதோ!

எல்லோரும் தெருவைத் தாண்டியவுடன் பவானி நாற்காலியில் போய் பொத்தென்று விழுவாள். உடம்பெல்லாம் பிசுபிசுவென்று இருக்கும். தலைமுடி கட்டுக்கடங்காமல் சிதறிக்கிடக்கும். டி.வி. பெட்டியைத் திருகிவிடுவாள். இரைச்சல். என்ன காட்சி. என்ன ஒலி ஒன்றும் மனசில் விழாது. பார்வை மட்டும் பெட்டியில் இருக்கும். அப்படிச் சிறிதுநேரம்.

சட்டென்று விழித்தெழுவாள். இரைந்துகிடக்கும் வீட்டை எல்லாம் சத்தம் பண்ணுவாள். பெருக்குமாரை எடுத்து கூட்டிப் பெருக்கி நிமிர்ந்ததும் சிறிதுநேரம் இடுப்பைப் பிடித்துக்கொண்டு நிற்பாள். பார்வை ஜன்னலைத் தொடும். பெருக்குமாரை வீசிவிட்டு குளியல் அறைக்குப் போவாள். அம்மாவுக்கு மட்டும் சுடுதண்ணீர் வைத்துக் கொடுப்பாள். மற்றபடி, எல்லாம் பச்சதண்ணீர்தான். கேஸ் அடுப்பில் கட்டுப்படி ஆகாது.

பத்து பத்தரைக்குத்தான் காலை டிபன். எல்லாம் முடித்து தட்டுகளை எல்லாம் தூக்கிப்போட பதினொன்றாகிவிடும். பிற்பாடு மார்க்கெட் கிளம்புவாள். வெயில் கொளுத்தும். கொஞ்சம் மலிவாகக் கிடைக்கிறதே என்று வெயிலில் நடப்பாள், மார்க்கெட் போகாத நாட்களில் மளிகைக் கடைக்கு நடக்கும்படி இருக்கும். தினசரி வெயில் விதிக்கப்பட்டதுதான். வீடு திரும்ப பனிரெண்டாகிவிடும்.

வந்ததும் காபியை சுடவைத்துக் குடிப்பாள். குடித்ததும் அன்றைய அழுக்குகளை அள்ளிக் குவிப்பாள். ஒவ்வொன்றாய் சோப்புப் போட்டு அலசி எடுக்க, போதும் போதும் என்றாகிவிடும். நூல்மாதிரி தண்ணீர் ஒழுகும். அம்மாவின் துணிகளையும் அலச வேண்டும். தினமும் ஒரு கூடை சேர்ந்துவிடுகிறது. எல்லாம் துவைத்து அலசி, காயப்போட்டு நிமிர இடுப்புவலி. ஹாலில் வந்து தொப்பென்று விழுவாள்.

மதியச் சாப்பாட்டிற்கு தட்டுப் போடுவாள். தடமுடாவென்று சப்தம் கிளம்பும். தெருவே நிறைந்துவிடும். இடக்கோடியில் இருந்து வடக்கோடிக்குக் கூட்டம் ஓடும். இத்தனை கூட்டமும் இதுவரை எங்கிருந்தது? எலிப்பொந்தில் மண் வெட்டி இறங்கியதும் எழும்பும் எலிக்கூட்டம்மாதிரி கூட்டம். 'கீச்... கீச்...'சென்று குரல் எழுப்பிக் கொண்டு ஓடும் கூட்டம். தண்ணீர் லாரி வருவதுதான் தாமதம். அந்த வாசனை எப்படித்தான் தெரியுமோ? பவானியும் பிளாஸ்டிக் குடங்களைத் திரட்டிக்கொண்டு ஓடுவாள். இரண்டு மூன்று நடை. உடம்பு நனைந்து, வாய் உளறிக்கொண்டே திரும்புவாள். அம்மாவுக்கு சங்கடமாக இருக்கும். என்ன செய்ய முடியும்?

அவளுக்கு நடப்பதே சிரமம். ஒத்தாசையாக இருக்க

முடியவில்லையே என்று வருத்தம். 'நான் செய்கிறேன். நான் செய்கிறேன்' என்று போவாள். பவானி விடமாட்டாள். 'நீங்கள் போய் உக்காருங்கள்' என்று விரட்டிவிட்டுவிடுவாள். மதியம் மாவாட்டுகிறேன், பழசெல்லாம் சுடவைக்கிறேன் என்று பொழுது சுருங்கிவிடும். முன்வெயில் மறைகிறவரை வேலை இருக்கும். பின்பு ஒவ்வொருவராய் திரும்புவார்கள். உழுது களைத்துத் திரும்பும் காளைகள்போல் வரும். புத்தக மூட்டைகளை டொப் டொப்பென்று இறக்கிப் போட்டுவிட்டு சிறிது இளைப்பாறும். அதுகளுக்குத் தீனி எதாவது தயார் பண்ணிக் கொடுக்கவேண்டும். முகம் கழுவி, பவுடர் போட்டு, டியூஷனுக்குக் கிளம்பிவிடுங்கள். வீடு வெறிச்சென்றிருக்கும்.

பால்பாண்டி திரும்ப இரவாகிவிடும். பாவமாக இருக்கும். உயிர் இல்லாமல் திரும்புவான். பிள்ளைகள் ஏதேதோ சொல்லும். மேலே விழும். எழும். அவன் உசுரு இல்லாமல்தான் பேசுவான். பாண்டி நல்ல நிறம். வாய்க்காலில் குளித்துவிட்டுத் திரும்பும் போது எப்படி இருப்பான்! மினுமினுவென்று ஒரு நிறம். அப்படி என்ன உத்தியோகமோ? அம்மா அவனை பார்த்துப்பார்த்து வேதனைப்பட்டாள்.

சம்பாதிக்கிறான் என்றுதான் பேர். அம்மா பார்த்துக் கொண்டுதானே இருக்கிறாள். கைக்கு எட்டியது வாய்க்கு மிஞ்சுவதில்லை. பாண்டி ஆபீஸர்தான். சம்பளத்திற்கு மட்டும்தான் கை நீட்டுவான். சுத்தமான ஆள் என்று ஆபீஸில் பேர். வீட்டில் அழுக்காக அலையும்படிதான் இருக்கிறது. வீட்டு வாடகை மூவா யிரத்தை முழுங்கிவிடுகிறது. மளிகைச் சாமான்கள், ஸ்கூல் பீஸ், ரெண்டுபேருக்குக் கட்டவேண்டும். பால், டெலிபோன் பில், எலக்ட்ரிக் பில், கேபிள், காய்கறிகள், மருந்துச் செலவு என்று இழுத்துக்கொண்டு ஓடுகிறது. பீச், சினிமா என்று படியிறங்கி விட்டால் அந்த மாதம் பள்ளம் விழுந்துவிடுகிறது.

இதில் இன்கம் டாக்ஸ், எல்.ஐ.சி.பாலிஸி பிரிமீயம் என்று ஏதாவது ஒரு முள் குத்திக்கொண்டே இருக்கிறது. சட்டென்று எடுத்து எறிந்துவிடமுடியாத முள். ஒரு முள்ளை எடுக்க இன்னொரு முள்ளில் கை வைக்கும்படியாகிவிடுகிறது. எத்தனை முள் குத்தினாலும் அவர்கள் முகம் சுழிப்பதில்லை. அதுதான் அம்மாவுக்கு ஆறுதலாக இருந்தது. ஆனாலும் அம்மா அவர்கள் வலியை அறியாதவளா? வலியை முழுங்கிய முகத்தினை படிக்கவா முடியாது? இத்தனை வருஷம் வாழ்ந்த மனுஷிக்கு அந்தப் பாடம் கூடவா தெரியாது. ஏதோ பிள்ளை, உசத்தியா இருக்கான்னு நினைச்சுக்கிட்டாவது இருந்திருக்கலாம் என்றுபட்டது. அம்மாவின் மனசு பயணத்திற்குத் தயாராகிவிட்டது.

*கல்கி - 5.10.2001*

# சரஸ்வ'தீ'

பூங்காவனம் பிள்ளைக்கு நீண்டநாளாக ஒரு ஆசை. நீங்காத ஆசை. நெஞ்சு, மனசு, உடம்பு, ரத்தம் என்று சகலத்திலும் ஊறிப்போன ஆசை. ஆசையென்றால், எதையோ அடையவேண்டும் என்ற ஆசையில்லை. எதையோ தொடவேண்டும் என்ற ஆசையில்லை. யாருக்காவது எதையாவது சொல்லிக்கொண்டிருக்க வேண்டும். எதைப் பார்த்தாலும், எதைக் கேட்டாலும் அவருக்கு உள்ளே பொங்கிவிடும். அவரால் எதையும் மனசுக்குள் வைக்கமுடியாது. பட்டென்று திறந்துவிடுவார். ஜன்னலை அகலத் திறப்பதுமாதிரி திறந்துவிடுவார். சுரீர் என்று வெளிச்சம் பாயும். 'யப்பா' என்று ஒரு வியப்புக்குறி நெற்றியில் ஓடும். மனுஷன் இத்தனை வெளிச்சத்தை வைத்துக்கொண்டு எப்படித்தான் வெற்றிலைக் கொடிக்கால் இருட்டுக்குள் கிடக்கிறாரோ? பையும், கையுமாய் பள்ளிக்கூடப் பசங்கள் தட்டுப்பட்டுவிடக்கூடாது. கூப்பிட்டு ஒரு நிழலில் நிறுத்தி திருக்குறளையோ, நாலடியாரையோ, உலக நீதியையோ சொல்லுவார். அவருக்கு எதையும் பாடமாகச் சொல்லத் தெரியாது. பாவத்தோடு நாடகமாகச் சொல்லுவார். விழி உருட்டி, நெற்றி சுழித்து, உதட்டை நெளித்து எல்லாவற்றையும் காட்சியாக்கிக் கண்முன் காட்டுவார். அவர் குரல் இருக்கிறதே! குரலா அது? கணீரென்று காதை அறுக்கின்ற குரல் இல்லை. கரகரவென்று காதை தீட்டச் சொல்லுகின்ற குரல் இல்லை. இது வேறுகுரல். கண் சொருகி, முகம் மலர்ந்து எதையோ அடைந்துவிட்டாற்போல் ஆனந்தப்பட வைக்கின்ற குரல்.

பொழுது இறங்கிவிட்டால்போதும், பூங்காவனம் பிள்ளை வீட்டில் ஒரு கூட்டம் கூடிவிடும். நான்காம் வகுப்பு, பத்தாம் வகுப்பு, எட்டாம் வகுப்பு என்று ஒரு கூட்டம். பெருங்கூட்டம். நடைவாசல் நிறைந்து

வாசல்படியையும் தொற்றிக்கொண்டு நிற்கும். பூங்காவனம் பிள்ளை பாடம் பாடமாய்ச் சொல்வார். புத்தகம் பார்க்க வேண்டியதில்லை. நோட்டைத் திறக்க வேண்டியதில்லை. ஆனாலும் பூங்காவனம் பிள்ளை எல்லோருடைய மனசையும் திறந்துவிடுவார். நாலடியார், பெரிய புராணம், திருவாசகம், திருக்குறள், மணிமேகலை என்று எல்லாம் பாடத்தில் இருப்பதுதான். ஆனால் புத்தகத்தில் இருப்பது மாதிரி புழுக்கமாக இருக்காது. சில்லென்று மனசைத் தொடும். எல்லாம் ஒரு மந்திரவித்தைமாதிரிதான். அவரிடம் வாய்த்து விட்டது. இந்த வித்தையை வியாபாரமாக்கச் சொன்னார்கள். மாதச் சம்பளத்திற்கு வர்றீங்களா? என்று கொக்கி போட்டனர். டியூசன் சென்டர் வைக்கலாம் என்று நாக்கில் தேன் தடவினார்கள். எல்லா கேள்விகளுக்கும் அவரின் பதில், ஒரு சிரிப்புதான். அவருக்கு கொடிக்காலில் வெற்றிலை விவசாயம். காலையில் விடிவதற்குமுன் கொடிக்காலுக்குக் கிளம்பிவிடுவார். வெயில் தாழவும் வீடு திரும்புவார். பள்ளிக்கூடத்துப் பிள்ளைகளுக்கும் பூங்காவனம் பிள்ளைமீது பிரியம். அளவுகடந்த பிரியம். அவர் எதிரே வரும்போது வாத்தியாருக்கு வணக்கம் வைப்பதுமாதிரி வணக்கம்வைக்கத் தோன்றாது. வேட்டியைத் தழையவிட்டு மரியாதை காட்டத் தோன்றாது. ஓடிப்போய் அவரின் கையைப் பிடித்துக்கொள்ளத் தோன்றும்.

அப்பாவை பார்த்துப் பார்த்து கோமதிக்கும் அந்த ஆவல் தொற்றிக்கொண்டது. டீச்சராக வேண்டும் என்ற கனவு மலர்ந்து விட்டது. கல்லுப்பட்டியில் டீச்சர் ட்ரெயினிங் சேர்ந்து முடித்தாள். அவளுக்கு எப்படியாவது டீச்சராகிவிட வேண்டும். இந்த நான்கு ஐந்து வருடமாய் இதுதான் கனவு. பள்ளிக்கூடமென்றால் காரை பேர்ந்து, ஓடு உடைந்து புகை மண்டிய பள்ளிக்கூடமில்லை. அது குளக்கரையோரமுள்ள பள்ளிக்கூடம். கோட்டானோ, குருவியோ கூவிக்கொண்டே இருக்கும். பாத்தி பாத்தியாய் ரோஜா சிரிக்கும். கல்வாழையும் நந்தியாவட்டமும்கொண்ட சிறு தோட்டம். தோட்டத்திற்கு நடுவில்தான் வகுப்பறைகள். கோமு படித்த பள்ளிக்கூடம் அதுதான். குளக்கரையில் பள்ளிக்கூடம் வாய்த்தது தான் அதன் விசேஷம். புழுக்கமே இருக்காது. ஜில்லென்ற காற்று. மதியம் மூன்று மணிக்கெல்லாம் டீச்சர்கள் முந்தானையை இழுத்துப் போர்த்திக்கொள்வார்கள். குளிர், சுரீர் என்று குத்துகின்ற குளிரில்லை. இதம் தருகின்ற குளிர். அந்த இடமும் இதமும்தான் கோமுவின் கனவை வளர்த்தன. கோமுவுடன் படித்த பஞ்சவர்ணமும் ராஜாத்தியும்கூட அந்தப் பள்ளிக்கூடத்தில்தான் டீச்சராக சேர்ந்துவிட்டனர். அவர்கள்வேறு கோமுவை தினமும் ஊதிஊதிக் கனியவைத்தனர். அந்த ஆவலும் குறுகுறுப்பும் உந்தித் தள்ள அப்பாவை மடக்கினாள். அந்தப் பள்ளிக்கூடத்தின்

கரஸ்பாண்டெண்டைப் பார்க்கலாம் என்று இழுத்தாள். ரேங்க் சர்டிபிகேட், ஸ்போர்ட்ஸ் சர்டிபிகேட் என்று ஃபைலை நிறைத்தாள். ஃபைல் புடைத்துவிட்டது. பூங்காவனம் பிள்ளைக்குத் தெரியும் இதெற்கெல்லாம் ஃபைலை நிறைத்தால் போதாது. பையை நிறைக்க வேண்டும். அறிவும் ஆற்றலும் மட்டும் இருந்தால் போதாது. சாமர்த்தியமும் சாதுரியமும் வேண்டும். இது இல்லாமல்தான் கோமதியின் ரேங்க் சர்டிபிகேட்டின் கால்கள் முறிந்துவிட்டன. இதெல்லாம் கோமதிக்குத் தெரியாது. எத்தனை சொன்னாலும் எடுபடாது. பூங்காவனம் பிள்ளை மகளை அழைத்துக்கொண்டு அந்தப் பள்ளிக்கூடத்தின் கரெஸ்பாண்டென்டைப் பார்க்கக் கிளம்பினார்.

கரெஸ்பாண்டென்ட் ஒரு வியாபாரி. வாழைக்காய், தேங்காய், பருத்தி என்று பல வியாபாரம். பஸ்ஸை விட்டு இறங்கிய உடனே அவரின் தேங்காய் மண்டி. செல்லமணி நாடார் அன் கோ என்று பெரிய மண்டி. நடைவாசல் தாண்டினதும் இடதுபக்க அறையில் கரஸ்பாண்டென்ட் உட்கார்ந்திருந்தார். நல்ல கறுப்பு நிறம். நெற்றியில் குங்குமம். சலவை செய்யப்பட்ட கதர்ச் சட்டை மாதிரி விறைப்பு. உதட்டில் எப்போதும் ஒழுகிக்கொண்டிருக்கும் புன்னகை மாறாத புன்னகை, வியாபாரப் புன்னகை.

"வணக்கம்."

"வாங்க..."

"இது என் பொண்ணு. கோமு. கோமதின்னு பேர். டீச்சர் ட்ரெயினிங் முடிச்சிருக்கா. உங்க ஸ்கூலெ தயவு காட்டணும்!"

"உக்காருங்க..." நாற்காலி காட்டினார்.

"எம்ப்ளாய்மெண்டுலெ பதிஞ்சிருக்கா?"

"ம்... அஞ்சு வருஷமாச்சு."

"என்னாளுங்க..."

"பிள்ளைமாரு..."

"அது சரி. சைவப்பிள்ளையா... இல்லை..."

"கொடிக்காப்புள்ளமாருங்க... சர்டிபிகேட்டுலெ துளுவ வேளாளர்னு போட்டிருக்கு..."

'வேளாளர்னா போட்டிருக்கீங்க..."

"இல்லை. 'வேளாளன்'னு போட்டிருக்கு..."

"அதானே பார்த்தேன். வெள்ளாளர்னா எப்.சி. ஆயிடும்.

வெள்ளாளன்னு போட்டாத்தான் பி.சி. ரொம்பப்பேருக்கு இது தெரியலை. படிச்சவங்ககூட தப்புப் பண்ணிடுறாங்க...”

பூங்காவனம் பிள்ளை அரை வினாடி அயர்ந்துபோனார். கண்களில் மிரட்சி. அவர் நேர்மையைக் கைவிடாத மனிதர். உண்மை, சத்தியம் இதெல்லாம் கல்வியோடு சம்பந்தப்பட்டவை என்று இன்னமும் நம்பிக்கொண்டிருப்பவர். திடீரென்று இப்படி ஒரு கேள்வி முகத்திற்கு நேராக வரவும் வெதுவெதுவென்று உஷ்ணமாய் உடல் சூடேறியது.

“சர்டிபிகேட்ஸ் கொண்டாந்திருக்கீங்களா?”

கோமதி பணிவுடன் நீட்டினாள்.

“ரேங்க் வாங்கியிருக்காள்” என்றார் பூங்காவனம் பிள்ளை.

கரெஸ்பாண்டென்ட் சிறிதுநேரம் ஏதோ பரிசோதிப்பதுபோல் சர்டிபிகேட்டுகளை திருப்பித் திருப்பிப் பார்த்தார். சட்டென்று அதை டேபிளில் வைத்தார். பூங்காவனம் பிள்ளைக்குத் தெரியும் அவர் ஓர் வியாபாரி. அவர் தேடுவது அதில் தெரியாது. இருப்பினும் எதையோ சோதிப்பதுபோல் ஒரு பாவ்லா. எதிராளிமுன் தன் மூளையைத் தீட்டிக் காட்டும் பாவ்லா. இது வியாபாரத் தந்திரம்.

“சரி போட்டுடலாம்.”

“சந்தோஷம்யா!”

“மற்றபடி, எல்லாம் வழக்கப்படிதான்!”

“மானேஜ்மெண்டுக்கு ஐம்பதாயிரம் தரணும் - இது எங்க ஆளுங்களுக்கு உண்டான ரேட். மற்ற ஜாதின்னா எழுபது ரூபாய். பார்க்க ரொம்பக் கஷ்டப்படுறமாதிரி தெரியுது. ரேங்க் வாங்கியிருக்குன்னுவேற சொல்றீங்க. அதான் ஐம்பதாயிரம் சொன்னேன். இதுக்கே எங்க ஆளுங்க தையாதக்கான்னு குதிப்பானுங்க. அதை நான் பார்த்துக்கிறேன்.”

பூங்காவனம் பிள்ளை தலையை உயர்த்திப் பார்த்தார். இதில் அதிர்ச்சியடைய ஒன்றுமில்லை என்பதுபோல் அவர் பார்வை இருந்தது. இருப்பினும் பார்வை உடைந்துபோனது. உயிர் இல்லை. சுதந்திரமான நாள் தொட்டு இந்த லஞ்சத்தைப் பேசி வந்திருக்கின்ற தேசத்தில் அது இன்னும் விடிந்தபாடில்லை. பணம்தான் வெறிகொண்டு அலைகிறது. உண்மைக்கும், சத்தியத்திற்கும் சிறை சென்ற காலம் போய்விட்டது. இன்று உண்மையும் சத்தியமும் சிறையில் இருக்கின்றன. சிறையில் இருக்கவேண்டியவர்கள் வெளியில் இருக்கிறார்கள்.

"என்ன யோசனை?"

"ப்ச். ஒன்னுமில்லை..."

"பணத்தை வாங்கி நாங்க வீட்டிற்காக கொண்டுபோகப் போறோம்? எல்லாம் ஸ்கூலுக்குத்தான். குளத்துக்கரையோரம் ஒரு காம்பௌண்ட் சுவர் எழுப்பிப் போடலாம்னுதான் இருக்கோம். எல்லா காசையும் கட்டிடத்துலதான் கொண்டுபோய்ப் போடுறோம். மனுஷன் எதையும் திங்கலை. எல்லாம் மண்ணுதான் திங்குது..."

"அப்ப..."

"வாங்க. திங்கள்கிழமை வாக்குலெ எட்மாஸ்டர் இருப்பார். ராகவன்னு. அவர் ஐயர். நல்லமனுஷன். நான் சொன்னேன்னு போய்ப் பாருங்க. நானும் போன் போட்டுச் சொல்றேன்."

"நல்லது, வர்றோம்."

பூங்காவனம் பிள்ளை திங்கள்கிழமை காலையிலே பள்ளிக்கூடத்திற்கு வந்துவிட்டார். கூடவே கோமதியும். அந்தப் பள்ளிக்கூடம் 'ப' வடிவில் இருந்தது. சுற்றிலும் பச்சை. மரம், செடி, கொடி என்று ஒரே பச்சை. பள்ளிக்கூடத்தை ஒட்டி குளம். அகலமான குளம். செதில்செதிலாய் நீர். காற்றில் தவழ்கின்ற நீர். ஜிலுஜிலுவென்று காற்று. எங்கிருந்துதான் இப்படிக் கிளம்பி வருகின்றதோ? சத்தம் போடாமல், கூச்சலிடாமல், ஓசைகாட்டாமல் இப்படி காற்று ஓடிவருவது அபூர்வம்தான். ஆனாலும் பள்ளிக்கூடம் முழுக்க ஒரே இரைச்சல். வகுப்பறைக்குள்ளிருந்து ஒரே தவளைக்குரல். இந்தப்பக்கம் காக்கைக்குரல். ஏதோ ஒரு மூலையில் இருந்து எருமைக்குரல். ஒன்றுகூட மனுஷக்குரலாக இல்லை. தொண்டையைத் தீட்டிவைத்திருக்கும் அளவுக்கு ஒருவரும் புத்தியைத் தீட்டிவைத்திருக்கவில்லை. பூங்காவனம் பிள்ளை சண்டைக்கோழியை, சர்க்கஸ் கோமாளியைப் பார்ப்பதுபோல வேடிக்கை பார்த்துக்கொண்டிருந்தார். வகுப்பை முடித்துவிட்டு கையில் பிரம்புடன் தலைமையாசிரியர் வந்தார். பூங்காவனம் பிள்ளையும் கோமதியும் எழுந்து வணங்கினர்.

"உக்காருங்க..."

"கரெஸ்பாண்டென்ட் ஐயாவைப் பார்த்தோம்."

"சொன்னார்."

"நீங்கதான் தயவு பண்ணனும்."

"பண்ணலாம். அதுலெ ஒரு விசயம். அவர் சொல்ல

மறந்துட்டார். இப்போ நம்ம ஸ்கூல்லெ வேகன்ஸியே கிடையாது. இன்னும் ரெண்டு வருஷம் ஆகும். நம்ம ஓடப்பட்டி குருசாமிதான் அடுத்த ரிடையர்மெண்ட்.”

“ஐயா போடலாம்னு சொன்னாரே...”

“போடலாம். போடமுடியாதுன்னு இல்லை. அதுக்கு ஒரு காரியம் பண்ணனும். குருசாமி வாத்தியாரைக் கூப்பிட்டுப் பேசலாம். அவருக்கு எதுனா கொடுத்து வாலண்டரி ரிடையர் மெண்ட் வாங்கிக்கச் சொல்லணும். அதுக்கு உண்டானதை நீங்க கொடுத்துட்டாப் போச்சு...”

“புரியலைங்களே!”

“குருசாமிக்கு இன்னும் இரண்டு வருஷம் இருக்கு. அவர் இரண்டு வருஷம் வேலை பார்த்தா என்ன சம்பளம் கிடைக்குமோ அதை நீங்க கொடுத்திடணும். அவரும் பொண்ணுக்கு கல்யாணம் வைக்கணும்னு துடிக்கிறார். அவருக்கு உபகாரம் பண்ணினாப்பலையும் இருக்கும். போன மாசம்தான் நம்ம வயப்பட்டி பெரியசாமி வாத்தியார் வாலண்டரி ரிடையர்மெண்ட் வாங்கிட்டார். அந்த பிளேஸ்லெதான் நம்ம கோடாங்கிபட்டி செட்டியார் பொண்ணைப் போட்டிருக்கோம். அவங்க பெரியசாமிக்கு ரெண்டு லட்சம் கொடுத்தாங்க. பெரியசாமியும் சந்தோஷமா வாங்கிட்டுப் போயிட்டார். ஒரு வருஷம் கெடந்து உயிர்போகக் கத்துவானேன். இப்பப் பாருங்க, ரெண்டு வட்டிக்குக் கொடுத்துட்டு நிம்மதியா இருக்காப்புலெ. எனக்கு இன்னும் நாலு வருஷம் கிடக்கு. ஒரு வருஷம் ரெண்டு வருஷம்னாகூட பரவாயில்லை. நானும் ஒரு நல்ல பார்ட்டியா பார்த்து செட்டில் பண்ணிட்டு நிம்மதியா ஒதுங்கிடுவேன்.”

“மொத்தம் எவ்வளவு ஆகும்?” என்றார் பூங்கவனம் பிள்ளை. இதைக் கேட்கும்போது அது அவர் குரலாக இல்லை. அவருக்கே அந்தக் குரல் அந்நியமாய் ஒலித்தது. ஏதோ வரக்கூடாத இடத்திற்கு வந்துவிட்டாற்போலவும். விசாரிக்கக்கூடாததை விசாரிப்பதுபோல் ஒரு படபடப்பு.

“பேசலாம். குருசாமியை கூப்பிட்டுப் பேசலாம். போன வாரம் குச்சனூர்லெ இருந்து ஒரு பார்ட்டி வந்தது. ஒரு லட்சம் தர்றேன்னாங்க. இவர் கூடுதலாக் கேட்டார். பிற்பாடு திகையல. நாம் பேசலாம். நெட்டையோ குட்டையோ பேசிமுடிக்கலாம்.”

“கரஸ்பாண்டெண்ட் ஐயா ஐம்பதனாயிரம்னு சொன்னார்.” “அது வேற. அது மேனேஜ்மெண்டுக்கு கொடுக்கவேண்டியது. அது தனி. அது இல்லாமல் குருசாமி வாத்தியாருக்குப் பேசிக்கொடுத்து

முடிக்கலாம்!"

"அம்புட்டு நம்மால முடியாது."

"யோசிங்க. முன்னமாதிரி இல்லை. அந்தக் காலம் மலையேறிவிட்டது. இப்ப உங்க பெண் வேலைக்குச் சேர்ந்தா எவ்வளவு சம்பளம் வாங்கும் தெரியுமா? கூட்டிக் கழிச்சு எல்லாம் போக நாலு, நாலரைக்கு வந்திடும். இந்தப் பட்டிக்காட்டுலெ நாலரைங்குறது லேசுப்பட்ட காரியமா?"

"இல்லைங்க முடியாது!"

"பிற்பாடு உங்க விருப்பம். முடியாதுன்னு சொல்லிட்ட பின்னாடி நான் மல்லுக்கா நிக்கமுடியும்? கரஸ்பாண்டென்ட் சொன்னாறேன்னுதான், நான் இவ்வளவு பேசினேன். இதுலெ எனக்கு என்ன லாபம்? மற்ற ஸ்கூல் ஹெட்மாஸ்டர்மாதிரி கமிஷன் கிமிஷன்லாம் வாங்குறதில்லை. அதெல்லாம் எனக்கு வேண்டாம்."

"என்ன குருசாமியை வரச்சொல்லட்டுமா?"

அப்போது பியூன் ஒரு பொதி ரிக்கார்டு நோட்டுகளை தூக்கிக் கொண்டு வந்தான். தொபுகடீர்னு ஹெட்மாஸ்டர் டேபிளில் போட்டான்.

"ராசு, குருசாமி எந்தக் கிளாஸ்லெ இருக்கார்னு பாரு?"

"நீர்க்கடுப்புன்னு குளத்துப்பக்கம் போயிட்டார்."

"சரி..."

இதுவரை காதை மட்டும் தீட்டிவைத்திருந்த ரிக்கார்டு கிளார்க் தலைமையாசிரியர் டேபிளுக்கு வந்தார். ஒரு பழுப்பு நிற சர்க்குலரை அவர் டேபிள்மீது வைத்தார். அது அரசின் சுற்றறிக்கை. மிரட்டும் சுற்றறிக்கை. 'ஒவ்வொரு பள்ளிக்கூடமும் ரோஸ்டர் என்ற சுழற்சி முறையை நடைமுறைப்படுத்த வேண்டும். இல்லாவிட்டால் கடுமையாகத் தண்டிக்கப்படுவீர்கள்' என்று, பச்சை மை மிரட்டியது. பள்ளியில் ஆசிரியர் பணியிடங்களை நிரப்புகின்றபோது முதலில் பொதுப்பிரிவு, அடுத்து தாழ்த்தப்பட்டோர். அடுத்து பிற்படுத்தப்பட்டோர். அடுத்து பிறர் இந்த வரிசைமுறையைக் கடைபிடிக்க வேண்டும். இது மாறக் கூடாது. இப்படியே சுழற்சி முறையில் செயல்படவேண்டும் என்று விதி. அந்த விதி இப்போது தலைமையாசிரியரின் டேபிளில் படபடத்துக் கொண்டிருந்தது.

"சார் ரோஸ்டர்ல இப்ப எஸ்.சி வருது. எஸ்.சி.யைத் தான் நாம் போடமுடியும். அடுத்து தான் இவங்களைப் போடமுடியும்."

தலைமையாசிரியர் நெற்றியைச் சுருக்கினார். ஆள்காட்டி

விரலில் நெற்றிப்பொட்டை அழுத்தினார்.

“போடலாம்பா. ஏன் போடமுடியாது?”

“இப்ப எஸ்.சி. ரோஸ்டர்.”

“இருக்கட்டும். இப்ப அதற்கும் ஒரு பரிகாரம் உண்டு.”

“பிற்பாடு சி.ஓ.ஆபிசுலெ தொந்தரவாயிடும்.”

“நம்ம மலைப்பட்டி ஸ்கூல் ஹெட்மாஸ்டர், ஒரு எஸ்.சி. பையன் கிட்ட பேரம் பேசினார். பேருக்கு அவனுக்குப் போஸ்டிங் போட்டார். அடுத்த மாசமே, அவனை ரிசைன் பண்ண வெச்சார். இப்ப விதிப்படி, எஸ்.சி. ரோஸ்டர் முடிச்சுட்டதா? அடுத்த ரோஸ்டர் ஓ.சி. இதுலெ யாரை வேணும்னாலும் போடலாமில்லையா? இவங்க ஆளைப் போட்டுட்டாங்க. அந்த எஸ்.சி. பையனுக்குப் பத்தாயிரம். அவனும் சந்தோஷமா வாங்கிட்டான்.”

பூங்காவனம் பிள்ளை கண்களை இறுக மூடிக்கொண்டார். உடல் படபடத்தது. மெல்ல கண் பிரித்துப் பார்த்தார். தலைமையாசிரியர் தலைக்குமேல் சுவரில் சரஸ்வதி படம். கொஞ்சும் வீணையும், வெள்ளைத் தாமரையுமாய் கலைமகள். அவருக்குக் கண்கள் இருட்டிக்கொண்டு வந்தன. அந்த இடத்தில் கலைமகள் படத்திற்குப் பதில் காளி படம் இருந்தால் பொருத்தமாக இருக்கும். எட்டுக் கைகளும், வெட்டிய தலையுமாய் காளி! ரத்தம் சிந்தி, கோரப்பல் காட்டும் காளி. இனிமேல், இதுபோன்ற பள்ளிக் கூடங்களில் காளி படம் வைத்தால்தான் பொருத்தமாக இருக்கும்.

“என்ன சொல்றீங்க...”

“அம்புட்டுக்கு முடியாதுங்கையா.”

“யோசனை பண்ணுங்க. எதுக்குப்பட்டுனு முடியாதும்பானேன்? நல்லா யோசனை பண்ணிட்டு வாங்க. நானும் குருசாமி வாத்தியாரைக் கலந்து வெச்சிருக்கேன்.”

“அப்ப வர்றோம்...”

“வர்றோம் சார்.” கோமதி.

“வாங்க...”

பூங்காவனம் பிள்ளை சட்டென்று எழுந்தார். அவர் எழுந்த வேகத்தில் நாற்காலி நகர்ந்திற்று. அந்த வேகம் எதையோ சொல்லிற்று. அவர் எழுந்து கொள்ளவும் ‘கணகண’வென்று பள்ளிக்கூட மணி அடிக்கவும் சரியாக இருந்தது. பிள்ளைகளும் விளையாட்டுத் திடலுக்கு ஓடின. பூங்காவனம் பிள்ளை வெளியே

வந்தார். வாசலில் ஒரு வேப்பமரம் தளதளவென்று படர்ந்து நின்றது. நிழலுக்கு வந்தார். வேப்பமர நிழலும் பள்ளிக்கூடத்துப் பிள்ளைகளின் முகமும் புழுக்கத்தைத் தணித்தன. திடலில் பிள்ளைகள் கொத்துக்கொத்தாய் சிதறிக் கிடந்தன. எல்லாம் விளையாட்டு மும்முரம். பூங்காவனம் பிள்ளைக்கு அதை வேடிக்கை பார்ப்பதில் ஒரு ஆனந்தம். பார்த்துக்கொண்டே நின்றார். தூரத்தில் ஒரு சிறுவன் இவரைப் பார்த்துவிட்டான். பார்த்ததுதான் தாமதம், மற்றொருவனிடம் சொன்னான். அவ்வளவுதான் பற்றிக்கொண்டது. எல்லாம் ஆசிரியரை விட்டு விட்டு ஒரே ஓட்டமாய் ஓடிவந்தன. எல்லாம் நாலுகால் பாய்ச்சல்தான். ஒன்று இடது கையைப் பிடித்தது. ஒன்று வலது கையைப் பிடித்தது. ஒன்று அருகில் வந்து நின்றுகொண்டது. ஒன்று காலைத் தொட்டது. இப்படி அப்படி என்று அவரைச் சுற்றிலும் ஒரே கூட்டம். பூங்காவனம் பிள்ளையும் அதுகளைச் சேர்த்து இழுத்துக்கொண்டார். அந்த நிலையிலே கோமதியைப் பார்த்தார். ஏதோ சொல்லுவதற்கென்ற பார்வை. அந்தப் பார்வையைப் புரிந்துகொண்டாற்போல் அவள் முகத்தில் ஒரு தெளிவு. சந்தோஷத்தில் குழந்தைகள் பூங்காவனம் பிள்ளையின் இப்பாலும் அப்பாலும் அசைத்தன. மனசு திடம்தான் என்றாலும் வயசு தள்ளாடியது. அவரால் முடியவில்லை. ஒரு குழந்தை 'ஒரு பாட்டு... ஒரு பாட்டு...' என்று பரபரப்பு காட்டியது. உடனே கோமு சில குழந்தைகளை தன்பக்கம் இழுத்துக்கொண்டாள். பரபரவென்று மனசில் ஒரு தெளிவுபிறந்துவிட்டாற்போல் ஒரு நிம்மதி. சின்னதாக ஒரு பாடலை ராகம் போட்டுப் பாடினாள். பாடல் முடிய குழந்தைகள் குதூகலப்பட்டன. இன்னொரு பாடல், இன்னொரு பாடல் என்று கூட்டம் அரட்டின. கோமதி உடல் சந்தோஷத்தில் லேசாக உதறியது. அப்பா தேடிவைத்திருக்கும் ஒன்றை யாரோ, தன் தலையில் தூக்கிவைப்பதுபோல் இருந்தது.

*கல்கி - விடுமுறை மலர் - 1998*

# ஈரம்

தொட்டதும் வேலிக்கதவு துவண்டது. வேலிப்படல் ஆடிற்று.

“வாசல்ல யாரது?”

“நான்தான்”

“யாரு?”

“நான்தான் செவனாண்டி!”

“வாங்க! என்ன இது? வேத்தாள் மாதிரி வாசல்லெ நிப்பானேன். நான் யாரோன்லெ நினைச்சேன்!”

“கள்ளப் பயல்னு நினைச்சுட்டீகளோ?”

“காலம் கெட்டுத்தானே கிடக்கு!”

“பிள்ளை இருக்காரா?”

“தூங்குறாவ, எழுப்பட்டுமா?”

“வேண்டாம், எழுந்திருக்கட்டும்.”

“என்ன காலங்கார்த்தாலே?”

“ஒரு ஜோலியா வந்தேன்.”

“உங்க ஊர்லெ உழவெல்லாம் ஆச்சா?”

“வடக்கே உழவு முடிஞ்சு, நடவு தொடங்கியாச்சு.”

“பொன்னியா?”

“ஊரே அதத்தானே நட்டு வெச்சிருக்கு!”

"நிக்கிறீகளே?"

"இருக்கட்டும்."

சிவனாண்டி திண்ணையில் உட்கார்ந்தார். திண்ணை சாணம் போட்டு மெழுகியிருந்தது. முற்றம் முழுக்கப் பந்தல், பச்சைப் பசேலென்று படர்ந்திருக்கின்ற பந்தல். அவரை, புடலை, பாகற்காய் என்று காய்த்துத் தொங்கின. பக்கத்தில் கூரை வீடு. கூரையில் சேவல் ஒன்று கழுத்தை உயர்த்திக் கம்பீரம் காட்டியது. தெருவைப் பார்த்தார். மீண்டும் வேலிப்படலைப் பார்த்தார். ஒவ்வொன்றாய்ப் பார்த்துக்கொண்டே இருந்தார்.

"உள்ர சேர்லெ வந்து உட்காருங்க!"

"இருக்கட்டும்."

"ராத்திரி சாவடியிலெ ஜாதிக் கூட்டம்னுட்டுப் போனாக. சாமங்கழிஞ்சுதான் வந்தாக. அதான் இல்லாட்டின்னா, இன்னேரம் எழுந்திடுவாக!"

"எழுந்திருக்கட்டும்."

மாயக்காள் அடுப்பறைக்குள் சென்றாள். அடுப்புச் சாம்பலை அள்ளிக் குப்பையில் போட்டாள். அடுப்பைச் சாணி போட்டு மெழுகினாள். முற்றத்திற்கு வந்து கவிழ்த்துவைக்கப்பட்டிருந்த கோழிகளைத் திறந்துவிட்டாள். திறந்த நிமிடமே படபடத்திற்று. 'க்வக் க்வக்' என்று தரையை கொத்திக் கீறத் தொடங்கிற்று. மாட்டுத் தொழுவத்திற்குள் நுழைந்தாள். ஒரு பிடி வைக்கோலை எடுத்து முறுக்கினாள். மாட்டுச் சாணம் முழுவதையும் ஓர் ஓரமாக வாரிக் குவித்தாள். குடம்குடமாய்த் தண்ணீரை ஊற்றித் தொழுவத்தை அலம்பினாள். மாட்டின் வால், பின்புறம் என்று தண்ணீரை ஊற்றி, சுரைக்கூடு எடுத்துக் கொரகொரவென்று தேய்த்துக் கழுவினாள். ஒவ்வொரு மாடாய் அவிழ்த்துத் தண்ணீர் காட்டினாள். பின், மாடுகளை அதனதன் இடங்களில் கட்டிப் போட்டாள். உள் அறைக்குள் போனாள். அலட்டல் இல்லை. ஆர்ப்பாட்டமில்லை. தங்குதங்கென்று இங்கும்அங்கும் ஓடவில்லை. பார்த்துக் கொண்டிருக்கும்போதே அத்தனை வேலைகளையும் ஒழித்துப் போட்டாள். கடைசியாக, அடுக்குப் பானையில் அரைப்பிடி அரிசியை அளந்து எடுத்தாள். முறத்தில் போட்டாள். வாசலில் வந்து உட்கார்ந்துகொண்டு புடைக்கத் தொடங்கினாள்.

"அட செவாண்டியா?"

"எழுந்தாச்சா?"

"ஆச்சு! எப்ப வந்தே?"

"இப்பத்தான்!"

"செங்கமங்கலா இருக்கப்பவே வந்துட்டாக, எழுப்பட்டு மான்னேன். அவகதான் வேண்டாம்னுட்டாக!" என்றாள் மாயக்கா.

"உழவெல்லாம் ஆச்சா?"

"ஆச்சு!"

"ஏய், போயி காபி வாங்கிட்டு வரச்சொல்லு. பெரியவன் எழுந்துட்டானா? நாயுடு கடையிலெ வாங்கச் சொல்லு."

"எதுக்கு காபி எல்லாம்?"

"வாங்கியாரட்டும்."

"என்ன திடுதிப்புனு?"

"அப்பத்தாக்காரி, அதான் அந்த சாமிக் கிழவி, விழுந்து போச்சு. ரெண்டுநாளா நடமாட்டம் இல்லே. இன்னைக்கு ரொம்ப மோசம். வெளிக்குப்போறேன்னு நம்ம சாவடிக்கு வடக்கே போயிருக்கு. நாலு வேலி நாயக்கர் இருக்கான் பாருங்க... அவன் வீட்டுக்கு முன்னாடி சரளைக்கல்லை அடிச்சுப் போட்டிருக்கான். அதுலெ சரிஞ்சு விழுந்திடுச்சு. புட்டத்துலயும் இடதுகையிலும் அடி. சிராய்ப்பு. நேத்து முழுக்க மூச்சுப் பேச்சு கிடையாது. ஆகாரம் கிடையாது. சாவடியில்தான் கிடக்கு. சாவடி மணியம்தான், உங்ககிட்ட தாக்கல் சொல்லிட்டு வரச் சொன்னார். முக்கியமாகப் பேசணும்னார். என்னதான் நீங்க அந்த ஊரை விட்டுட்டு வந்தாலும், ஒட்டி யிருக்கிற உறவு விடுமா?"

"அது உள்ளதுதான்."

"உங்க வீட்டுக்கார அம்மா முன்னாடி வெச்சு இதைப் பேச வேண்டாம்னுதான் உட்கார்ந்திருந்தேன். நீங்கதான் நின்னு செய்ய வேண்டியது வரும்."

"நடவுச்சமயம் இப்பப் பார்த்து எப்படியெல்லாம் வருது பாருங்க! இருந்த பணத்தையெல்லாம் வழிச்சுத் தொடச்சு சேத்துலெ போட்டாச்சு!"

"ப்ச்..."

"என்ன பண்ண முடியும்?"

"பண்ணித்தானே ஆகணும். பங்காளி முறையாச்சே!"

"அவுக குடும்பக்கொடி ஜேஜேன்னு பறந்தப்பக்கூட நாங்க, அவுங்க கிட்டப் போகலெ. எங்க அய்யா அவுக வீட்டுக்கூலி, கூலி தாண்டி ஒரு பைசா தொட்டது கிடையாது. நல்ல நாள், சந்தோஷம், துக்கம்னு போய் நின்னது கிடையாது. இதை நான்

குத்தமாகச் சொல்லலே, ஒரு பேச்சுக்குச் சொல்றேன்..."

"அதெல்லாம் பார்த்தா முடியுமா?"

வேலாயுதம் பிள்ளை பார்வை எங்கோ ஓடி, எதிலோ குத்தி நின்றது. மனசும் ஓடிற்று. எத்தனை வருஷம், அந்த ஊரைவிட்டு வந்ததும் அவள் நினைப்பே இல்லாமல் வெயிலோ, மழையோ, கூரையைக் கிழிக்கின்ற காற்றோ எப்படித் தாங்கினாள். ஒரு நாளாவது அவளைப் போய்ப் பார்க்கத் தோன்றியதா? பிற்பாடு அறுப்புக்கு ஆள் கூப்பிட, களை பிடுங்க, கொத்துக்காரனிடம் பேச என்று எத்தனையோ முறை அந்த மண்ணில் கால் விழுந்திருக்கின்றது. ஒருமுறையாவது ஒருநடை வடக்குத் தெருப்பக்கம் போய் அந்த அப்பத்தாவைப் பார்த்துவிட்டு வரலாம் என்று தோன்றியதா? உறவுதான். தூரத்து உறவு! ஐயா வழியில் உறவு. என்ன உறவு என்று தெரியவில்லை. சின்ன வயசில் அப்பத்தா என்று கூப்பிட்ட ஞாபகம். ஊரே அவளை அப்படித்தான் கூப்பிடும்.

அப்பத்தாவின் வீட்டுக்காரர் பெரியபுள்ளியாக இருந்தவர். அவரோட ஐயாவும் பெரியபுள்ளி. அந்த ஊருக்கே அவரோட பெயர்தான். சொக்கநாதபுரம். அப்பத்தாவின் வீட்டுக்காரருக்கு நிறைய சிநேகிதம். வெள்ளைக்காரனே சினேகிதம். கலெக்டர், தாசில்தார், ரெவின்யூ ஆபீசர் என்று கார்கள் வந்து போய்க் கொண்டே இருக்கும்.

அந்த ஊரே அவரை நம்பித்தான். எப்போதும் உலை கொதித்த மணியமாகத்தான் இருக்கும். வேளைக்கு முப்பது நாற்பது இலையாவது விழும். வந்தவன், போனவன் எல்லாம் கையை நனைக்காமல் போகமாட்டான்.

அப்போதெல்லாம் இந்த அப்பத்தாவை வெளியில் பார்ப்பது அபூர்வம். பார்க்கவே முடியாது. பக்கத்து ஊருக்குத் தேர் வந்திருக்கிறது, சாமி வந்திருக்கிறது, சர்க்கஸ் வந்திருக்கிறது, என்று வில்வண்டி கிளம்பும்போது பார்த்தால்தான் உண்டு. தளதளவென்றிருப்பாள். தாழம்பூ நிறம். உடம்பில் மினுமினுப்பு.

மெருகு. 'ஐயரம்மா, ஐயரம்மா' என்றுதான் ஊரே அரற்றும். அத்தனை வளர்த்தியும் வனப்புமாய் இருப்பாள். காது வளர்த்திருப்பாள். காதும் கழுத்தும் கையும் எப்போதும் நிறைந்தே இருக்கும். அரை அங்குலம் ஜரிகைபோட்ட பட்டு. சிரித்த முகம். நிறைந்த மனசு. எப்போதும் அப்படித்தான். அத்தனை காசு பணம் கூடியும், அவள் தலையில் எந்தக் கனமும் வந்து உட்காரவில்லை. இப்படிக்கூட இருக்கமுடியுமா? முடியும் என்று காட்ட பிறவி எடுத்துவந்த மாதிரிதான் இருந்தாள்.

ஊருக்கு வாரிக்கொடுத்த கைக்கு வாரிசே இல்லை. அந்தக் கவலைகூட இல்லாது, வாரி வாரிக் கொடுத்தது. ஊர் உறவுக்குச் செய்துபோட்டே அவர் உடம்பு ஓடாய்த் தேய்ந்திற்று. நாளடைவில் நடமாட்டம் குறைந்தது. அவரைச் சுற்றி ஒரு கூட்டம். சாமர்த்திய சாலிகள் கூட்டம். பசிக்குப் பலியாகிவந்த கூட்டம். சுற்றிவளைத்தது நின்றுகொண்டது. ஆளுக்கு ஒரு கை வைத்தது. கை வைப்பது தெரியாமல் வைத்தது. அவ்வளவையும் தீர்த்துப்போட்டது. குடி மூழ்கிப்போயிற்று. எப்படிப் போச்சோ, எங்கே போச்சோ தெரியாது... மூழ்கிப்போயிற்று. அந்தக் குடும்பமே மூழ்கிப்போயிற்று. கடைசியில், அந்தக் குடும்பமே பசிக்குப் பலியாகிவிட்டது. இந்த மாதிரி மிருகக் கூட்டங்களும் உண்டா?

அப்பத்தாவின் வீட்டுக்காரர் காலமாகிப் போனவுடன் வீடு விலைக்குப் போயிற்று. அப்பத்தா தெருவுக்கு வந்தாள். வடக்குத் தெருவில் கையகலத்தில் ஒரு குடில். சாமி வீடு. குலதெய்வம் இருக்கிறது என்று ஒதுக்கிவைத்த இடம். எப்படியோ, அது மட்டும் தப்பியது. ஒரு ஆள் நீட்டிப்படுக்கலாம். சுற்றிலும் மண்சுவர். நடுவில் ஒரு பீடம். பீடத்திற்குமேல் ஒரு மாடம் உண்டு. காமாட்சி விளக்கின் அளவு மாடம். கீழே எண்ணெய் பிசுபிசுப்பாய் கறுப்புக் கோடு. அப்பத்தாவின் உலகம் அதற்குள் சுருங்கிற்று.

காலையில் எழுந்தவுடன் ஆற்றங்கரைக்குப் போவாள். கையில் சின்ன காசிச்செம்பு. குளித்து எழும்பி காசிச்செம்பை புளி போட்டுத் துலக்கி நீர் எடுத்துக்கொள்வாள். பூஜை மாடத்தில் வைத்து பூஜை செய்வாள். பூஜை நேரம்தான் என்று இல்லை. எப்போதும் மனதிற்குள் சுலோகங்களைச் சொல்லிக்கொண்டே இருப்பாள். சிவத்தில் கலந்துவிட்டாற்போல் ஒரு தெளிவு. எப்போதும் தனிமை. மனுஷ மக்களே வேண்டாம் என்ற தனிமை இல்லை. வாழ்க்கை என்று வீதிக்கு வந்துவிட்டபின், தனிமைக்கு அர்த்தமென்ன? அப்பத்தாவை இப்பவும் தேடிக்கொண்டு வருகிறவர்கள் இருக்கத்தான் செய்கிறார்கள். பணம் காசு கேட்டு வரவில்லை. சோற்றுக்குப் பாத்திரம் நீட்டவில்லை. பிள்ளைக்கு முடியவில்லை, பொண்ணுக்கு வாந்தியாகப் போகிறது என்று நின்றார்கள்.

யந்திரம் போட்டுப் பூஜை செய்து குணப்படுத்துவாள் என்ற நம்பிக்கை. எப்படியோ, அவளிடம் அப்படி ஒரு நம்பிக்கை. அவளிடம் பக்தியும் மரியாதையும் கூடிற்று. மணி மந்திர ஔஷாதிகளில் தேர்ச்சிபெற்றவள் என்ற எண்ணம். அவளைப் பார்த்து அப்படி ஓர் எண்ணம் எப்படி வந்ததோ தெரியவில்லை. அப்படி ஓர் எண்ணம் வந்துவிட்டது. ஊரில் எத்தனையோ கிழங்கள் உண்டு. எல்லோரையும் பார்த்தா அப்படி நினைக்கத்

தோன்றுகிறது? அப்பத்தாவுக்கு அவர்கள் நம்பிக்கையில் மண் போடப் பிரியமில்லை. பூஜை செய்வதிலே உயிராய் இருந்தாள்.

இப்போது நினைத்தாலும் வியப்பு பீறிடுகிறது. எம்பது வருடம் இப்படி ஒரு மனுஷப்பிறவியா? யாரையும் நோவப்பண்ணாது ஒரு வார்த்தை எதற்கும் எதன்பொருட்டும் குரல் அதிராது இருக்க முடியுமா? கண் மழுங்கி நிதானம் தப்பிய காலத்தில், எதிரே தெரியாமல் வந்து மோதியவர்களையும், தெரிந்தே வந்து மோதிய வாண்டுகளையும் பார்த்து முகம் சுளித்திருப்பாளா?

'கட்டையில் போறவனே, உன் கண் அவிஞ்சு போக' என்று, மற்ற கிழங்கள் வாழ்த்துவதுபோல் ஒரு வார்த்தை வருமா? 'பார்த்துப் போ, ராசா' என்ற கனிவுதான்.

வேலாயுதம்பிள்ளை மனசு ஒடுங்கிற்று. வாழ்க்கையின் மாயவினோதங்கள் வியப்பாய் நின்றது. தெருவையே பார்த்துக் கொண்டிருந்தார். தெருவில் மாடு பத்திக்கொண்டு போகும் ஓசை சிவனாண்டி இழுத்து பெருமூச்சுவிட்டு தன் துக்கத்தை இறக்கி வைத்தான். சிறிதுநேரத்தில் விடைபெற்றுச் சென்றுவிட்டான்.

"ஏய், என் சட்டையை எடு!"

"வெளியிலெ கிளம்பணுமா?" மாயக்கா.

"ஆமாம்!"

"வெந்நீர் காயிது!"

"அதுகளுக்கு ஊத்து."

"சொக்கநாதபுரத்திற்கா?"

"முக்கிய ஜோலியா?"

"சாமி கிழவிக்கு முடியலே. கீழே விழுந்திட்டாளாம்..."

"அடப்பாவமே!"

"எழுந்திடுவாளா?"

"சிரமம்தான்."

"ம்ம்..."

"அச்சச்சோ..."

"பொழுதுக்குள்ள முடிஞ்சிடுமாம்."

"அடக் கடவுளே!" அவள் முகத்தில் சோகக் களை.

“என்னமா பொழப்பு பிழைச்ச மனுஷி? யார் வந்து சொன்னது? சிவனாண்டியா?” அவளுக்கு இருப்புக் கொள்ளவில்லை. காலண்டரை தேடி ஓடினாள். இன்னைக்கு வளர்பிறை. நல்லதுதான். தன் துக்கத்தை தானே சமாதானப்படுத்திக்கொள்ள இது ஒரு சாக்கு. பின்பு அடுப்புத்தணலை முடுக்குவதிலும் வேறு கை வேலைகளிலும் சிறிதுநேரத்தைக் கடத்தினாள். இடையிடையே அப்பத்தாவைப்பற்றி பல கேள்விகள். விடை தேடிக் கேட்கப்படும் கேள்விகள் அல்ல. வேதனை பொறுக்காத புலம்பல். வேலாயுதம் பிள்ளை சட்டையை மாட்டிக்கொண்டார். கால் செருப்பைத் தேடி எடுத்தார். நடை வாசலில் சிறிதுநேரம் இப்பாலும் அப்பாலும் நடந்தார். எதையோ சமாதானப்படுத்திக்கொள்ளும் நடை. மாயக்காள் அவர் முன்னே வந்து நின்றாள்.

“நாலு நாக்கு நாலுவிதமாத்தான் பேசும். மனசுலெ போட்டுக்க வேண்டாம். நீங்கதான் பங்காளி உறவுன்னு முழுப் பாரத்தையும் உங்க தலையிலே தூக்கிவைக்கும். தலையைக் கொடுத்துடாதீங்க...”

“ம்ம்...”

“ஊருக்கு உண்டானது நமக்கும். சும்மாவே உங்களுக்கு கை நீளம். இதுலெ ரெண்டுபேர் கண்ணீர்வடிச்சா போதும். கேக்கவே வேண்டாம். உங்களுக்குத் தாங்காது...”

அவர் முகம் கடுகடுவென்று பொரிந்திற்று.

“என்னடா இப்படிப் பேசறாளேன்னு நினைக்க வேண்டாம். நான் எதுவும் செய்யவேண்டாங்கலெ. செய்யுங்கள். செய்யத்தான் வேண்டும். சுருக்கமாப் பண்ணினாலும் ஒரு நோட்டுலெ வந்து நிக்கும். மனமா வாழ்ந்த மனுஷி. மகராசி. வெறுமனே நாலு ஆள் தூக்கிப்போடவா முடியும். காரியம், கருமாதின்னு சாஸ்திரத்துக்கு எதுனா பண்ணனும். குறைச்சு வெச்சாலும் மூணுநாள் காரியம் எப்படியும் ஆகிவிடும். ஊருக்கு ஏத்தது உங்களுக்கு... நாம் கை நிறைஞ்சு இருந்தா இந்தப் பேச்சே இல்லை. நாமளே நின்னு எல்லாம் பண்ணலாம். இப்ப முடியுமா? நடவு நேரம் வேற. உங்களுக்கு ஒரு சங்கதி தெரியுமோ, என்னவோ? கிழவியோட சாமி வீடுகூட கை நழுவிடுச்சாம். ஒருத்தன் கெரயம் பண்ணிக்கிட்டானாம். இதை எதுக்கு உங்ககிட்ட சொல்றேன் தெரியுமா? நமக்கு ஆள் வெச்சு தாக்கல் சொல்லியிருக்காங்களேன்னு பார்க்க வேண்டாம். அதுக்காகச் சொல்றேன். கிழவி வீடு கெரயம் ஆகுதுன்னு ஆள் வந்தது சொல்லுச்சா?”

‘சரி, வரட்டுமா?”

“வாங்க...”

“நீயும்கூட ஒரு நடை வந்து பார்த்திட்டுத் திரும்பலாம்.”

“போயிட்டு வாங்க. போட்டது போட்டபடி கிடக்கு.”

சாவடியில் கால் வைத்ததுமே ஒரே பரபரப்பாக இருந்தது. கூட்டமும் கூச்சலுமான பரபரப்பில்லை. உடம்புக்கும் மனசுக்கும் பரபரப்பு. பத்துப் பதினைந்து பெண்கள் சேலைத் தலைப்பைச் சுருட்டி வாயில் வைத்துக்கொண்டு அழவில்லை. ஒப்பாரியாய்க் குரல் எழும்பவில்லை. தேம்பித்தேம்பி யாரும் நிற்கவில்லை. ஆனாலும் பரபரப்பாகத்தான் இருந்தது. சாவடி வாசலில் இருந்தே எட்டிப் பார்த்தார். சாவடி என்பது ஒரே ஒரு அறை. நீளமான அறை. பின்னாடி முத்துப்பிள்ளை வீட்டின் சுவர். வெளிச்சம் குறைவுதான். வலதுகோடியில் வெற்றிலைக் கட்டுகள். வாழைநாரைப் பிளந்து வெற்றிலையை வரிசையாய் அடுக்கிக் கட்டியிருந்தது. இடது கோடியில்தான் அப்பத்தா கிழவி. வேலாயுதம் பிள்ளைக்குக் கால் நடுங்கிற்று. ஒருவன் நெருப்புக்குச்சியைக் கிழித்து நாடாவிளக்கில் வெளிச்சமேற்றினான்.

கிழவி ஓலைப்பாயில் கிடந்தாள். அதன்மேல் சாயம்போன கிழிந்த சேலைகள். மொத்த உடம்பையும் உறிஞ்சிக் குடித்துவிட்டது. சக்கை மட்டும்தான் கிடந்தது. எலும்புப் பிடிப்புகள் விட்டுப்போய் எலும்பு மட்டும்தான் துருத்திக்கொண்டிருந்தது. உடம்பு சுருங்கி சாம்பல் பாய்ந்துவிட்டது. உன்னிப்பாய்ப் பார்த்தால்தான் மூச்சு விட்டுக்கொண்டிருப்பது தெரியும். வேலாயுதம்பிள்ளை மெல்ல ஓலைப்பாயருகில் போய் நின்றார். அரவம் கேட்டதும் கிழவியின் உதடு சுளுக்கிற்று. வெள்ளை விழிகள் லேசாய், மிக லேசாய் அசைந்தன. சட்டென்று முகஜாடை மனசிலே பதியவும் தொண்டைக்குழியில் நாக்கு நழுவுகிற அசைவு, ஏதோ சொல்லப் பறக்கிறது. அந்தக் குரல் தொண்டைக்குழிக்குள்ளே, எட்டாத தூரத்தில் புதைந்திற்று.

வேலாயுதம் பிள்ளையின் முகம் கோணி, உதடு நடுங்கிற்று. பேச முடியாது இருந்தார். பெருமூச்சுவிட்டு எழுந்தார். கிழவியின் பார்வை பளபளவென்றிருந்தது. நல்ல கூர்மை. எதையோ பார்த்துக் கொண்டிருந்தது. பதினைந்தாவது நிமிஷம் மேலே ஏறிய கருவிழி அப்படியே நின்றுவிட்டது. அவ்வளவுதான். முடிந்திற்று!

ஊர் கூடிவிட்டது. ஐந்து நிமிஷத்தில் தெருவில் போவோர் வருவோர் முழுவதும் சாவடிக்குள் நுழைந்துவிட்டனர். வடக்கத் தெரு, கிழக்குத் தெரு, முனியப்பிள்ளை தெரு என்று மொத்தமும் வந்து கூடிற்று. காலனி ஜனமும் அலறி அடித்துக் கொண்டது. நடவுக்குப்போன ஜனங்கள் தகவல் அறிந்து திரும்பிற்று. அரட்டலும் ஆர்ப்பாட்டமுமாய் சாவடிக்குள் ஒரு கூட்டம்..

"எங்கே... எங்கே..?"

"இதோ... இந்தா உள்ளே...!"

"இருக்கிறாளா?"

"இல்லை. போயிடுத்து!"

"ஏய்! யார்றா, பய? பார்த்துச்சுனா நவுரப்படாதா?"

"கண்மூடித் தூங்குறாப்பலதான் இருக்கு!"

தலைக்குத் தலை குரல் எழும்பிற்று. வேலாயுதம் பிள்ளைக்கு வியப்புத் தாங்கவில்லை. கைகால் புரியாத பரவசம். அவருக்குப் பரவசம் ஏற்பட்டாலே கால் நடுக்கம் கொடுக்கும். கூட்டம் பிளந்து வெளியே வந்தார். சாவடி வாசல் கதவைப் பிடித்துக்கொண்டு நின்றார். சாவடி மணியத்தைக் கண்ணாலே கூப்பிட்டார்.

"சரி, இனி என்ன செய்யணும்?"

"நீங்க என்ன செய்யப்போறீங்க? அப்பால் வாசலில் வந்து உட்கார்ந்துகிட்டாபோதும். எல்லாம் நாங்க பண்றோம்." கூட்டத்திலிருந்து ஒரு குரல்.

"ஊர்ல வசூல் பிரிக்கணுமா?" வேறு ஒரு குரல்.

"அட சவமே! யாருக்குடா வசூல்? உங்கம்மாவுக்கு ஒண்ணுனா வசூலா பிரிப்பே?"

"செலவு இருக்குலெ!?"

"இருக்கட்டும். இது நம்ம தாயார்மாதிரி. அப்பத்தா... அப்பத்தான்னு கூப்பிட்டதுக்கு அர்த்தம் வேண்டாமா? நாப்பது பக்க நோட்டை தூக்கிவந்து வாசல்லே உட்கார்ந்துக்கிட்டு அந்த அர்த்தத்தைக் கெடுத்துப்பிடாதீங்கப்பா..."

"அப்ப வசூல் பண்ண வேண்டாமா?"

"வேண்டாம். காரியத்துக்கு என்ன செய்யணுமோ முடிஞ்சவங்க அதைச் செய்யுங்க. ஆளுக்கு ஒண்ணாச் செய்வோம். நம்ம உறவுவீடா நினைச்சுச் செய்வோம்." ஒரு தலைப்பாத் தலை பேசிற்று.

"நல்லது!"

"ஏய், குடியான மக்கா! நாங்க பள்ளன், பறையன், சக்கிலியன்னு ஒதுக்கிப்பிடாதீங்க. நாங்களும் குலை கொதிச்சுப்போய்த்தான் இருக்கோம். எங்க ஆச்சியம்மாவுக்குப் பண்ணணும். எங்க பங்காளிகளுக்குப் பண்றாப்லெ பண்ணணும்."

"நான் பறையடிச்சு, ஊர்சுற்றிக் கோடி கொண்டாறணும்!"

ஒரு குரல்.

"சாவடி மணியம்பிள்ளை ஐயா, நான் நீர்மாலை எடுக்கணும், மொட்டை போடணும், எங்க தவிச்ச வாயிக்குத் தண்ணி ஊத்திய தாயார், அனாதைப் பொணமாப் போவப்படாது...?"

சாவடி மணியம் இந்தக் கேள்விகளை எதிர்பார்க்கவில்லை. என்ன பதில் சொல்வது என்று சட்டென்று உறைக்கவில்லை. யோசிக்கக்கூட அவகாசமில்லை. எதையாவது செய்துவிட்டு பிற்பாடு குடியானவர்களின் வாயில் விழவேண்டியதாகிவிடுமோ என்ற தயக்கம். ஆனால் எதையும் தடுக்கமுடியாது. அவர் இத்தனை தூரம் எதிர்பார்க்கவில்லை. இன்னும் அந்தக் கேள்விகளின் திகைப்பிலிருந்து மீள முடியாதவர்போல் எங்கோ பார்த்துக் கொண்டிருந்தார். சரி. இப்பத்தான் எல்லாம் ஆயிடுச்சே, கோயில் குளம்னு நுழைஞ்சாச்சு. எல்லாத் தெருவிலும் எல்லாம் நடக்கணும் என்று ஆயிடுச்சு. உத்தியோகம்னு வந்து உடுப்பு மாறியாச்சு. பின்ன என்ன? அதுவும் இந்தமாதிரி நேரங்களில் வித்தியாசம் பெரிய விஷயமில்லை. மனிதர்களைவிட மனிதர்கள் உண்டாக்கிய வித்தியாசமா பெரிசு. அவர் மனசு சமாதானம் கொண்டது. அவர் தலைக்குமேல் கையை உயர்த்தி உதறி கூட்டத்தை அமைதிப்படுத்தினார்.

சிறிதுநேரத்தில் சாவடி வாசலில் சாவுப்பறை ஒலித்தது. எல்லாத் தெரு ஜனங்களும் வேறுபாடின்றி தயாராயிற்று. காரியங்கள் மளமளவென்று துவங்க, சாவடி மணியம் வேலாயுதம் பிள்ளையை சமிக்ஞைசெய்து கூப்பிட்டார்.

"உமக்கு எதுக்கு தாக்கல் சொல்லிவிட்டுச்சு தெரியுமா?"

"சொல்லுங்க."

"கிழவி கடைசியா உம்மைப் பார்க்கப் பிரியப்பட்டுச்சு!"

"நமக்கு கொடுப்பினை இல்லை."

"உம்ம பேரைச்சொல்லி புலம்புச்சு."

"ம்..."

"நல்லா இருந்த காலத்திலே உனக்கு எதுவும் பண்ணலைன்னு அதுக்கு வருத்தம். அது மனசுலே அப்படி ஒண்ணு இருந்திருக்கு பாரேன். எனக்கே துடிப்பா வந்திருச்சு, எங்கோ பொதச்சு வெச்சிருந்து, இதை எடுத்துவந்து கொடுத்துச்சு. 'என் பங்காளிப் பயகிட்ட கொடுத்திடுயா'ன்னு கொடுத்துச்சு. எனக்குக் கையும் ஓடலை, காலும் ஓடலை. அதான் நம்ம செவனாண்டியை அனுப்பிச்சு வைச்சேன். இந்தா..."

தங்கம்! காதில் போடுகிற பாம்படத்தின் ஒரு சதுர கட்டித்தங்கம். முழுப் பாம்படத்தில் இதுபோல எத்தனையோ உண்டு, சதுரங்கள், விநோதமான வளையங்கள், திருகிகள், எத்தனையோ உண்டு. எல்லாம் சுத்தத் தங்கம். அதில் இது ஒரு சதுரம். வேலாயுதம் பிள்ளை உள்ளங்கையில் அந்த தங்கக்கட்டியை வாங்கினார். மண்ணில் புதைந்துகிடந்தது. கலர் மங்கிப்போயிருந்தது. இந்த மண்ணும் அதற்குரிய ஈரமும் அதில் ஒட்டியிருந்தது.

தினமணி சுடர் - 06.08.1994

## வேடிக்கை மனிதர்கள்

**வா**சலில் கூச்சல், சலசலவென்று கூச்சல். காதில் வந்து குத்துகின்ற கூச்சல். சர்மாஜியின் கவனம் நழுவிற்று. ரைட்டிங்பேடை சட்டென்று நகர்த்தினார். அந்த விசையில் அது சுவற்றில் மோதிற்று. மீண்டும் கூச்சல். சர்மாஜிக்குக் கபகபவென்று கோபம். கண் சுருங்கி, மூக்கு மலர்ந்துவிட்டது. பட்டென்று எழுந்து, ஒருக்களித்திருந்த ஜன்னல் கதவை அகலத் திறந்தார். திறந்த மாத்திரத்தில் குபுகுபுவென்று காற்று பாய்ந்திற்று. ஜில்லென்ற காற்று. கடற்காற்று. சர்மாஜி ஒரு கணம் அதை அனுபவித்தார்.

சர்மாஜி, ஐ.ஐ.டி.யில் கலையியல் துறை பேராசிரியர். நல்ல ஸ்காலர் என்று பெயர். மனிதாபிமானம், மனிதநேயம் பற்றியெல்லாம் வெளிநாடுகளுக்குப் போய் லெக்சர் கொடுத்துப் பிரபலமானார். வெடவெடவென்று நல்ல உசத்தி. பழுத்த உடம்பு. நான், ஐயா வீட்டில் வேலைக்காரன். கூப்பிட்ட குரலுக்கு ஓடி வரவேண்டும். காட்டிய திசையில் ஓட வேண்டும். மற்ற நேரமெனில், 'அந்த ஜன்னலைச் சாத்துடா சாம்பு' என்று சகித்துக்கொள்வார். இன்று முடியல்லை. நாளை டெல்லி போகவேண்டும். ஜவஹர்லால் யுனிவர்சிடியில் ஒரு செமினார். பெரிய செமினார். உலகம் முழுவதிலிருந்தும் பெரிய பெரிய பிஸ்தாக்கள் எல்லாம் வருகிறார்களாம். 'இந்தியன் ஹியூமன் அண்ட் இட்ஸ் வால்யூஸ்' என்ற தலைப்பில் ஐயா கட்டுரை படிக்கவேண்டும். எனக்கும் படிப்பதில் ஆர்வம். நிறைய படித்திருக்கிறேன். ஐயா இப்போதுதான் பேனாவைப் பிரித்தார்.

விடியவிடிய எழுதுவார். காலையில் டெல்லிக்குப் பறக்க வேண்டும். வெளியில் கூச்சல் ஓயவில்லை. படபடவென்று

படியிறங்கினார். நானும் பின்னாடியே ஓடினேன்.

"வாட்ச்மேன்..."

"..."

"இதா வாட்ச்மேன்..."

"சார்...?"

"என்னது அங்க கூட்டம்?"

"ஒரு பொண்ணு, மயங்கி விழுந்துடுச்சு சார்!"

"எங்கே?"

"இதோ நம்ம பிளாட் வாசலண்ட."

"யாரது?"

"தெரியலை சார். அந்தண்டருந்து வந்துச்சாம். நான் அப்பத்தான் மோட்டார் போட்டுட்டு வந்துக்கினு இருந்தேன். அதுக்குள்ளர ஒரே பேஜாராயிட்டது!"

சர்மாஜி இரண்டடி தூரம் முன்னேறினார். நின்ற நிலையிலே தலையை மட்டும் உயர்த்திப் பார்த்தார். ஒரு சிறுமி. பத்துப் பனிரெண்டு வயதிருக்கும். நல்ல முகவெட்டு. பரட்டைத்தலை. பிளாட் வாசலில் விழுந்துகிடந்தாள். கால்கள் அகண்டு தலை துவண்டுகிடந்தது. டக்கென்று பார்வையை என் பக்கம் திருப்பினார். ஒரே ஒரு நிமிசம் மௌனம். இழுத்து ஒரு பெருமூச்சுவிட்டார். 'நீ இங்கதான் வந்து விழணுமா' என்ற பெருமூச்சு.

சாம்பு, "பிளாட் செக்கரெட்டரி வீட்டுலெ இருக்காரான்னு பார்றா!" என்றார். அதற்குள் "அவர் வெளியிலே போயிட்டார்"-என்று ஒரு குரல். அது முதல் மாடியிலிருந்து வந்தது. சர்மாஜி தலையை உயர்த்திப் பார்த்தார் செகரெட்டரியின் மனைவி. சர்மாஜியின் முகம் சுளுக்கிற்று.

"இது என்னடா எழவு தொந்தரவு."

இடது வீட்டுக் கதவு திறந்தது. முழுவதும் திறக்கவில்லை. முக்கால் கதவு திறந்தது. எண்ணெய் காணாத கதவு சிணுங்கியது. ஆடிட்டர் ரத்தினசபாபதி தலையை மட்டும் நீட்டினார். சர்மாஜியியைப் பார்த்ததும் உதட்டோரம் சின்னதாக ஒரு சுழி ஓடிற்று. சட்டென்று உடம்பை உள்ளே இழுத்துக்கொண்டவர், அடுத்தகணம் சட்டையை மாட்டிக்கொண்டு வந்தார்.

"யெஸ்."

“ஓன் மினிட், இப்படி வாங்க...”

“வாட்?”

“ஒரு கேர்ள், வாசல்லெ விழுந்து கிடக்கா. யார்னு தெரியலை. நம்ம செகரெட்டரியும் வெளியிலே போயிட்டார். ஒரே கூச்சல்.”

ஆடிட்டர் சார் வாசலுக்கு வந்தார். இடுப்பில் கையூன்றி வேடிக்கை பார்த்தார். எதையோ சோதிக்கின்ற பார்வை. வாசலில் சிறுகூட்டம். மற்றபடி, தெரு அமைதி. அது நீண்டதெரு. கண் தொடுகிற தூரம் தாண்டி நீண்டுகிடந்தது. இடமும் வலமும் கட்டிடங்கள். உயரமான கட்டிடங்கள். அடுக்குமாடிக் குடியிருப்புகள். தெரு துடைத்துப் போட்டதுமாதிரி சுத்தம். இடது கோடியில் மட்டும் ஒரு கை ரிக்ஷா. ஒரு கிழட்டு ரிக்ஷாக்காரன். காலை அகட்டி ரிக்ஷாவில் மல்லாந்து படுத்துக்கிடந்தான். மற்றபடி, மூன்று மணி வெயிலும் அமைதியும்தான்.

“இது நம்ம பிளாட்லெ வேலை செய்ற பெண்ணா?”

“தெரியலியே...”

“வாட்ச்மேன், நம்ம பிளாட்லையா வேலை பண்றா?”

“இல்லை சார். இது வேற...”

“செகரெட்டரி இல்லையா?”

“இல்லை.”

“டிரெஷரர் இருந்தாரே. இப்பத்தான் பார்த்தேன். வாட்ச்மேன் ரெண்டாம் நம்பர்லெ சாரை கூப்பிடு.”

வாட்ச்மேன் கொஞ்சம் கிழம். விந்தி விந்தி நடப்பார். நானே ஓடினேன். காலிங்பெல்லில் கை வைத்ததுமே கதவு திறந்தது. டி.வி. ஒலி கசிந்தது. ஒரு பெரியவர், அறுபது இருக்கும். ரிடையர் ஆனவர்போல் இருந்தார். கொழகொழத்த பால் சதை. சிகப்பு பெருமுடாஸும், ப்ளூ டி-சர்ட்டும் போட்டு வயதை மூடி மறைத்திருந்தார்.

“யெஸ்” அடித் தொண்டை உறுமிற்று.

“சார் கூப்பிட்டாங்க, இதோ நிக்கிறாங்க...”

வெடுக்கென்று அவர் பார்வை வாசலுக்குத் தாவிற்று. ஒரு நிமிடம் தயங்கினார். அவர் கால்கள் நடைவாசலில் கிடக்கும் ஸ்லீப்பரைத் துழாவிற்று. அதற்குள் சம்சாரம் வந்தது. ஏதோ தெலுங்கில் பேசியது.

அவர் அதைச் சட்டை செய்யாது வாசலுக்கு வந்தார்.

அந்தம்மாள் தெலுங்கில் முனங்கிக்கொண்டே வாசல் பார்த்து நின்றது.

"வாங்க ஜி.கே.!"

"என்ன கூட்டம்?"

"பொண்ணு, யார்னு பாருங்க, நம்ம பிளாட்டுலெ வேலை பண்றாளா?"

"தெரியலையே..."

"ட்ரஷரர் ஆச்சே நீங்க?"

"நான் என்ன கண்டேன். மெயிண்டனன்ஸ் சார்ஜ் கலெக்ட் பண்றதோடு சரி."

"செகரேட்டரியைக் காணோம். அதுவரை காத்திருக்கவா முடியும்?"

"ஆக்ஸிடெண்டா... இல்லை?"

"ஒண்ணும் தெரியலை. பெரிய தொந்தரவு."

"ஒரே கூச்சல்! அதுகளைத் தொரத்தப்படாதா? வாட்ச்மேன் இங்க வாய் பாத்துண்டு நிக்காதே. ஓடு அதுகளைத் தொரத்தியடி. இதுகளுக்கு எங்கனா ஒண்ணு நடந்திடப்படாது. எங்கே... எங்கேன்னு ஆளாப் பறந்திட்டிருக்குதுக..."

"ஆமாம். ஒரே கூச்சல். நியூசென்ஸ்."

"கூச்சலை விடுங்க. பிற்பாடு போலீஸ் வருவான். ஒவ்வொரு வீட்டுக் கதவா தட்டுவான். ஆயிரம் கேள்வி வரும். ஏன், எதுக்குன்னு தொளைச்செடுத்துப்பிடுவான். ஒரு தபா, ஸ்டேசன் வரை வந்திட்டுப் போகமுடியுமான்னு கேட்பான். அப்புறம், சாட்சி சடங்குனு ஒரே பேஜாராயிடும். சிடியிலே எதை நம்ப முடியுறது..?"

"என்ன சார் பண்றது?"

"மயங்கிக் கிடக்காளா, இல்லை எதுனா அடிகிடி பட்டுடுத்தா?"

"மயக்கம்தான்."

"தண்ணி கொண்டாரட்டுமா?"

"பொறுங்க. எதுக்கு வம்பு? செகரெட்டரி வரட்டும்."

"அவர் எப்ப வர்றது?"

ஒரு வீட்டின் கதவு வீசித் திறந்தது. திறப்பில் வேகம். என்னவென்று அறிந்துகொள்ளும் வேகம். ஒரு பெண். தூங்கி விழித்த முகம். கதவை

விலக்கி வாசலுக்கு வந்தது. அது வாசல் பார்த்த வீடு. கண்ணெதிரே ஒரு காட்சி. கசக்கிப்போட்டதுமாதிரி ஒரு சிறுமி. காலை அகட்டி, கழுத்து துவண்டு புழுதி மண்ணில் ஒருக்களித்துக் கிடந்தது. ஒரு நிமிடம் பார்த்தாள். கண்ணெடுக்காத பார்வை. அலறிப்போன பார்வை. அது பெண்தான்; பொம்மையல்ல, உயிர். ரத்தமும் சதையுமான உயிர். சுற்றிலும் ஒரு பார்வை பார்த்தாள். எல்லோரும் ஜாக்கிரதை உணர்வில் தட்டித் தடவி நடந்துகொண்டிருந்தார்கள். படபடவென்று வீட்டிற்குள் ஓடினாள். ஒரு குவளைநீருடன் திரும்பினாள். கூட்டத்தைப் பிளந்து அந்தச் சிறுமியிடம் சென்றாள். உள்ளங்கையில் நீர் நிரப்பி, சுளீர் சுளீர் என்று அந்தச் சிறுமியின் முகத்தில் அடித்தாள். ஒரு கணம் அமைதி. மீண்டும் அடித்தாள். முகம் லேசாக சிலுப்பிற்று. கால்கள் அசைந்தன. கையும் காலும் பின்னிக் கொண்டன. மெல்ல இமைகள் பிரிந்தன. அவள் லேசாக விழித்துப் பார்த்தாள். பயமும் பதற்றமும் நிறைந்த பார்வை. சுற்றி நின்ற கூட்டத்தில் சின்ன அமளி பற்றிக்கொண்டது. பரபரவென்று கூட்டம் சேர்ந்துவிட்டது. எல்லோருடைய பார்வையும் அவளையே சுற்றிவந்தது. பார்வை என்றால் விரட்டுகின்ற பார்வை. மிரளுகின்ற மாட்டை விரட்டுவது போல துரத்துகின்ற பார்வை.

“என்ன ஏதுன்னு விசாரிக்கப்படாதா?”

“மாமி, நீங்கதான் விசாரிங்களேன்.”

மாமி சட்டென்று திரும்பி சர்மாஜியை ஏறிட்டுப் பார்த்தாள். பளீரென்று ஒரு மின்னல் சொடுக்கினாற்போல் ஒரு பார்வை. ‘இத்தனை ஆம்பளைங்க நிக்கிறீங்களே ஒரு பொம்மனாட்டிதான் வந்து விசாரிக்கணுமா’ என்று, கேள்வி எழுப்பும் பார்வை. அவ்வளவு தான். ஒன்றும் பேசவில்லை. சட்டென்று நகர்ந்துவிட்டது. சர்மாஜி திகைத்துப்போனார். அரைநிமிஷம்தான் சமாளித்துக்கொண்டு முறுவலித்தார். கூட்டம் கையைப் பிசைந்துகொண்டு நின்றது. சற்றுநேரத்தில் ஒரு ஸ்கூட்டர் உறுமிக்கொண்டே வந்தது. பிளாட் செகரெட்டரி வந்துவிட்டார்.

“வாங்க சார். உங்களைத்தான் தேடிண்டிருக்கோம்.”

“நம்ம பிளாட்டோட ராசி பாத்தீங்களா?”

“ஏன்ன?”

“அடிக்கடி எதுனா ஆயிடுது!”

“ஒரே கூச்சல்.”

“நான் கார்ப்பரேசன்ல இருந்து வந்திருக்கானுங்கனு நெனச்சேன். ட்ரெயினேஜ் பிராப்ளம். அடைப்பு எடுக்கணுமே?”

“நல்ல நாள்ளயே வரமாட்டான். சன்டேதானா வரப்போறான்?”

“காசுனா எப்பவும் வருவான்.”

மொத்தக் கூட்டமும் சிரித்தது.

பிளாட் செகரெட்டரி அந்தச் சிறுமியிடம் சென்றார். காலை மடித்துக் குத்திட்டு அமர்ந்தார். பிளாட்வாசிகள் சுற்றிலும் வந்து நின்றார்கள். அவரவர் தகுதிக்கும், ஜாக்கிரதை உணர்விற்கும் ஏற்ப விலகியும் நெருங்கியும் வந்து நின்றார்கள். ஒவ்வொரு துறையிலும் ஒவ்வொருவரும் கரைகண்டவர்கள். அதனால்தான் அதிலே நீந்திக் கொண்டிருக்கின்றனர்.

“இதோ உன் பேரென்ன?”

“பேரென்னங்கிறேன்லெ...”

“...”

“எங்கனா வூட்டு வேலை செய்யுறீயா?”

சிறுமி பேசவில்லை. செகரெட்டரிக்குப் பயம். இது என்ன இது. என்ற பயம். சிறிது நேரத்தில் அந்தப் பயம் இதை எப்படித் துடைக்கப் போகிறோம் என்ற மலைப்பாக மாறிவிட்டது. ஓரக் கண்ணால் எல்லோரையும் ஒரு பார்வை. ‘கேக்கிறேன்லெ. பேசப்படாதா?’ ஆவேசம் வந்தாற்போல் ஒரு கூச்சல். சிறுமி பதறிற்று. மூச்சு இழுப்பு கூடிற்று. சுவாசம் திணறியது. நெஞ்சுக் கூடு ஏறி இறங்கியது. முழிபிதுங்கி உடம்பு துவண்டது. ஏதோ கீறல் சப்தம்மாதிரி ஒரு குரல்.

“ப்ச்... என்ன பண்றது? கூட்டம் வேற கூடிட்டு. ஒரே நியூசென்ஸ்.”

“ஏழாம் நம்பர்லெ பன்னீர் சார் இருப்பார். பன்னீர்செல்வம்னு பேர். எம்.எம்.டி.ஏ.லெ இஞ்சினியர். அவரைக் கூப்பிட்டு வாங்க. எதுனா யோசனை கேக்கலாம்.”

வாட்ச்மேன் ஏழாம் நம்பர் வீட்டின் காலிங்பெல்லை அழுத்திவிட்டு, ஒரு அடி நகர்ந்து நின்றுகொண்டான். முதலில் இடதுபக்க ஜன்னல் திறந்தது. ஒரு சிறுமி எட்டிப் பார்த்தது. ஒரு கணம் அமைதி. திரும்பவும் ஒரு பெண் வந்தது. தொடர்ந்து நான்கைந்து நொண்டிக் கேள்விகள் கேட்டார். பிற்பாடு, உள்ளே சென்று தன் கணவரை அழைத்து வந்தாள். பன்னீர்செல்வம் நின்ற நிலையிலே பார்வையை வாசலுக்கு ஓட்டினார். வீட்டிற்குள் சென்று சட்டையை மாட்டிக்கொண்டு வந்து படியிறங்கினார்.

“என்ன சார் இது! திரும்பவும் அடப்பா?”

“இது ட்ரெயினேஜ் பிராப்ளம் இல்லை. இது வேற சார்.”

சகலமும் அவருக்கு விளக்கப்பட்டது. இப்பாலும் அப்பாலும் தலையைத் திருப்பிப் பார்த்தார். கூட்டம் அவர் முகத்தையே பார்த்தது. சிறிதுதூரம் நடை பயின்றார். தென்னங்கீற்றினை முறித்து ஒரு குச்சியைப் பிரித்தெடுத்தார். பல் குத்திக்கொண்டே பேசினார்.

"யூ நோ லாஸ்ட் வீக் என் கோ-பிரதர் வீட்டிற்கு மாம்பலம் போயிருந்தேன். போஸ்டல் காலனிலெ வீடு. இதேமாதிரிதான் ஒரு பொண்ணு. சுமாரான வயசு. வீட்டுவாசல்லெ வந்து தொபுகடீர்னு விழுந்திட்டது. ஃபிட்ஸ் வந்தமாதிரி உதறியது. எல்லோரும் ஆடிப்போயிட்டாங்க. யார் என்னனே ஒன்னும் தெரியலெ. கடைசி யிலெ, ஒரு டொன்டி ரூபீஸ் கலெக்ட் பண்ணிக் கொடுத்தாங்க. சந்தோஷமா எழுந்து போயிட்டது. இதெல்லாம் டிராமா சார் பணத்துக்காக..."

"ஓ.கே. ஒரு டொன்டி ருபீஸ் கலெக்ட் பண்ணிக் கொடுத்திடலாமா?" ஒரு பெருமுடாஸ் விடலை வியப்பாகக் கேட்டது.

"இது அப்படித் தெரியலை சார்."

"சார் நீங்க வேற, அப்படித்தேன் சார்."

"அப்ப பணம்தான் மோட்டிவா?"

"இதோ பொறுங்க" என்று அந்தச் சிறுமியிடம் சென்றார். 'ஏய்... உய்... ஏய்...' என்று அரட்டி பாவ்லா காட்டினார். அது மலங்க மலங்க விழித்தது. வாயில் பல்லுப்பட்டு, நாக்கிலும் உதட்டிலும் ரத்தம். அவர் பாச்சா பலிக்கவில்லை.

"போலீஸ்லெ கம்ப்ளெய்ண்ட் பண்ணலாமா?"

"பண்ண லாம்."

"வாங்க பன்னீர் சார். போயிட்டு வந்திடலாம்."

"நான் எதுக்கு? செகரேட்டரி நீங்க போனாப் போறாதா?"

செகரெட்டரிக்கு கையை அறுத்துக்கொண்டமாதிரி சுளீரென்றது. சகலநேரமும் விழிப்பாய் இருக்கும் ஜனங்கள். ரத்தச் செல்களுக்குள் ஓடிய பாதுகாப்புணர்வில் உறைந்துபோயிருந்தார்கள்.

"செகரெட்டரிதான் போலீஸுக்குப் போவணுமா? எனக்கு என்ன சம்பளமா கொடுத்து வெச்சிருக்கீங்க. கௌரவ போஸ்ட் தானே?"

"சரி. பிளாட் அசோசியேஷன் சார்பில் ஒரு ரிப்போர்ட் கொடுத்திட்டா போச்சு, தனிப்பட்டு ஒருவர்பேரையும் இழுக்க வேண்டாம்."

"அதானே! அப்படிப் பண்ணிட்டாப் போச்சு" ஒரு குரல்.

"ஒரு கம்ப்ளைண்ட் லெட்டர் ரெடி பண்ணிடலாமா?"

"பண்ணலாம்."

"இது அடையார் ஸ்டேஷன் கன்ட்ரோல்லெ வருமா? இல்லை திருவான்மியூரா?"

"அடையார்தான்."

"நோ... நோ... திருவான்மியூர்."

மொத்தக் கூட்டமும் சீற்றமாயிற்று. போலீஸ் கம்ப்ளைண்ட் கொடுப்பதுதான் உத்தமம் என்று ஒரு கோஷ்டி நின்றது. வடமோ, இடமோ போகட்டும் மேலே வந்து விழுந்து பிடுங்காமல் இருந்தால் சரி என்று, ஒரு கோஷ்டி ஒதுங்கிநின்றது. கரகரவென்று காகிதமும் கையுமாக வந்து நின்றுவிட்டது. என்ன எழுதுவது, எப்படி எழுதுவது என்று கேள்விவந்தது. ஒவ்வொரு தலையும் ஒவ்வொருவிதமாய் பதில் சொன்னது. சர்மாஜிக்கு திடீரென்று மின்னல் சொடுக்கினாற்போல் ஒரு யோசனை. பனிரெண்டாம் நம்பரில் இன்கம்டாக்ஸ் ஆபீசர் ஒருவர் இருக்கிறார். நல்ல ஆள் பழக்கமுள்ளவர். அவரிடம் இந்தப் பிரச்சனையை விட்டுவிடலாம். எவருடைய கையையும் கடித்துவிடாமல் பார்த்துக் கொள்ளுங்கள் என்று, அவர் காலடியில் வைத்துவிட்டு ஒதுங்கிக் கொள்ளலாம். சர்மாஜியின் யோசனையை எல்லோரும் ஏற்றுக்கொண்டனர்.

சர்மாஜியுடன் நான்கைந்து பேர் மூன்றாவது மாடிக்குப் படியேறினார்கள். மூன்றாவது மாடியில் கிழக்குப் பார்த்த வீடுதான் இன்கம்டாக்ஸ் ஆபீசர் வீடு. சர்மாஜிதான் காலிங்பெல்லை அழுத்தினார். கதவு திறந்தது. பட்டைக் கறை வேஷ்டியும் தளர்ந்த ஜிப்பாவுமாய் ஒரு முரட்டு உடம்பு. கனிவான முகம்.

"வாங்க ப்ரோபஸர் சார்."

"நமஸ்காரம்."

"வாங்க."

"ஒரு சின்ன ஆப்ளிகேஷன்."

"வித் பிளஷர். உள்ளே வாங்கோ."

ஓசை கேட்டதும் எல்லோரும் வீட்டிற்குள் சென்றனர். விரிந்த ஹால். தஞ்சாவூர் பெயிண்டிங்ஸ் சுவரை அலங்கரித்தன. புத்தக செல்ப் நிறைய தடித்தடிப் புத்தகங்கள். அவரின் பேரனோ, பேத்தியோ முதுகை காட்டிக்கொண்டு கம்ப்யூட்டரில் விளையாடிக்

கொண்டிருந்தது.

"சொல்லுங்க சார்..."

"நம்ம பிளாட் வாசல்லெ ஒரு பொண்ணு. சின்னப்பெண்ணு. யார்னு தெரியலை. விழுந்து கிடக்கு, ஒரே கூட்டமும் கூச்சலும். போலீஸ்லெ கம்ப்ளைண்ட் பண்ணலாம்னு யோசனை. போலீஸ் தொந்தரவாயிடக் கூடாதேன்னு பார்க்கிறோம்..."

"அவ்வளவுதானே?"

"நீங்க ஹெல்ப் பண்ணனும்"

"பண்ணிட்டாப் போச்சு."

சோபாவில் கிடந்த செல்போனை இடது கையால் எடுத்தார். முகத்துக்கு நேரே வைத்துக்கொண்டு 'டொக்... டொக்...' என்று எண்களைத் தட்டி உயிரூட்டினார். டக்கென்று காதுக்கருகில் வைத்துக்கொண்டு, எதிர்முனை பதிலுக்காகக் காத்திருந்தார்.

"கமிஷனர்கிட்ட சொன்னாப் போறுமா?"

ஒருவரும் பதில் சொல்லவில்லை. ஒருவர் முகத்தை ஒருவர் பார்த்துக் கொண்டனர். பார்வையில் பெருமிதம்.

"இது அடையார்லெ வருமா? திருவான்மியூரா?"

"திருவான்மியூர்தான்."

"ஹல்லோ... கமிஷினர் சார் இருக்காங்களா? நான் எஸ்.ஆர். பேசுறேன். எஸ்.ராமச்சந்திரன்னு சொல்லுங்க. இன்கம்டாக்ஸ் ஆபீசர். ஓகோ... அப்படியா... சரி, சரி. திரும்பவும் நானே கான்டாக்ட் பண்றேன்... தேங்க்யூ."

"..."

"அவர் சி.எம். வீட்டிற்குப் போயிருக்காறாம்."

திரும்பவும் வேறு நம்பரைத் தட்டினார். ஏ.சி.கிட்ட பேசலாம். அஸிஸ்டெண்ட் கமிஷனர், நல்ல மனுஷன். "ஹல்லோ... ஏ.சி. சார் இருக்காங்களா... அப்படியா... எப்ப வருவாங்க... சரி, தாங்க்யூ..."

எல்லோருடைய பார்வையும் அவர் முகத்தை மொய்த்தன.

"ஏ.சி. வெளியிலெ போயிருக்கிறாராம். இன்னைக்கு ஸண்டே பாருங்க. எங்காவது அவுட்டிங் போயிருப்பாங்க."

"என்ன பண்ணலாம் சார்..."

"டோண்ட் ஒர்ரி. நான் பார்த்துக்கிறேன். ஒன் அவர் கழிச்சு

திரும்பவும் பேசலாம்."

"அப்ப போலீஸ் கம்ப்ளைண்ட் கொடுக்க வேண்டாமா?"

"கமிஷனர்கிட்டேயே பேசலாம்."

"தாங்க்யூ சார். தாங்க்யூ வெரிமச்."

கூட்டம் கை கூப்பிவிட்டு எழுந்தது. சர்மாஜி மட்டும் அவரின் கையைப் பிடித்துக் குலுக்கினார். கூட்டம் படபடவென்று படியிறங்கிற்று. அலட்டலும் ஆரவாரமும் கூடிற்று. பேசிப்பேசி மெல்ல விசயத்தை ஊதிவிட்டார்கள்.

செய்தி இழைஇழையாய்ப் பிரிந்து நான்குபுறமும் பரவிற்று. மொத்த ஜனமும் வாசல் வந்து வேடிக்கை பார்த்தது. ஒரு சிறுமி இப்படி கிறுகிறுத்துப்போய் உட்கார்ந்திருக்கிறாளே! இது ஏன்! எதன்பொருட்டு இது நடந்தது. இது யார் வீட்டுப் பிள்ளை? எதற்காக இப்படி வந்து விழுந்துகிடக்கிறது? சாப்பிட்டதா, சாப்பிடவில்லையா? பசி மயக்கமா? இல்லை அடிபட்ட வேதனையா, என்ன இது? ஏன் இப்படி? பெற்றோர்கள் தேடமாட்டார்களா? காணலையே... காணலீயே என்று நெஞ்சில் அடித்துக்கொள்ளமாட்டார்களா? எப்படி இதை வீட்டில் கொண்டுபோய்ச் சேர்ப்பது? இந்தக் கேள்விக்கெல்லாம் யார் மனதையும் துளைக்கவில்லை. என்ன செய்து, எப்படிச் செய்து இதைத் துடைக்கலாம் என்ற கவலைதான். நிறையப் படித்தவர்கள் எல்லாவற்றையும் மூளையால் சிந்தித்தே பழகிவிட்டார்கள். இவர்களுக்கு மனசால் சிந்திக்கத் தெரியாதோ? இதயத்தால் யோசிக்கமுடியாதோ? மூளைதான். சகலத்திற்கும் மூளைதான். மூளையை மட்டும் கத்திபோல தீட்டிவைத்திருக்கிறார்கள்.

தெருவில் சலசலப்புக் கூடிற்று. போகிறவர்களும் வருகிறவர்களும் ஒரு கணம் நின்று வேடிக்கை பார்த்தார்கள். சிறுமி மிரள மிரளப் பார்த்துக்கொண்டிருந்தாள். விட்டுவிட்டு அழுகைவேறு. இரைச்சல்கூடியது. தெருமுனையில் இருந்த ரிக்ஷாக்காரன் இதைப் பார்த்துக்கொண்டே இருந்தான். என்ன நினைத்தானோ தெரியவில்லை. தரதரவென்று ரிக்ஷாவை இழுத்துக்கொண்டு வந்தான்.

ரிக்ஷாக்காரனுக்கு அறுபது வயதிற்குமேல் இருக்கும். ஏற்ற இறக்கமாகக் கட்டின வேண்டி. அழுக்கேறி நைந்துபோன வேஷ்டி. முதுகு தெரியும்படியான சட்டை, புண்வைத்து, ஈ மொய்க்கும் யானைக்கால். நூலாம்படைபூத்தாற்போல் தலைமுடி. சதா மென்று குழறுகின்ற வாய், ரிக்ஷாவை நிறுத்திவிட்டு அந்தச் சிறுமியிடம் சென்றான். அவள் தோளை கனிவுடன் தொட்டான்.

"இன்னாமே?"

"..."

"மேல்க்குப்பமா? கீழ்க்குப்பமா?"

"..."

"பயந்துகினுச்சு சார். பாவம். இதா இந்தண்டை இருக்கிற மேலக்குப்பமா இருக்கும். இல்லையுங்காட்டி, கோவிலண்டை இருக்கிற கீழக்குப்பமா இருக்கும். 'வா... மே... வந்து ரிக்ஷாவுலெ குந்திக்க. நான் வழிச்சுக்கினு போய், விசாரிச்சு வீட்டுலெ விட்டுட்டு வாரேன்..."

சிறுமியை மெல்லத் தூக்கி ரிக்ஷாவில் வைத்தான். சிறுமியின் முகத்தில் சின்னதாய் ஒரு பிரகாசம். அழுக்கு வேட்டியைப் பிரித்தான். இடுப்பில் பாதி தின்ற ரொட்டியைச் சுருட்டி வைத்திருந்தான். "இதாமே திண்ணு..." என்று, எடுத்து நீட்டினான். சிறுமியின் முகம் மலர்ந்திற்று. தத்தி ரிக்ஷா பெடல் போட்டு ஏறினான். இப்பவும் அவர்கள் இதையும் வேடிக்கை பார்த்துக் கொண்டுதான் இருந்தார்கள். ரிக்ஷா அந்த இடத்தைவிட்டு பூப்போல நகர்ந்து சென்றுவிட்டது.

*கல்கி - 28.12.1997*

## வழிப்போக்கன்

ஆறுமுகம் மாமா வரும்போது, வீட்டில் ஒருவரும் இல்லை. 'அம்மா நல்லதண்ணி கிணத்துக்குப் போயிருந்தாள். அப்பா ஓயாமறியல் உழவு என்று, விடியவுமே கிளம்பிவிட்டார். வீட்டில் நான் மட்டும்தான். வீடு வெறிச்சோடிக் கிடந்தது. அக்கா இருந்தாலாவது பல்லாங்குழி ஆடலாம். நல்ல வெயில்! நடைவாசல் தகரக் கூரை. ஆவியாய் வெயில் இறங்கிற்று. உட்காரமுடியவில்லை. உள் அறைகளை அம்மா பூட்டிவிட்டது. அங்கு குளுமையாக இருக்கும். சாவி மாடாக்குழியில்தான் இருக்கிறது. திறக்கலாம். ஆள் இல்லாத வீட்டில் இருக்கமுடியவில்லை. புங்கைமர நிழலுக்குக் கிளம்பிவிட்டேன். இனி 'கிட்டி பில்லா'தான். ஒரு ஒற்றைக்குருவி மட்டும் 'ட்விட் ட்டுவிட்...' என்று கத்திக்கொண்டிருந்தது. நான் முந்தாலம்பொட்டல் தாண்டியிருக்கமாட்டேன்; தாக்கல் வந்து விட்டது. மாமா மூக்கன் செட்டி தெரு திரும்பியதும்தான் தாமதம், செய்தி காற்றாய் கசிந்திற்று. மனசு குதி போட்டது. மாமா வந்து எத்தனை நாள் ஆகிவிட்டது? கணக்குக்கட்டுப்படாமல் தூரம் தெரிந்தது. அவர் முகம்கூட மறந்துவிட்டதுமாதிரி ஒரு கலக்கம், சட்டுச்சட்டுனு எல்லா முகமும் மனசில் இருந்து வழுக்கிவிடுகிறது.

மாமா என்றவுடன் அவர் முகத்தைவிட அவர் சைக்கிள்தான் மனசில் மிதக்கிறது. 'கிரீங்... கிரீங்...' என்று, இழுத்துச் சிதறும் மணி ஒலி. கட்டைவிரலை அழுத்தி எடுத்தால் போதும். சைக்கிள் தானா இது? என்று மறுபடியும் ஒரு பார்வை பார்க்கும்படி வைத்திருப்பார். அத்தனை ஜோடனை! சப்பரம்மாதிரி ஜோடித்து வைத்திருப்பார்.

இப்படிச் செய்யவேண்டும் என்று எப்படித் தோன்றிற்றோ? அதற்குத் தனி மனசு வேண்டும். தீராத தாகம் வேண்டும். மனசுக்கு மடியாமல், கண்ணுக்குப் புலப்படாமல் பொங்கிக் கொண்டிருக்க

வேண்டும். 'வயிற்றுக்குப் போடாமல், வண்டிக்குப் போடு' என்று மனசு தூண்டுகிறதே!

சைக்கிள்தானா இது? கண் பதறாமல் முடியாது. நல்ல உசரம். வெடவெடவென்று நெஞ்சு உசரத்துக்கு நிற்கும். பஞ்சு மெத்தை இருக்கை. அதைச்சுற்றிலும் பாவாடை மடிப்புத் தையல். ஹேண்டில் பார் கைப்பிடிக்கு ரோஸ்கலர் உறை. கைப்பிடி நுனியில் சடைசடையாகத் தொங்கும். டைனமோவுக்கு மஞ்சள் முக்காடு. முன்பக்கம் முருகவேல்! வெள்ளைப்பட்டையும் சிகப்புக் குங்குமமுமாக நிற்கும் முருகவேல். அதன் இடமும் வலமும் இரண்டு குத்துக்கம்பிகள். அதன் உசரத்துக்கு நிற்கும். நுனியில் சிகப்பு மொட்டு. டயனமோ எரியும்போது அதுவும் ரத்தமாய் சுடர்விடும். சக்கரக் கம்பி முழுவதும் வண்ண வண்ணப் பாசிமணிகள். சக்கரம் சுழலும்போது அது மடமடவென்று சிதறிச் சிரிக்கும். அந்தச் சிரிப்பின் ருசியே அலாதி. இரண்டு சக்கரங்களின் நடுவிலும் பூங்குஞ்சம். பின்ஹேரியரை அகலப்படுத்தியிருப்பார். அதில் அகலமான பலகை, நட்டுப் போட்டு முறுக்கிய பலகை. ஒரு ஆள் சம்மணம் போட்டு உட்காரலாம்.

எந்தக் கண்ணும் இடறாமல் எப்படி நகரும்? மாமாவுக்கு அதன்மேல் பிரியம். ஒவ்வொருவருக்கும் இப்படி எதாவது ஒன்றில் பிரியம். நாய் வளர்ப்பது, பூனை வளர்ப்பது, பூச்செடி வளர்ப்பது, பொன்வண்டு வளர்ப்பது என்று. மாமாவுக்கு இது வெறும் பிரியமாக மட்டும் இருக்கமுடியாது. அதற்கப்பால் ஏதோ ஒன்று. அந்த அலங்காரத்தை அனுபவிக்க சைக்கிளுக்குத் தெரியவா போகிறது? எதையோ காட்டச் செய்கிற காரியம்தான் இது. உருகி உருகி ராகம் இழுப்பதுமாதிரி. வீடு முழுக்கச் சாம்பிராணிப் புகையை நிறைக்கிற மாதிரி, தெருவை அடைத்துக் கோலம் நிரப்புவதுமாதிரி ஏதோ ஒன்று. அது எதற்கு என்று தெரியாதவரைதான் அலங்காரம் அழகு பெறுகிறது. மனசு பதியாமல் எந்த அழகையும் காட்டிவிடவா முடிகிறது!

"உங்க மாமாவுக்கு என்ன உத்தியோகம்?" என்றால், சொல்ல முடியாது. 'வியாபாரம்' என்று சொல்லலாம். 'என்ன வியாபாரம்?' என்று எதிர்கேள்வி வரும். என்ன பதில் சொல்லமுடியும்? அவர் ஒரு வியாபாரமா செய்கிறார்? அதுவும் வியாபாரத்திற்காகவா செய்கிறார். பலாப்பழ சீசனில் பலாப்பழம் விற்பார். நவ்வாப் பழ சீசனில், நவ்வாப்பழம் விற்பார். மாட்டுப்பொங்கல் சமயம் புளிச்சிப் பழம் விற்பார். பிசுபிசுவென்று கையில் ஒட்டுகிற பழமாக விற்கவேண்டும் என்று எப்படித் தோன்றியதோ? வியாபாரம் இல்லாத சமயம்கூட அவர் கையைத் தொட பயம். பிசுபிசுப்பு ஒட்டிக்கொள்ளுமோ என்ற பயம், 'ஏ்வா மாப்லெ' என்று கையை வீசுவார். ஓடி ஒளிந்துகொள்வேன். ஊர்க்காரர்களுக்கு

அவரை நவ்வாப் பழக்காரராகவும், புளிச்சிப் பழக்காரராகவும், பலாப் பழக்காரராகவும்தான் தெரியும். ஆனால் ஒருவருக்கும் தெரியாத முகம் ஒன்று உண்டு. காலணாவுக்கும் எட்டணாவுக்கும் வியாபாரம் பண்ணி எப்படிக் கரை சேரமுடியும்? மாமா கரை கடந்துவிட்டாற்போல்தான் தெரிகிறது. இல்லாவிட்டால் அவர் கரைகடக்க முடியாத தூரத்தில் இருக்கலாம்.

"வேற எங்கனா தொழிலுக்கு போவலாமுல்லெ. மில்லு வேலை கில்லு வேலைன்னு."

"வேண்டாம்."

"மிலிடெரிக்கு திருச்சிலெ ஆள் எடுக்கானாமே."

"ஒத்து வராது மாமா."

"இப்படி வேகாத வெயில்லெ சாவணுமா?"

"பார்க்கலாம்."

"என்னத்தப் பார்க்கிறே வயசா திரும்புது."

"அதான் தொழில் இருக்கே."

"ஒன் இஷ்டம்பா."

அப்பா எல்லை அதுதான். அம்மா கொஞ்சம் நெருங்கி வருவாள். கூடப்பிறந்த தம்பி என்ற நெருக்கம்.

"முப்பதாச்சுடா உனக்கு?"

"அதுக்கு என்னா இப்ப?"

"எவன்டா இனி பொண்ணு தருவான்."

"ஊருப்பயகிட்ட போய் எதுக்கு நிக்குது."

"ஆமா! கனாக் கண்டுக்கிட்டு இரு."

அக்கா அடுக்களையில் இருந்து உதடு கடிப்பாள். கை வளையல் அதிர கை உதறி முகம் மலர்வாள். முகம் பொங்கிப் பிரவாகம் எடுக்கும், என்னைப் பார்த்து சிரித்துக்கொள்வாள். மாமா இருக்கும் திசையை ஜாடைகாட்டி, புருவம் உயர்த்தி உதடு சுழிப்பாள். இதெல்லாம் அவள் பாஷைகள். அவளையும் ஆறுமுகம் மாமாவையும் இழுத்து இணைக்கிற பேச்சைக் கேட்கிறபோதெல்லாம் பொங்கி விடுவாள். அது ஒரு சுகம் அவளுக்கு! அக்காவுக்கு புளிச்சிப் பழம் என்றால் உயிர். நவ்வாப்பழம் என்றால்போதும். பலாப் பழ வாசனை வந்துவிடப்படாது. ஆலாய் பறப்பாள். அவளுக்குப் பிடிக்கிற பழங்களை மட்டும் மாமா வியாபாரம் செய்கிறாரோ என்றுகூடத் தோன்றும், பக்கத்து ஊர்களுக்கெல்லாம் போவார்.

தெருத்தெருவாய் வியாபாரம் பண்ணுவார். எங்கள் ஊரில் மட்டும் வியாபாரம் வைத்துக்கொள்ளவில்லை. குளித்து, வெள்ளை உடுத்தி, கையில் பிசுக்கு இல்லாமல்தான் வருவார். 'ஒரு எட்டு பாத்துட்டுப் போகலாம்னுதேன் வந்தேன்க்கா' என்றுதான் நுழைவார்.

"ஏலே, ஊரு இவரத்தாண்டா பேசும். தல நாள்லெ வந்த மனுஷன் அப்பன் போன பிற்பாடு, இப்ப இவருதாண்டா தகப்பன் மாதிரி. சொல் பேச்சுக் கேட்டு நடக்கிறதப் பாரு..."

"யாரு மாட்டேன்னா?"

"தேனி மில்லுக்கு போவலாமுல்லெ."

"எவன் காணாங்குறான்."

"வீட்டுலெ இருந்தா வருவானா?"

"ஒத்துவராதுக்கா."

"இப்படி எடுக்கும் கைக்கும் மாட்டேன் மாட்டேன்னு மண்டையை ஆட்டுனா?"

"அக்காக்காரி இருந்து இப்படி வுட்டுட்டான்னு வரப்படாது."

"யார் சொல்றா?"

"பின்னாடி பேச்சு வந்திடப்படாது."

"வராது..."

"இவளுக்கு உத்தியோக ஆளாப் பாக்கணும். ஒனக்கு ஒண்ண மூச்சுட்டு இந்த தொரட்டப் பாக்கலாம்னு இருந்துச்சு. நீ என்னடான்னா..."

அம்மா நகர்த்திவிட்டாள். பெரிய பளுவை நகர்த்தி விட்டாற்போல் பெருமூச்சுவிட்டாள். மாமா சட்டைக் காலருக்கு அடியில் இருந்து கர்ச்சீப்பை எடுத்தார். முகத்தைத் துடைத்தார். அழுத்தித் துடைத்த இடத்தில் ரத்த ஓட்டம் தெரிந்தது. சிறிதுநேரம் அந்த ஆட்டு உரலிலே உட்கார்ந்து இருந்தார். அவர் எப்போது வந்தாலும் அந்த உரலில்தான் உட்காருவார். அவருக்கு ஆறு விரல்.

ஆறாவது விரலை தடவிக் கொடுத்தார். எழுந்து கொல்லைப்பக்கம் நகர்ந்தார். இடுப்பு பெல்ட்டில் சொறுகிவைத்திருந்த பீடியை எடுத்துப் பற்றவைத்தார். வானம் பார்த்துப் புகையை உமிழ்ந்தார். சுழன்று மலரும் வளையங்களைப் பார்த்துக்கொண்டே இருந்தார். இப்படி முக்கால் மணிநேரம். புகையிலும் நிழலிலும் கரைந்திற்று. அக்கா அடிக்கொருதரம் கொல்லைப்பக்கம் எட்டி எட்டிப் பார்த்துக்கொண்டிருந்தாள். பிற்பாடு மாமா கிளம்பிவிட்டார். அம்மாவும் சாப்பிடச் சொல்லவில்லை. மாமா கிளம்பும்போது

அவர் கொண்டுவந்த மஞ்சள் பையை வைத்துவிட்டுப் போனார். சேம்ப இலையில் நவ்வாப்பழம். பளபளவென்று நிறைந்திருந்தது. அதை அம்மாவிடம் கொடுத்தேன். அம்மா, அதை இடதுகையால் அக்காபக்கம் தள்ளிவிட்டாள். அன்று கொல்லை முழுவதும் நவ்வாப் பழக் கொட்டை சிதறிக்கிடந்தது.

"ஏண்டீ இப்படி வீடுபூராம் நாசம் பண்ணி வெச்சிருக்க.."

"கெடக்கட்டும்."

"யார் கூட்டிப் பெருக்குறதாம்?"

"அத, ஏன் பெருக்குவானே?"

"பின்ன?"

அம்மா நிமிர்ந்து, அக்காவைப் பார்த்தாள். அக்காவின் கண் தளும்பிற்று. தலையை தாழ்த்திக்கொண்டாள். "ஒண்ணாவது வேர் விடுதான்னு பார்க்கலாம்."

"ஆமா. ஒந்தலை."

நவ்வாப்பழக் கொட்டையை வைத்து அக்காவுக்கும் அம்மாவுக்கும் சண்டை. சிறு சண்டை. அந்த சண்டை நவ்வாப்பழக் கொட்டைக்காக அல்ல. இருவரும் ஒன்றை ஒன்றைத் துரத்திக் கொண்டு ஓடினார்கள். அதற்கு அடுத்த அடுத்த நாட்கள்கூட கொல்லைப்பக்கம் அந்தக் கொட்டைகள் கிடந்தன. ஒரு வாரம், பத்து நாள் கழித்துக்கூட மொட்டுமொட்டாய் மண்ணில் மிதப்புத் தெரிந்தது. கடைசியில், கவனத்தில் இருந்து தப்பிற்று. ஆனால் ஒன்றுகூட வேர் விட்டமாதிரி தெரியவில்லை. அக்காவும் அந்த வேரைத் தேடினாளா என்று தெரியவில்லை.

பிற்பாடு கொஞ்சநாள் அப்பா, மாமாவைப்பற்றி பேசிக் கொண்டிருந்தார். களையெடுப்பு, வரப்பு வெட்டு என்று நடக்கும்போது பேசுவார். அக்காவும் ஜாடையாகப் பேசுவாள். 'மாமா சைக்கிள் மணிமாதிரிக் கேக்குதுல்லெ?' என்று காதைத் தீட்டி அமைதி காட்டுவாள். 'யார் வீட்டுலையோ பலாப்பழம் அறுக்குறாங்க...' என்று திசை தேடுவாள். நவ்வாப்பழம் சாப்பிட்டாப்புலெ நாக்கு மழுமழுன்னு இருக்கு என்பாள் 'ஏலே மாமா உக்கார்ற உரலை சித்த நகட்டிப்போடுடா' என்பாள். 'முருங்கைக் கிளை தகரத்தை முட்டி இடிக்குது' என்றார் அப்பா. வெட்டரிவாள் தூக்கும்போது அக்கா விடவில்லை. "மாமா வந்தாக் கொண்டா பீடி குடிக்க நிழல் வேண்டாமா?" என்றாள். இதையெல்லாம் வைத்து எதைக் கோர்க்க முடிகிறது. மாமா இந்தப் பக்கம் வரவே இல்லை. வெள்ளரிக்கா விற்கிறவளும் ஜிலேபி விற்கிறவரும்தான் அக்காவிடம் சொல்வார்கள். உங்க மாமாவை

கூழையனூர்லெ பார்த்தேன், குச்சனூர்லெ பார்த்தேன் என்று. அக்காவும் இதை எல்லாம் ஆர்வமாக கேட்டுக் கொண்டிருந்தாள்.

காலத்திற்கு என்று ஒரு வேலை உண்டுதானே? ஒரு சுபமுகூர்த்த தினத்தில் அக்காவை சுப்புராம் சாருக்கு பேசிமுடித்தார்கள். சுப்புராம் சாருக்கு அடுத்த தெருவில்தான் வீடு. கல்யாணத்திற்கு மாமாவும் வந்தார். பம்மிப் பம்மித்தான் வந்தார். 'வந்தேன்' என்று பேர் பண்ணிட்டுப் போகத்தான் வந்தார். அன்று, அவர் சைக்கிளில் வரவில்லை. அவர் போன பிற்பாடு, அக்கா எங்கெங்கோ தொட்டுத் தடவிக் கேட்டாள். 'மாமா எப்போ வந்தார்?, சாப்பிட்டாரா?, திருப்பூட்டுறப்ப எங்க நின்னிருந்தார்?, இவர்கூடப் பேசினாரா?' இப்படி, அடுக்கிக்கொண்டே போனாள். கேட்டதையே திரும்பத் திரும்ப கேட்டாள். நானும் சொன்னதையே திரும்பத் திரும்பத்தான் சொன்னேன். அதில் என்ன சுவையோ அவளுக்கு!

நான் வீட்டுக்கு வரும்போது, மாமா நடைவாசலில் நின்றிருந்தார். என்னைப் பார்த்ததும் சிரித்தார். நான் நாற்காலியை நகர்த்திப் போட்டேன். அவர் உட்காரும் ஆட்டுஉரலில் மண் புதைந்துவிட்டது. அக்கா கல்யாணம் ஆகிப்போன பிற்பாடு அம்மா எதையும் கையில் இடிப்பதில்லை. முடியவில்லை. ரோதைக்குத்தான் கொடுத்து விடுவாள். மாமா உட்காரவில்லை. ஆட்டுஉரலை ஒரு பார்வை பார்த்துவிட்டு 'இருக்கட்டும்' என்றார். நான் வாசலைப் பார்த்தேன். குட்டியம்மாள் சந்தைப் பார்த்தேன். ஓட்டைவாயன் வீட்டு குட்டிச்சுவர் நிழலைப் பார்த்தேன். மாமாவின் சைக்கிள் இல்லை. வெறுமை! சைக்கிள் இல்லாத மாமா கற்பனைக்கு எட்டவே இல்லை. வீணை இல்லாத சரஸ்வதி படம்மாதிரி, தாமரை இல்லாத லட்சுமிமாதிரி, படமே இல்லாது வெள்ளையடிக்க ஒதுக்கப்பட்ட சுவர்மாதிரி வெறுமை. என்னைப் புரிந்துகொண்டமாதிரி 'பஸ்லெதேன் வந்தேன்' என்று, என் முதுகைத் தடவினார். 'சைக்கிள்...' என்று இழுத்தேன். 'இங்கேதேன் ஒரு எடத்துலெ இருக்கு' என்றார். அவர் முகத்தில் ஏதோ மிதந்துகொண்டிருந்தது.

"அம்மா எங்கே?"

"தோ வந்திடும். நல்லதண்ணிக்குப் போயிருக்கு!"

"மாமா?"

"அப்பாவுக்கு ஓயாமரியிலெ ஒழவு."

ஒரு நிமிசம் பேசாமலே இருந்தார். அதற்குள் எதிர்வீட்டுக் கிழவி, தெருவோடு போனவள் எட்டிப் பார்த்துவிட்டு உள்ளே வந்தாள். 'தொரக்குச்சி இருந்தா உள்வீட்டை தொரந்துவிடுப்பா. உக்காரட்டும்' என்றாள். நான் சாவியை எடுத்துக் கதவைத்

திறந்தேன். மாமா 'இருக்கட்டும்' என்று தடுத்துவிட்டார்.

"எப்ப வந்தப்பா?"

"இப்பத்தேன் அத்தே..."

"சொகமா இருக்கியா..."

"ம்..."

"ஆளே ஒருவடியாப்போயிட்டே..."

"அலைச்சல்."

"காலாகாலத்துலெ ஒண்ணப் பாத்து மூக்கவேண்டியதுதானே! எதுக்கும் பகவான் கண்ணத் தொறக்கணும்."

மாமா முகத்தைத் திருப்பிக்கொண்டார்.

"தொழிலெ வுட்டாச்சாக்கும்?"

"இல்லை, இருக்கு."

"எங்க வூட்டுக்கு வேணா வா. வெயிலுக்கு கலர் வாங்கியாரச் சொல்றேன்."

"இருக்கட்டும் அத்தே..."

"வாப்பா. இப்பத்தேன் சம்பந்தகாராயாச்சுல்லெ."

"ம். வர்றேன்."

அந்தக் கிழவி பேசிக்கொண்டே நகர்ந்தது. மாமா உட்காரவே இல்லை. சுவற்றில் மாட்டியிருக்கும் அக்கா கல்யாணப் போட்டோக்களை பார்த்துக் கொண்டிருந்தார். சிறிதுநேரம் கண் மாறாது பார்த்தார். அவர் கண்களில் பளபளவென்று ஈரப்பசை, சட்டென்று முகத்தை வேறுபக்கம் திருப்பிக்கொண்டார். ஒரு பீடியைச் சுவைத்து முடித்தார். திரும்பவும் பார்வை போட்டோவுக்குள் விழுந்திற்று. நான் அவரையே பார்த்தேன். இதைக் கவனித்துவிட்டார். 'இதுலெ நீ இருக்கியா?' என்று கேட்டார். நான் தலையை அசைத்தேன். என்னைத் தேடுவதுபோல் மீண்டும் பார்வை திரும்பிற்று. மனசு திரும்பாது பார்வை மட்டும் ஒருவழியாக திரும்பிற்று. சட்டைக்காலருக்குள் இருந்து கர்சீப்பை எடுத்து முகம் துடைத்துக்கொண்டார்.

"நொண்டி ராசு கடை தெரியுமா?"

"ம்..."

"போயிட்டு வரலாமா?"

"போவோம்."

"எப்படி போவணும்?"

"அக்கா வீட்டு வழிதான்."

"வேற வழி இருக்கா?"

"ரெம்ப சுத்து..."

"அப்படியேதான் போவணும்."

நாலு, ஐந்து தெருக்களைச் சுற்றியடித்து, நொண்டி ராசு கடைக்குப் போனோம். அது வட்டிக் கடை. பள்ளிக்கூடத்துக்குப் பக்கத்து சந்துதான் அது. அங்கிருந்து பார்த்தால் நாலாம் வகுப்பு ஜன்னல் தெரியும். அதில்தான் சுப்புராம் சார் டஸ்டரையும், புளிய விளாரையும் வைத்திருப்பார். இப்போது அவர் சார் இல்லை. மாமா. ரெம்பநாள் வரை, 'சார்... சார்...' என்றுதான் வாயில் வந்தது. அக்காகூட விழுந்து விழுந்து சிரித்தாள். நான் அந்த ஜன்னலைப் பார்த்தேன். மாமாவும் பார்த்தார். நொண்டி ராசு கடையில் நிறையப் பொருட்கள். யாரோ அழுத கண்ணீரும் தூசியுமாகக் கிடந்தது. மாமா சைக்கிளும் கிடந்தது. மாமா சைக்கிளா இது? சீக்கு வந்து, எலும்பும் தோலுமாய் நிற்கும் மாடுமாதிரி நின்றிருந்தது. மாமா முகம் கோணிவிட்டது. மெல்ல வந்து சீட்டில் கைவைத்துத் தடவினார். தூசி. பின் டயரில் காத்து இல்லை. டயனமோவைக் காணோம்.

"திருப்புறாப்புலையா?"

"இல்லை..."

"வட்டி எகிறிட்டு நிக்குது!"

"வண்டி ஏன் இப்படிக் கெடக்கு?"

"என்ன செய்யச் சொல்றே..."

"எப்படிக் கொடுத்தேன்..."

"அதுக்கு?"

"இப்படி ஒக்குட்டுப் போட்டிருக்கீங்க..."

"யாரு..?"

"யாரா..."

"திருப்புற மசுரப்பாரு முதலெ..."

"அநாவசியமா பேச வேண்டாம்."

"நொட்ட சொன்னா?"

"ஏன், இப்படி இருக்குதுனுதானே கேட்டுச்சு..."

"முதல்லெ திருப்பிட்டுப் பேசு..."

"மூஞ்சியிலெ கொண்டாந்து விட்டெரியிறனா இல்லையா பாரு..."

"வாங்கயிலெ மட்டும் இளிச்சுக்கிட்டு நின்ன..."

"ஒழுங்கு மருவாதியா பேசு..."

"போடா மயிரே..."

மாமா 'படீர்' என்று அவன்மீது பாய்ந்துவிட்டார். அவன் மாமாவின் நெஞ்சில் கைவைத்துத் தள்ளிவிட்டான். மாமா தடுமாறி பந்தல் காலைப் பிடித்துக்கொண்டார். மாமா கெட்டவார்த்தை பேசினார். அசிங்கமான வார்த்தை. இப்படிப் பேசிக் கேட்டதே இல்லை. மாமாவுக்கு ஆங்காரம். அவன் கல்லாப்பெட்டியைத் தாண்டி வந்தான். மாமா சட்டையை கொத்தாய்ப் பிடித்தான். செகுளில் நாலு சாத்து சாத்திட்டான். மாமா இதை எதிர்பார்க்கவே இல்லை. மாமா, அவன் கையைப் பிடித்து இழுத்தார். 'வர்றேன்டா தாயோளி...' என்று விலகிவந்தார். வெடவெடவென்று தெருவைக் கடந்து பஸ் நிற்கும் புளியமரத்தடிக்கு வந்துவிட்டார். பின்னாடியே நானும் ஓடினேன். ஒரு பீடியைப் பற்றவைத்தார். அவர் கால் நடுக்கம் குறையவில்லை. "எச்சிக்கல நாயி..." என்றார். "நல்லவேளை அடிக்கத் தெரிஞ்சான்!..." என்றார். எதையோ மழுப்பினார். அவன் அடித்ததை நான் பார்த்துவிட்டதுதான் அவருக்கு வலி. சிறிதுநேரம் ரோட்டையே பார்த்துக் கொண்டிருந்தார். சட்டென்று தூங்கி விழித்து எழுவதுபோல் வேட்டியை விலக்கினார். அண்டர்வேரில் இருந்து ஒரு பொட்டலத்தை எடுத்தார். நவ்வாப்பழம். கொசகொச வென்று இருந்தது. நான், அவர் முகத்தைப் பார்த்தேன். "வெளி யிலெ வாங்கினது. நமக்குத்தேன் யாவாரம் இல்லையே" என்றார். எனக்கு அழுகை முட்டியது. "இதை உங்கக்காட்ட கொடுத்துடு. வேறு எதையும் சொல்லவேண்டாம்" என்றார். எனக்கு அவர் கையை பிடித்துக்கொள்ள வேண்டும்போல் வந்துவிட்டது.

*குமுதம் - 24.5.2001*

## பாரதிபாலன் படைப்புகள்

### சிறுகதைத் தொகுப்புகள்
1. ஒத்தையடிப் பாதையிலே
2. உயிர்ச்சுழி
3. வண்ணத்துப்பூச்சியைக் கொன்றவர்கள்
4. அலறி ஓய்ந்த மௌனம்
5. றெக்கை கட்டி நீந்துபவர்கள் (தமிழ்நாடு அரசுப் பரிசு)
6. பாரதிபாலன் கதைகள் (முழு தொகுப்பு)
7. மூங்கில் பூக்கும் தனிமை

### நாவல்கள்
1. செவ்வந்தி ( திருப்பூர் தமிழ்ச் சங்கம் விருது)
2. உடைந்த நிழல் ( பாரத ஸ்டேட் வங்கி பரிசு)
3. காற்று வரும் பருவம்

### கட்டுரைத் தொகுப்பு
1. இசை நகரம் ( தினமணியில் தொடராக வெளியானது)